சங்க காலத் திணைக்குடிகள்

இலக்கிய மானிடவியல் நோக்கு

2025ஆம் ஆண்டு, தமிழர் இனவரைவியல் கழகத்தின்
எட்கர் தர்ஸ்டன் விருதைப் பெற்ற நூல்

முனைவர் **கோ.சதீஸ்**

பரிசல்

சங்க காலத் திணைக்குடிகள் இலக்கிய மானிடவியல் நோக்கு ♦ முனைவர் கோ.சதீஸ் ♦ பரிசல் முதல் பதிப்பு: 2024 ♦ பக்கங்கள்: 224 ♦ வெளியீடு: பரிசல் புத்தக நிலையம், 235, P. பிளாக் **MGR** முதல் தெரு, MMDA காலனி, அரும்பாக்கம், சென்னை 600 106. பேச: 9382853646, 8825767500 மின்னஞ்சல்: parisalbooks2021@gmail.com ♦ அச்சாக்கம்: கம்ப்யூ பிரிண்டர்ஸ், சென்னை 600 086.

Sanga kaalat thinaikkudigal ilakkiya Maanidaviyal nookku ♦ Dr. G. Sathish ♦ Parisal First Edition: 2024 ♦ Pages: 224 ♦ Published by Parisal Putthaga Nilayam, No. 235, 'P' Block MGR First Street, MMDA Colony, Arumbakkam, Chennai - 600 106. Mobile: 93828 53646, 8825767500 Email: parisalbooks2021@gmail.com ♦ Printed at: Compu Printers, Chennai - 86.

Rs. 240

ISBN: 978-81-19919-84-0

இந்நூல்
தமிழில் நுண் ஆய்விற்கு அடிப்படையாய் அமைந்த
மானிடவியல் பேராசிரியர் எஸ்.பக்தவத்சலபாரதி
அவர்களுக்கு

முனைவர் பக்தவத்சலபாரதி
தகைசால் பேராசிரியர்.
தமிழ்ப் பல்கலைக்கழகம்,
தஞ்சாவூர்.

கருத்துரை

சங்க இலக்கியம், தமிழின் பெருமிதம்; தமிழ் அறிவின் அடையாளம். இதிலுள்ள அறிவு மரபினை இன்றைய ஆய்வுக் கண்ணோட்டத்தில் வெளிச்சமிட்டுக் காட்டுவது நமது கடமையாகும். ஒவ்வொரு கற்கைப் புலத்தாரும் தம் துறையறிவு கொண்டு சங்க இலக்கியத்தை ஆராய வேண்டும். இதில் கண்டெடுக்க வேண்டிய சமூக, பண்பாட்டு மெய்ம்மைகள் ஏராளமாக உள்ளன. இந்த நூல் இலக்கிய இனவரைவியல் நோக்கில் சங்க இலக்கியத்தை அணுகுகிறது. ஒரு முக்கியமான முன்னெடுப்பு இது.

சங்க இலக்கியங்கள் வெவ்வேறு காலப் பகுதியில் தமிழகத்தின் வெவ்வேறு நிலப் பகுதியில் இயற்றப்பட்டவை. அவற்றில் ஒரு பகுதியை மட்டும் தொகுத்த விற்பன்னர்கள் முதல் கரு, உரி என்றும் திணை, துறை என்றும் ஒரு சுதேசிக் கோட்பாட்டுச் சட்டகத்திற்குள் பாட்டும் தொகையுமாக உருவாக்கினர். உலக இலக்கிய வரலாற்றில் இந்தத் தொகையாக்கக் கோட்பாடு இன்றைய அறிஞர்களால் திணைக் கோட்பாடு என்று விதந்து போற்றப்படுகிறது. இதுவரை பேசப்பட்டுள்ள திணைக் கோட்பாடு இலக்கியப் புலத்தைத் தாண்டி செல்லவில்லை. சமச்சீரற்ற வளர்ச்சி என்றே இதனைக் குறிப்பிடுகின்றனர். மானிடவியலால் இதற்கு மேலும் புதிய விளக்கங்கள் கிடைக்கும்.

ஆசிரியப் பாவால் இயற்றப்பட்டுள்ள இந்த இலக்கியத்தை மானிடவியல் ரீதியாக அணுகுவது சாலச் சிறந்தது. இது ஒரு புதிய அணுகுமுறை. தமிழகத்தில் அதிகம் அறியப்படாத ஒன்று. முனைவர் கோ.சதீஸ் மானிடவியல் பயின்றவர். செம்மொழித் தமிழாய்வு மத்திய நிறுவனத்திலும், திருவாரூர் தமிழ்நாடு மத்திய பல்கலைக் கழகத்திலும் பணியாற்றியவர். இப்போது சீர்காழியில் அரசு கலை

அறிவியல் கல்லூரியில் பணியாற்றுபவர். இலக்கணம், இலக்கியம், இரண்டிலும் தம் புலமைத் திறத்தைக் காட்டி வருபவர். ஏற்கனவே சில முக்கியமான நூல்களை எழுதியுள்ளார். இந்தப் பின் புலத்தில் சங்க காலத் திணைக்குடிகள் என்னும் இந்த நூலைப் படைத்திருக்கிறார்.

இந்த நூலில் முனைவர் சதீஸ் பதின்மூன்று இயல்களில் திணைக் குடிகளின் வாழ்வியலை ஆராய்கிறார். முதலிரண்டு இயல்களில் இயற்கை, இலக்கியம், பண்பாடு மனித மனம், சமூக அமைப்பு, அதன் இயக்கம் முதலானவற்றின் பண்பியல்புகளை விவாதிக்கிறார். பண்பாட்டுப் புவியியலும், இலக்கியச் சமூகவியலும், படைப்பியக்க உளவியலும் ஒன்றிணையும் பாங்கு மிக முக்கியமானது. இதனை நூலின் தொடக்கமாக நம்வசப் படுத்தியிருப்பது ஒரு புதிய தேடுதல் முறையாகும். நூலுக்கு ஒரு நல்ல அறிமுகம் அமைந்திருக்கிறது.

அடுத்து, தொல்காப்பியம் சார்ந்து தொல்தமிழரின் இனவரைவியலை முன்னெடுத்திருக்கிறார். சங்க இலக்கியம் காட்டும் சடங்கு முறைகள் ஒரு தனி இயலாக அமைகிறது. பண்டைத் தமிழரின் மணச் சடங்குகள், வழிபாட்டுச் சடங்குகள், வெறியாட்டுச் சடங்குகள், மழைச் சடங்கு எனத் தொல் தமிழரின் தனித்துவமான சடங்குகளைச் சதீஸ் விவாதிக்கிறார். முல்லைத் திணையில் நிகழும் ஆயர்களின் ஏறுதழுவலை மணமுறையுடன் இணைத்துப் பேசுவது இதற்கு முந்தைய இயலின் தொடர்ச்சியாக அமைகிறது. இங்குப் பேசப்படும் விவாதங்கள் நம் கவனத்தை ஈர்க்கின்றன.

சங்க இலக்கியத்தில் நகர அமைப்பு, பூம்புகாரின் தொல்லியல்சார் மானிடவியல் ஆகிய இரண்டு இயல்களும் நூலாசிரியரின் தொன்மை நோக்கிய ஆய்வுத் தேடலைக் காட்டுகின்றன. பூம்புகாரின் தொல்லியலை மானிடவியலாக நம்வசப்படுத்துகிறார். இதற்கடுத்த இயலில் அகநானூற்றைப் பண்பாட்டுச் சூழலியலாக முன்னிறுத்துகிறார்.

இத்தகைய தேடல் இலக்கிய மானிடவியலின் புதிய பரப்புகள். நிலம், உயிரினங்கள், மக்கள், குடியிருப்பு

முதலானவற்றுக்குள் பிணைந்திருக்கும் உறவுகளைப் பேசுவதே சூழலியல்சார் மானிடவியல். நூலாசிரியர் சதீஸ் இப்பிரிவில் புதிய பேசுபொருளைக் காட்சிப் படுத்துகிறார்.

நூலின் பிற்பகுதியில் உள்ள இயல்கள் புதிய களங்களுக்கு நம்மை இட்டுச் செல்கின்றன. சங்க கால உணவு அவற்றில் ஒன்று. சங்க கால வழிபாடும் அதன் தொடர்ச்சியாக அமையும் இன்றைய பழங்குடிகளின் வழிபாடும் தொன்மை-தொடர்ச்சி இரண்டையும் காட்டுகின்றன. திருவமுதுபடையல் இறுதி இயலாக அமைகிறது. திருவிழா, சடங்கு சம்பிரதாயங்கள் நம்பிக்கை மரபு முதலானவை எவ்வாறு உத்திராபதியார் சிவன் கோயிலில் அசைவியக்கம் கொண்டுள்ள என்பதை விவாதிக்கிறார்.

இந்த நூல் ஒரு புதிய வரவு மட்டுமல்ல; புதிய அணுகுமுறையில் பேசும் நூலாகவும் உள்ளது. சதீஸ் இதற்கு முன்பு எழுதிய சங்க இலக்கிய ஆய்வுக்காக இந்தியக் குடியரசுத் தலைவர் வழங்கிய இளம் அறிஞர்விருது பெற்றவர். தொடர்ந்து இயங்கி வருகிறார் என்பது மகிழ்ச்சியளிக்கிறது. சதீஸ் மேன்மேலும் புதிய ஆக்கங்களைத் தரவேண்டுமென வாழ்த்துவோம்.

புதுச்சேரி **முனைவர் பக்தவத்சலபாரதி**
20.நவம்பர் 2023

சுருக்கக்குறி யீடு

அகத்.	-	அகத்திணையியல்ம
அகம்.	-	அகநானூறு
எழுத்து	-	எழுத்ததிகாரம்
ஐங்.	-	ஐங்குறுநூறு
கலி.	-	கலித்தொகை
குறள்	-	திருக்குறள்
குறுந்.	-	குறுந்தொகை
சிலம்பு	-	சிலப்பதிகாரம்
சிறுபாண்.	-	சிறுபாணாற்றுப்படை
சொல்	-	சொல்லதிகாரம்
திருமுருக.	-	திருமுருகாற்றுப்படை
தொல்	-	தொல்காப்பியம்
நற்.	-	நற்றிணை
நூ.	-	நூற்றாண்டு
பட்டின.	-	பட்டினப்பாலை
புறத்	-	புறத்திணையியல்
புறம்.	-	புறநானூறு
பொரு.	-	பொருநராற்றுப்படை
பெரும்பாண்.	-	பெரும்பாணாற்றுப்படை
பொருள்	-	பொருளதிகாரம்
மதுரைக்.	-	மதுரைக்காஞ்சி
மலை.	-	மலைபடுகடாம்
முல்.கலி.	-	முல்லைக்கலி

பொருளடக்கம்

	கருத்தும் வாழ்த்தும் மானிடவியல் பேராசிரியர் பக்தவத்சலபாரதி	5
	மானிடவியல் நோக்கிப் பயணித்த பாதைகள்	11
	தமிழில் மானிடவியல் ஆய்வுகள்	17
1	இயற்கை, இலக்கியம், பண்பாடு	28
2.	மனம், இலக்கியம், சமுதாயம் : இவைகளின் தொடர்பு, அமைப்பு, இயக்கம்	41
3.	தொல்காப்பியத்தில் தொல்தமிழர் இனவரைவு	49
4.	சங்க இலக்கியமும் இனவரைவியலும்	64
5.	முல்லை நிலவியல்: ஏறுதழுவுதல் திருமணம் பண்பாடு	85
6.	தொல்குடிகளின் வழிபாட்டு மரபுகள்	106
7.	சங்க இலக்கியத்தில் நகர அமைப்பு	120
8.	பூம்புகார் அகழாய்வும் பொருள்சார்பண்பாடும் தொல்லியல் மானிடவில் நோக்கு	135
9.	பண்பாட்டுச் சூழலியல் மானிடவியல் நோக்கில் அகநானூறு	157
10.	மலையாளிப் பழங்குடிகளும் சங்க காலப் பண்பாடும்	177
11.	சங்க இலக்கியத்தில் உணவுகள்	184
12.	பழங்குடிகளின் வழிபாட்டு மரபு: செவ்வியல் கால மரபுகள் மீட்டுவாக்கம் பற்றிய கருத்தாக்கம்	190
13.	திருவமுதுபடையல்: வழிபாட்டுமரபும் நம்பிக்கையும்:	208

மானிடவியல் நோக்கிப் பயணித்த பாதைகள்

இந்நூலில் எழுதப்பட்ட கட்டுரைகள் கடந்த பத்தாண்டுகளில் பல்வேறுகாலத்தில் எழுதப்பட்டவை. இக்கட்டுரைகள் அனைத்தும் ஒருவகையில் சங்க காலத்தோடு தொடர்புடையவை. அவற்றை மானிடவியல் கோட்பாட்டின் அடிப்படையில் ஒருவாறு விளக்கமுற்பட்டுள்ளேன். மானிடவியல் துறை பற்றி எனக்குத் தொடக்க காலத்தில் ஒன்றும் தெரியாது. வரலாற்றுத்துறைப் பேராசிரியரான கி.இரா.சங்கரன் அவர்களே எனக்கு மொழியியல் மற்றும் மானிடவியல் துறை பற்றியும் அதில் உள்ள சிறந்த ஆய்வுகள் பற்றியும் எனக்கு அறிமுகப்படுத்தினார். ஏ.வி.சி. கல்லூரியில் பணியாற்றிய நாட்களில் அவர் களஆய்வு மேற்கொள்ள போகும் போது என்னையும் அழைத்துச் செல்வார். போகின்ற பயண நேரங்களில் இத்துறை தொடர்பாகச் சொல்லிக்கொண்டே வருவார். பேராசிரியர் வையாபுரிப்பிள்ளை, பி.டி.சீனிவாச ஐயங்கார் போன்ற அறிஞர்கள் பற்றி பேசிக்கொண்டே வருகிற போது மொழியியல் படிக்குமாறும், அத்துறை அறிவியல் பூர்வமாக எவ்வாறு மொழியினை அணுகுகிறது என்பதை எடுத்துக் காட்டியுள்ளார். தொல்காப்பியர் எத்துணை அறிவியல் பூர்வமாக மொழியினை ஆராய்ந்து எழுதுயுள்ளார் என்பதையே மொழியியல் பின்புலத்தில் இருந்து பார்க்கிறபோதே அவரின் புலமையை நன்கு உணரமுடிகிறது. அப்படியான ஒரு விவாதத்தில்தான் பேராசிரியர் பக்தவத்சலபாரதி பற்றியும் மானிடவியல் துறை பற்றியும் சொல்லிக்கொண்டே வந்தார். அந்தக் கால கட்டத்தில் பேராசிரியர் பக்தவத்சலபாரதி அவர்களின் தமிழகப் பழங்குடிகள் என்னும் நூல் அடையாளம் பதிப்பகத்தில் வழி வந்திருந்தது. பேரா. சங்கரன் அவர்களுக்குப் பேரா. பக்தவத்சலபாரதி அவர்களை முன்பே அறிந்திருந்தார். நானும் அவரின் நூல்களைப் பார்த்திருக்கிறேன். தமிழர்

மானிடவியல், பண்பாட்டு மானிடவியல் ஆகிய நூல்களை மணிவாசகர் பதிப்பகத்தில் பார்த்திருக்கிறேன். அப்போதெல்லாம் இந்த நூல்கள் என்னுடைய வாசிப்பு எல்லைக்கு அப்பாற்பட்டவை என்றும், நமக்குத் தொல்காப்பியம், சங்க இலக்கியம், தமிழ் இலக்கியத் திறனாய்வு நூல்களே படிக்கவேண்டும் என்றும் இருந்தேன். கிட்டத்தட்ட 15 ஆண்டுகளில் எல்லாம் தலைகீழாக மாறும் என நானே நினைத்துப் பார்க்கவில்லை. ஒருமுறை பேராசிரியர் சு.தமிழ்வேலு அவர்கள் பேரா.சிலம்பு நா.செல்வராசு அவர்களின் கட்டுரைத் தொகுப்பு ஒன்றைப் படிக்கக் கொடுத்தார். சங்க இலக்கியப் பாடல்களைச் சமூக மானிடவியல் நோக்கில் எழுதியிருந்தார். எனக்கு அவரின் எழுத்துக்கள் பிடித்திருந்தது. அது போல் எழுதவேண்டும் என நினைத்துச் சங்கப் பாடல்களை வேறுகோணங்களில் படிக்கத் தொடங்கினேன். இதற்கிடையில் என்னுடைய முனைவர் பட்டஆய்வு மொழியியல் துறை என்பதால் மொழியியல் கோட்பாடுகளைப் படிப்பதிலும், அதுதொடர்பான ஆய்வுக் கட்டுரைகளைப் படிப்பதும் எழுதுவதுமாக என் வாழ்க்கை நகர்ந்தது எனலாம். ஒருவழியாக முனைவர் பட்ட ஆய்வை 2010ஆம் ஆண்டு இறுதியாக நிறைவு செய்தேன். அக்காலக்கட்டத்தில் செம்மொழி நிறுவனத்தில் ஆய்வு உதவியாளராகப் பணியற்றி வந்தேன். 2011ஆம் ஆண்டு முதல் செம்மொழித் தமிழாய்வு மத்திய நிறுவனத்தில் பேராசிரியர் ஆர்.கோதண்டராமன் அவர்களின் நெறிகாட்டுதல் கீழ்ப் பணியாற்றினேன். அவருக்குத் தொல்காப்பியம், திராவிட மொழிகளின் அமைப்பு என்பனவற்றில் கோட்பாட்டு ரீதியாகத் தனது ஆய்வுத்தொடர்பாகச் சிந்தித்துக் கொண்டு இருப்பவர் மட்டும் அல்ல, அவரிடம் நெருங்கிப் பழகும் எவரிடமும் அவரின் ஆய்வு சிந்தனைகள் தொற்றிக் கொள்ளும் ஆளுமை உடையவர். 2009ஆம் ஆண்டு திருவாரூரில் தொடங்கப்பட்ட தமிழ்நாடு மத்தியப் பல்கலைக்கழகத்தில் முதுகலைக்காகச் செம்மொழித் தமிழ்த்துறை ஒன்று தொடங்கப்பட்டு இருந்தார்கள். செம்மொழி நிறுவனமும் தமிழ்நாடு மத்தியப் பல்கலைக் கழகமும் ஓர் புரிந்துணர்வு ஒப்பந்தத்தின் அடிப்படையில் தொடங்கப்பட்டு இருந்தார்கள். அத்துறையில் முதன்முதலாக இரு தற்காலிக ஆசிரியர்கள் நியமித்தார்கள் அந்த இருவரில் நானும் ஒருவன். தற்காலிகமாகப் பணி கிடைத்ததும் சென்னையிலிருந்து திருவாரூர்

சென்றேன். ஒருவருடத்திற்குள் நிரந்தர ஆசிரியர்கள் நியமனம் நடைபெற்றது. நானும் விண்ணப்பித்து இருந்தேன். ஆனால் என்னுடைய பெயர் நேர்முகத்தேர்வில் பங்கேற்கக்கூட இடம்பெறவில்லை. அதன் பிறகு எனக்கு வேலை இல்லை என அனுப்பிவிட்டார்கள். திடீர் என்று எங்கு வேலைக்குச் செல்வது. அந்த ஆண்டின் தொடக்கத்தில் எனக்கு இரண்டாவது குழந்தை பிறந்திருந்த தருணம். இரு குழந்தைகளை வைத்துக்கொண்டு, அவர்கள் பள்ளிக் கூடம் சேரும் முன்னரே ஒரு தந்தைக்கு வேலை இல்லை என்பது எத்துனை மனத்துயரினை உண்டுபண்ணும் எத்தனை இரவுகள் தூங்காமலே கழிந்தன. மனத்திற்குள் சதா இதைப் பற்றியே யோசித்து யோசித்து மனப்பிறழ்ச்சி ஆகும் நிலை ஏற்படும் என்பது என்னைப் போன்றவர்களுக்கும் மட்டுமே புரியும். டெல்லி ஜவகர்லால் நேரு பல்கலைக்கழகத்தில் இருந்து ஓய்வு பெற்று, திருவாரூர் மத்தியப் பல்கலைக்கழகத்தில் தமிழ்த்துறையின் தலைவராகப் பேராசிரியர் கி.நாச்சிமுத்து அவர்களை அப்போதைய துணைவேந்தர் நியமித்து இருந்தார். அவர்கள், நான் வந்தவுடன் உனக்கு கெஸ்ட் பெக்கல்ட்டி (guest faculty) வாங்கித் தருகிறேன் என்றார். அதுபோல் அவர் வந்து பொறுப்பேற்றார். மே மாதம் வேலை போனது ஆகஸ்ட் மாதம் வரை காத்திருந்தேன். பணம் ஒவ்வொருநாளும் கரைந்து கொண்டிருந்தது. சரி சொந்த ஊருக்குச சென்று விடலாம் என முடிவெடுத்து, ஒரு வண்டியில் (டாடா ஏசியில்) வீட்டில் உள்ள அனைத்துப் பொருள்களையும், பெரிய கனவுகளோடு வந்த புத்தக மூட்டைகளையும் சேர்த்துக் கட்டிக் கொண்டு எனது மனைவியின் அண்ணன் ராஜா வண்டியை ஓட்டினார். நானும் எனது மனைவி இரு குழந்தைகளையும் மடியில் அமர்த்திக் கொண்டு திருவாரூரில் இருந்து வெளியேற்றப்பட்டோம் என்றுதான் சொல்லவேண்டும். மத்தியப் பல்கலைக்கழகத்தின் புதிய கட்டிடம் கங்களஞ்சேரியைத் தாண்டும் போது கண்ணிலிருந்து மெல்ல நகர்வதைப் பார்த்துக்கொண்டே வந்தேன். அந்த காட்சி மட்டும் இன்னும் என் நெஞ்சை விட்டு அலகவில்லை. 2014ஆம் ஆண்டு மத்திய அரசு மாறியது. அதனால், மீண்டும் துணைவேந்தர் பதவியில் இருக்கலாம் என ஆசைப்பட்ட முதல் துணைவேந்தரும் தூக்கி எறியப்பட்டார். ஆட்சி மாறியவுடன் காட்சிகளும் மாறின. அதன்பின் கணிதத்துறையின் தலைவராக இருந்த பேராசிரியர்

த.செங்கதிர் அவர்கள் துணைவேந்தர் பொறுப்பில் இருந்தார். அந்நிலையில் ஜனவரி மாதம் பேராசிரியர் கி.நாச்சிமுத்து அவர்கள் தொலைபேசியில் அழைந்து மானிடவியல் தொடர்பாக ஒரு முதன்மைத்தாள் (core paper) இருக்கிறது. அதனை உன்னால் நடத்தமுடியுமா எனக் கேட்டுக்கொண்டார். வாரம் இருநாள் வந்து நடத்த வேண்டும் எனப் பணித்தார்கள். அந்தத் தாளின் அலகினைப் பார்த்தேன். அதில் அலகு பகுப்பு ஏதும் இல்லை நானே அதனை ஐந்து அலகாகப் பிரித்து வகைப்படுத்தினேன். என்னிடம் பண்பாட்டு மானிடவியல் புத்தகம் இருந்தது. ஒருவாரம் படித்துக் குறிப்பு எடுத்துக்கொண்டு பாடம் நடத்துவேன். இதுபோல் தொடர்ந்து மூன்று மாதங்கள் ஓடின. ஒருவழியாகப் பண்பாட்டு மானிடவியல் அதனுடன் தொடர்புடைய சில நூல்களைத் தொடர்ச்சியாகப் பலமுறை படிக்கவும் பாடம் நடத்தவும் வாய்ப்புக் கிடைத்தது. 2014 ஜூன் மாதம் பேராசிரியார் கி.நாச்சிமுத்து அவர்களின் உதவியால் மீண்டும் முழுநேரப் பணி கிடைத்தது. ஆனால் இந்த முறை திருவாரூரில் தங்கவில்லை. எனது மகளை என் சொந்த ஊரில் உள்ள ஒரு பள்ளியில் சேர்த்துவிட்டதால், வீட்டிலிருந்தே போகலாம் என முடிவெடுத்து விட்டேன். என்னுடன் எனது மாணவ நண்பர் முனைவர் சு.சரவணனும் வருவார். இருவரும் மயிலாடுதுறையில் சந்தித்துக் கொள்வோம். பிறகு இருசக்கர வாகனத்தில் இருவரும் பல்கலைக்கழகம் செல்வோம். மீண்டும் மாலை அதே போல் மயிலாடுதுறை வரை சரவணனுடன் வந்து, பிறகு சீர்காழி செல்வேன். 2014 ஆகஸ்ட் மாதம் முதல் 2017 மே மாதம் வரை மானிடவியல் பாடம் நடத்தும் வாய்ப்புக் கிடைத்தது. அதே வேளை இந்திரா காந்தி தேசிய திறந்தநிலை பல்கலைக்கழகத்தில் எம்.ஏ. மானிடவியல் விண்ணப்பித்துப் படித்தேன். 2015ஆம் ஆண்டு பேராசிரியர் எஸ்.பக்தவத்சலபாரதி அவர்களுடன் நெருங்கிப் பழகும் வாய்ப்பும் கிடைத்தது. உங்கள் நூலகம் என்னும் இதழில் வந்த என்னுடைய ஒரு கட்டுரையைப் படித்துவிட்டு என்னைத் தொலைபேசியில் அழத்தார்கள். ஒருநாள் காலை 7மணி இருக்கும், போனை எடுத்தவுடன் நான் பக்தவத்சலபாரதி பேசுகிறேன் என்றார். ஒரு நிமிடம் கண் மூடி யோசிக்கும் போது இது எப்படி நடந்தது என்று எண்ணிப் பார்க்கும் போது பிரமிப்பாக இருக்கிறது. எங்கோ தூரத்தில் பார்த்து ரசித்த

ஒரு நபர் நம்மிடம் தோழமையுடன் பேசும் போது எனக்கு வேலை இல்லை என்ற கவலைகள் பறந்து போயின. தமிழ் நாட்டில் பல மூத்த பேராசிரியர்களிடம் பணியாற்றியுள்ளேன். அவர்கள் என் உழைப்பில் மேல் வைத்த நம்பிக்கை என்னை மேலும் சங்க இலக்கியத்திற்கும் மானிடவியலில் சார்ந்த ஆய்வுகள் செய்யவும் அழைத்துச் சென்றது. இப்படியாக என் மானிடவியல் பயணம் தொடர்ந்தது. மேலும் மானிடவியல் நடத்தும் போது மாணவர்களை அழைத்துக் கொண்டு களஆய்வு மேற்கொள்ள செல்வோம். அது கூடுதலான படிப்பினையைக் கொடுத்தது. திருவாரூர் மத்தியப் பல்கலைக்கழகத்தின் என்னுடைய முதல்நிலை மாணவர்களைவிட அடுத்து வந்த மாணவர்கள் மானிடவியல் மேல் மிகுந்த ஈடுபாடு காட்டினார்கள் எனலாம். குறிப்பாகச் சிவக்குமார், நெப்போலியன் போன்றவர்களும் அதற்கு அடுத்து அருள்கண்ணன், தமிழ்ச்சங்கர், கனகராசு போன்ற முதுகலை மாணவர்களும் அப்போது முனைவர் பட்டம் மேற்கொண்டு இருந்த இர.ஆனந்த்குமார், அசோக்குமார் போன்றவர்கள் இந்தப் புதிய துறையின் பால் ஆர்வம் செலுத்தியது எனக்கு மேலும் ஆர்வத்தை ஏற்படுத்தியது.

இந்நூலுக்குக் கண்டிப்பாகக் கருத்துரை தருகிறேன் எனப் பேராசிரியர் பக்தவத்சல பாரதி ஒரு முறை பேசும்போது கூறி இருந்தார்கள். அவரும் என் எழுத்தின் மேல் உள்ள நம்பிக்கையின் அடிப்படையில் கருத்துரையும் வாழ்த்தும் வழங்கியுள்ளார். அவருக்கு என் பணிவான நன்றியைத் தெரிவித்துக் கொள்கிறேன். இலக்கிய மானிடவியல் துறையில் என் வாரிசு இவர் எனப் பேராசிரியர் வாஞ்சையோடு சொல்வது என் மனதில் எப்போதும் இழையோடிக் கொண்டே இருக்கிறது. அதனை எப்போது முழுமையாக நிறைவேற்றுவேன் என எனக்குத் தெரியவில்லை. 2010ஆம் ஆண்டு முதல் மொழியியல் ஆய்வினையும் மானிடவியல் ஆய்வினையும் ஊக்கம் அளித்து வரும் பேராசிரியர் இரா. அறவேந்தன் அவர்களுக்கு என் பணிவான நன்றியைத் தெரிவித்துக் கொள்கிறேன்.

என்னுடைய ஆய்வுகளை அவ்வப்போது செம்மொழித் தமிழாய்வு மத்திய நிறுவனம் அவ்வப்போது வாய்ப்பு வழங்கி வருகிறது. என் ஆய்வுப் பணிக்கு ஆதரவாக இருந்து வரும்

செம்மொழி நிறுவத்தின் இயக்குநர் பேராசிரியர் இரா.சந்திரசேகரன் அவர்களுக்கு என் மனமார்ந்த நன்றியைத் தெரிவித்துக்கொள்கிறேன். செம்மொழித் தமிழாய்வு மத்திய நிறுவனத்தில் ஆய்வாளராகப் பணியாற்றும் என் நண்பரும் என்மேல் மிகுந்த அன்பு கொண்டவருமான முனைவர் இரா.வெங்கடேசன் அவர்களுக்கும், என் வளர்ச்சியைத் தன் வளர்ச்சியாகக் கருதும் எங்கள் ஊர் மண்ணின் மைந்தர் முனைவர் செ.கரும்பாயிரம் அவர்களுக்கும், மொழியியல் துறையில் தொடர்ந்து பயணிக்க வேண்டும் என எனக்கு ஊக்கமும் ஆக்கமும் கொடுத்து வரும் என் நண்பர் புதுவை முனைவர் த.சரவணன் அவர்களுக்கும் என் மனமார்ந்த நன்றியை இந்த நேரத்தில் தெரிவித்துக் கொள்கிறேன்.

இந்த நூலில் உள்ள கட்டுரைகள் பெரும்பான்மையும் சங்க கால மக்களின் பண்பாடுகளை மானிடவியல் கண்கொண்டு பார்க்கப்பட்டுள்ளது. இக்கட்டுரைகள் பல்வேறு காலத்தில் எழுதப்பட்டதாகும். சங்க காலத் திணைக்குடிகளின் தொல்பண்பாடு, இன்று உள்ள பழங்குடிகளிடம் காணப்படும் தொல்பண்பாடும் ஒரே அமைப்புடைவை என்பது பல இடங்களில் சான்றுகளுடன் முன்வைக்கப்பட்டுள்ளன. சில மேற்கோள்கள் கட்டுரையின் தேவைக்கு ஏற்ப மீண்டும் கையாளப்பட்டிருக்கலாம். இதனைக் கூறியது கூறல் என்னும் குற்றமாயினும் வாசகர்கள் குற்றங்களைக் களைந்து கருத்துக்களை ஏற்க வேண்டுமாய்ப் பணிவுடன் கேட்டுக்கொள்கிறேன்.

நூலாக்கத்தின் போது உடன் இருந்து உதவிகள் செய்த ச.நித்யா, மகள் ச.அன்புநிலாவுக்கும், மகன் ச.அம்மூவனுக்கும் என் மனமார்ந்த நன்றியும் வாழ்த்துக்களும்.

இந்நூலினைச் செம்மையாக வடிவமைத்துக் கொடுத்த வி.தனலெட்சுமி அவர்களுக்கும், அட்டைப்படம் வடிவமைத்து கொடுத்த நண்பர் லாரக்ஸ் பாஸ்கரன் அவர்களுக்கும், நல்ல நூல்களை வெளியிட்டு வரும் பரிசல் பதிப்பகத்தார் அண்ணன் திரு.சிவ.செந்தில்நாதன் அவர்களுக்கும் என் மனமார்ந்த நன்றி.

நாள் :01.01.2024 அன்புடன் கோ.சதீஸ்
சீர்காழி

தமிழில் மானிடவியல் ஆய்வுகள்

ஆராய்ச்சி என்பது ஒரு பொருள் பற்றிய நுணுக்கமான அறிவினைப் பெற்று அதனை முறைப்படித் தெரிவித்தல் எனப் பொருள் கொள்ளலாம். தொல்காப்பியர், ஆய்வு என்பது உள்ளதன் நுணுக்கம் எனக் குறிப்பிடுகிறார். ஓய்தல், ஆய்தல், நிழத்தல், சாஅய், ஆவயின் நான்கும் உள்ளதன் நுணுக்கம். (தொல்.சொல். 330.) ஒவ்வொரு சமூகமும், தன் சார்ந்த சமூகத்தைப் பற்றிய படைத்தல் அல்லது ஆக்கம் ஒருபுறமும், தன் சமூகம் சார்ந்த நடத்தை ஒருபுறமும் காலம் காலமாக இயங்கிவருகின்றன. இவை இரண்டையும் ஆராய்ச்சியின் மூலமாகவே அதன் நன்மை தீமைகள் ஆராயப்படுகின்றன. அந்த ஆராய்ச்சி முடிவுகள் சமூகத்தை மாற்றி அமைக்கவும் மறுகட்டமைப்புச் செய்யவும், அல்லது மீட்டுருவாக்கம் செய்யும் சக்தியாகவும் ஆராய்ச்சி விளங்குகிறது. A studious inquiry or examination; especially investigation or experimentation aimed at the discovery and interpretation of facts, revision of accepted theories or laws in the light of new facts, or practical application of such new or revised theories or laws. [The Merriam & Webster Online Dictionary] என்னும் மரியம் வெப்ஸ்டர் அகராதியின் கருத்தும் தொல்காப்பியம் கூறும் கருத்தும் சற்று நெருக்கமான பொருள் பொதிந்துள்ளதாகக் காணப்படுகிறது.

1903ஆம் ஆண்டு முதல் ஆராய்ச்சி குறித்து செந்தமிழ் இதழில் தமிழறிஞர் இராகவையங்கர் (பத்ராசிரியர் - செந்தமிழ் இதழின் ஆசிரியராக இருந்த போது) சில கட்டுரைகள் எழுதியுள்ளார். 1959ஆம் ஆண்டு வெளிவந்த ஏ.வி.சுப்பிரமணிய அய்யரின் தமிழ் ஆராய்ச்சியின் வளர்ச்சி என்னும் நூலில் தமிழ் வளர்ச்சி என்பது என்ன என்பதை முதலில் விளக்குகிறார். தமிழ் மொழி அதிலுள்ள இலக்கியம், இலக்கணம் பற்றிய கொள்கைகள், தமிழ்ப் புலவரின் காலம், வாழ்க்கை, நூல்களின் தன்மை, தரம், அவை எழுதப்பெற்ற சூழ்நிலை, புலவருக்கும் அவரை ஆதரித்த அரசர், வள்ளல்கள்

முதலியோர்க்கும் இடையே திகழ்ந்த உறவு ஆகியவைகளைப் பொருளாகக் கொண்டு, விருப்பும் வெறுப்பும் இன்றி, நம்பத் தகுந்த ஆதாரங்களை வைத்துத் தக்கப் பரிசீலனை முறைகளைக் கையாண்டு, தற்காலப் பண்புடன் ஆராய்ந்து உண்மையை நாடும் முயற்சியே தமிழ் ஆராய்ச்சி ஆகும் (சுப்பிரமணிய அய்யர் 2008 (1956):5) என ஆராய்ச்சிக்குத் தன் காலத்தில் வழங்கப்பட்ட பொருளினைச் சுட்டிக்காட்டுகிறார்.

1.தமிழ் ஆராய்ச்சி

தமிழ் ஆராய்ச்சி என்பது தமிழில் செய்யப்படும் ஆராய்ச்சியா? அல்லது தமிழ் மொழிப்பற்றி / தமிழ்ச்சமூகம் பற்றிச் செய்யப்படும் ஆராய்ச்சியா? என்பதைத் தெளிவுபடுத்திக் கொள்ளவேண்டும். தமிழ் மொழியில் உள்ள இலக்கியம் பற்றிய ஆராய்ச்சிகள் தமிழிலும் பிறமொழிகளிலும் நடந்தேறி உள்ளன. தமிழியல் ஆய்வு என்பது பன்முகத்தன்மைக் கொண்டது. தமிழ் மொழி இலக்கியத்தில் உள்ள படைப்புகள் குறித்து, பலவகையான ஆய்வுகள் வந்துள்ளன. சான்றாக வரலாற்று ஆய்வுகள், இலக்கிய ஆய்வுகள், ஒப்பிலக்கண ஆய்வுகள், சமூக ஆய்வுகள், மானிடவியல் ஆய்வுகள் போன்ற பல ஆய்வுகளைக் குறிப்பிடலாம்.வரலாற்றுப் பின்னணியில் இருந்து ஆய்வினைப் பார்ப்பது, சமூக அசைவியக்கம் எவ்வாறு ஒரு செயல் நிகழ்விற்கு ஒரு சீரான உந்து சக்தியைக் கொடுத்துள்ளது என்பதை உணரும் வகையில்ஆய்வுகள் அமைய வேண்டும்.

1.தொல்காப்பியர் காலத்தில் பின் பற்றபட்ட ஆய்வுமுறை.
2. உரையாசிரியர் காலத்தில் பின் பற்றபட்ட ஆய்வுமுறை.
3.ஐரோப்பியர் கல்விப்பின் புலத்தில் மேற்கொண்ட ஆய்வுமுறை

இந்த மூன்று வரலாற்றுப் பின்னணிகளைப் புரிந்துகொண்டால் அன்றி, இன்றைய வரலாற்றுப் போக்குகளின் சமூகப் பின்னணியை அறிந்துகொள்ள இயலாது.

2.தொல்காப்பியர் காலத்தில் பின்பற்றப்பட்ட ஆய்வுமுறை.

தொல்காப்பியர் காலத்தில் பின்பற்றிய ஆய்வினைத் தொல்காப்பியத்தில் இடம்பெறும் சில கலைச்சொற்களைக் கொண்டும். அவர் மேற்கொண்ட ஆய்வுமுறைகளைக் கொண்டும் அறிந்து கொள்ளலாம். யாப்பறிபுலவர், நுண்ணிதின் உணர்ந்தோர், இயல்புணர்ந்தோர், புலவர் (80), புலமையோர்(2) என்பது 82

இடங்களில் பதிவாகியுள்ளன. தொல்காப்பிய ஆய்வு மரபு வரலாற்றுப் பின்புலத்துடன் நேர்த்தியான ஆய்வுமுறையோடு ஆராய்ந்து எழுதப்பட்டதாகத் தெரிகிறது. *வழக்கும் செய்யுளும் ஆயிருமுதலின் எழுத்தும் சொல்லும் பொருளும் நாடி, செந்தமிழ் இயற்கை சிவணியநிலத்தோடு முந்துநூல் கண்டு முறைப்பட எண்ணிப் புலம் தொகுத்தோன்* எனத் தொல்காப்பியச் சிறப்புப் பாயிரம் குறிப்பிடுவதால், தரவினைத் தொகுத்து, முறைப்படிப் பகுத்து, நிலத்தில் வழங்கும் இயல்புக்கு ஏற்றவாறு மொழி வழங்கிய காலத்தினைக் கருத்தில் கொண்டும், முந்திய கால ஆராய்ச்சினைக் (reference) கருத்தில் கொண்டும் முறைப்படி ஆராய்ந்து தொகுக்கப்பட்டுள்ளது ஆகவே, ஒரு வளமான ஆராய்ச்சிமுறை தொல்காப்பியர் காலத்தில் இருந்திருக்க வேண்டும் என்பது புலனாகிறது. அதன் காரணமாகவே தொல்காப்பியர் ஆராய்ச்சி என்பது உள்ளதன் நுணுக்கம் என்கிறார்.

3. உரையாசிரியர்களின் ஆராய்ச்சிமுறை

உரையாசிரியர் காலத்தில் தமிழில் ஒருவகையான ஆராய்ச்சிப் பள்ளிகள் இருந்துள்ளன. தொல்காப்பியத்தின் முதல் உரையாசிரியரான இளம்பூரணரின் உரை, இறையனார் களவியல் உரையைவிட எளிமையான உரையாகவே தோன்றுகிறது. அதனைத் தொடர்ந்து உரை வரைந்த சேனாவரையர், வடமொழி கருத்துக்களை உள்ளடக்கித் தருக்க அடிப்படையில் தம் உரையை அமைத்துள்ளார். பெரும் கல்வியாளரான நச்சினார்க்கினியர், தம் உரையில் தமிழ்மொழி மரபும், வடமொழி இலக்கண இலக்கிய மரபுகளையும் உள்வாங்கிக்கொண்டு உரை எழுதியுள்ளார். நச்சினார்க்கினியர் உரை 'மாட்டேறு' என்னும் உத்தி கொண்டு விளக்கும் இடங்களில், தான் சொல்வதே சரியான பொருள் என்பதுபோல் தனது வாதங்களால் நிறுவியுள்ளார். சில இடங்களில் சிவஞானமுனிவர் போன்றவர்கள் மாற்றுக்கருத்தை முன்வைத்தாலும் பல நுட்பமான கருத்துக்களை நச்சினார்க்கினியர் வெளிப்படுத்தியுள்ளார் என்பதை மறுக்கமுடியாது. அதனைத் தொடர்ந்து, தெய்வச்சிலையார் தனக்குமுன் தோன்றிய சேனாவரையர் உரையைத் தழுவியும் சில இடங்களில் மாறுபட்டும் எழுதியுள்ளார். இவ்வாறு தொல்காப்பியத்திற்கு எழுந்த உரைகளில் இவ்வகையான ஆய்வுப்போக்குகள் காணப்படுவதால், உரைகள் தோன்றிய காலகட்டம் தனக்குமுன் உள்ள ஆராய்ச்சி மரபினை மேம்படுத்தியுள்ளது எனலாம்.

தொல்காப்பியம் மட்டும் இன்றிச் சங்க இலக்கியம், அற இலக்கியங்கள், சிறு, பெரு காப்பியங்கள், போன்ற இலக்கியங்களுக்கும் உரைகள் தோன்றியுள்ளன. மேலும் கல்வெட்டுக்கள் பெரும்பாலும் உரைநடையில் அமைந்துள்ளதைக் கருத்தில் கொள்ள வேண்டும். மேலே காட்டிய இருவகையான காலப் பகுதியிலும் உரையின் அமைப்பிற்கு மெய்யியல் சிந்தனைகள் அடிப்படையாக இருந்திருக்க வேண்டும். சமணம், பௌத்தம், வேதம் போன்ற இந்திய மெய்யியல் பள்ளியிலிருந்தே உரையின் தருக்க அளவைகள் நன்கு வளர்ந்திருக்க வேண்டும்.

4. ஐரோப்பியர் வருகையும் புதிய ஆராய்ச்சிமுறையும்

காலமும் இடமுமே அனைத்தையும் தீர்மானிக்கின்றன. ஆராய்ச்சிக்கான களம்/ தளம் நம்முடையது. அதனைப் பார்க்கும் கருவி மேலைநாட்டிருந்து பெற்றது. தொழில்நுட்பத்தை அந்நிய பொருளாக மக்கள் பார்க்கவில்லை. பயன்பாடு இருந்தால் அதனைப் பயன்படுத்துகின்றனர். அதுபோலவே ஆராய்ச்சிமுறையும் ஒரு தொழில்நுட்பமாகும். மொழியும் ஆராய்ச்சியும் மனித சமூகத்தின் உற்பத்திக்கருவிகளில் ஒன்றாகக் கருதப்படவேண்டியவை. மனித சமூகம் ஒரு குறிப்பிட்ட பொருள் நல்லது என்கிறபோது, அதனைப் பயன்படுத்துகின்றனர்; அது தீயது எனக் காலம் கருதவைக்குமாயின் அதனை விலக்கிவிடுகின்றனர்.

ஐரோப்பியக் கல்வி வளர்ச்சியின் காரணமாகத் தமிழில் திறனாய்வுகள் வளரத்தொடங்கின. அதில் இலக்கியத்திறனாய்வின் மூலமாகப் பலவகையான திறனாய்வு[1] போக்குகள் உருவாகின. தமிழ்நாட்டு வரலாற்றில், தொடக்கால கட்டத்தில் ஐரோப்பியப் பாதிரிமார்கள் மூலமாகப் புதிய அணுகுமுறைகள் தோன்றின. 1800க்குப் பின் கிழக்கிந்திய கம்பெனியின் அதிகாரிகளின் மூலமாகக் கல்விப் பரவலாக்கல் செய்யப்பட்டது. சான்றாக அறிஞர் எல்லீஸ் அவர்களின் திராவிடக் கருத்தாக்கம்[2] மிக இன்றியமையாததாகும். எல்லீஸ் செய்த பணியும் மேற்கொள்ள இருந்த பணிகளும் மிகமிக இன்றியமையாததாகும்[3]. புதிய பொலிடியன் நூலகத்தில் உள்ள கீழைத்தேய படிப்பறையில் எல்லீசின் கையெழுத்துப் பிரதிகளை ஜி.யூ.போப் கொடுத்துள்ளார். அந்தக் கையெழுத்துப்பிரதியில் அவர் செய்யவேண்டிய பணிகளைப் பட்டியலிட்டு மிக விரிவான திட்டம் கொடுத்துள்ளார்[4]. அவற்றில் பல அச்சில் வராமலும் மேற்கொண்டு ஆய்வு செய்ய முடியாமலும் நின்றுவிட்டது.

1856ஆம் ஆண்டு ராபர்ட் கால்டுவெல் அவர்களால் ஆராய்ந்து வெளியிடப்பட்ட திராவிடமொழிகளின் ஒப்பிலக்கணம் தமிழ் மொழி ஆராய்ச்சி வரலாற்றில் புதிய திருப்புமுனையாகவும் புதிய உந்துசந்தியாகவும் திகழ்ந்தது. இந்நூல் புதிய கல்வி ஆய்வூக்கத்திற்கு மாத்திரமல்லாது ஒரு சமூக-பண்பாட்டு மனநிறைவுக்கும் உதவிற்று.(சிவத்தம்பி 1988:93) கால்டுவெல் தனது நூலில் தமிழர் பற்றிச் சுருக்கமான இனவரைவினையும், சமூகப் பண்பாடு பற்றியும் எழுதியுள்ளார். தமிழ் மொழியின் ஆராய்ச்சி வளர்ச்சியினை ஏ.வி.சுப்பிரமணியன் நான்கு காலமாகப் பகுத்துள்ளார். இதனைச் சிவத்தம்பி மூன்றுகாலத்திற்குள் அடக்கிக்காட்டுவார். (இராம.சுந்தரம் 1995:75,76) (காண்க அட்டவணை-1). பேராசிரியர் பெ.சுந்தரம்பிள்ளை. வி.கனகசபைப் பிள்ளை, ரா.ராகவையங்கார், மு.இராகவையங்கார், பிரம்ம ஸ்ரீ சி.கணேசையர், மறைமலையடிகள், எல்.வி.இராமசாமி அய்யர், பி.டி.சீனிவாச அய்யங்கார், வி.ஆர்.இராமச்சந்திர தீட்சிதர், கே.என்.சிவராசப் பிள்ளை, எஸ்.வையாபுரிப்பிள்ளை, கே.ஏ.நீலகண்ட சாஸ்திரி, பி.எஸ். சுப்பிரமணிய சாஸ்திரி, சோமசுந்தர பாரதியார், வேங்கடராஜுலு ரெட்டியார், மயிலை. சீனி.வேங்கடசாமி, பேரா.கணபதிப் பிள்ளை, ஆ.வேலுப்பிள்ளை, க.கைலாசபதி, கா.சிவத்தம்பி, சு.வித்தியானந்தன், தெ.பொ.மீனாட்சிசுந்தரம், வ.அய்.சுப்பிரமணியம், தொ.மு.சி.ரகுநாதன், கோ.கேசவன், ஐராவதம் மகாதேவன், ச.அகத்தியலிங்கம், செ.வை.சண்முகம், க.பாலசுப்பிரமணியன், குமாரசாமிராஜா, இராம.சுந்தரம், பா.ரா.சுப்பிரமணியன் போன்றோர் தமிழ் மொழியின் ஆராய்ச்சி தரத்தை உயர்த்திய பேரறிஞர்கள் ஆவார். தமிழில் ஆராய்ச்சி வளர்வதற்குச் செந்தமிழ், தமிழ்ப்பொழில், செந்தமிழ்ச்செல்வி, சித்தாந்த தீபிகை, புலமை, மொழியியல், சிந்தனை (இலங்கை) Tamil Culture போன்ற இதழ்களும் குறிப்பிடத்தகுந்த பங்காற்றியுள்ளன.

5.மானிடவியல் ஆய்வுகளின் பயன்

மானிடவியல் ஆய்வுகள் மனிதர்களைச் சமமாகப் பார்க்க வைக்கிறது. வெள்ளையர்களும் ஐரோப்பியர்களும் உயர்ந்தவர்கள் கருப்பு நிறம் உள்ள மற்றவர்கள் தாழ்ந்தவர்கள் என்னும் இன உயர்வுக் கொள்கையைப் பொய்யாக்கி அது பெரும் பகட்டானது ஆதாரமற்றது என நிரூபித்ததில் உடல்சார் மானிடவியல் பங்கு தலையானது (பக்தவத்சல பாரதி 2003:103). நியூகினி மேட்டுநில

மக்களிடம் 'குரு' என்னும் ஒரு வகை நோய் பெருமளவில் காணப்பட்டது. அது ஒருவகை நரம்பியல் நோய் ஆகும். அம்மக்கள் சடங்குப் படையலில் வைக்கும் பன்றி இறைச்சி சமைக்கப்படாத மூளைப்பகுதியாகும் அதை உண்பதால் அந்நோய் தோன்றியன என்பதை கார்ல்டன் கஜ்டுசெக் என்ற மானிடவியலாளர் கண்டறிந்தார் (பக்தவத்சல பாரதி 2003:100). ஆகவே ஒரு சில காரணங்களுக்குப் பண்பாடுகள் மிக முக்கிய பங்கு வகிக்கின்றன என மானிடவியல் அறிஞர்கள் கண்டறிந்தனர். பேராசிரியர் பக்தவத்சல பாரதியும் இதுபோன்ற ஒரு நிகழ்வகைக் கண்டறிந்துள்ளார் தமிழ் நாட்டில் ஏலகிரி மலையில் வாழும் மலையாளிப் பழங்குடிகளின் பண்பாட்டுச் சின்னமாகப் பன்றி திகழ்கிறது. மண ஒப்பந்தத்தின் அடையாளமாகவும், மணப்பரிசாகவும், மருந்து உணவாகவும், தெய்வ வழிபாட்டிலும், முன்னோர் வழிபாட்டிலும், கரு வளத்தை மேம்படுத்தும் உணவாகவும் பன்றி, அவர்களிடம் சிறப்பிடம் பெற்றுள்ளது. பெரும்பான்மையோர் பாதியளவு வெந்த பன்றி இறைச்சியை உண்கின்றனர். இதனால் மூளைக் காய்ச்சல் உள்பட பல நோய்களுக்கு ஆளாகியுள்ளனர் என்பதை (பண்பாட்டு மாற்றமும் மரபுவழி நம்பிக்கையும் பழங்குடிப் பண்பாட்டில் ஓர் ஆய்வு, என்னும் கட்டுரையில்)1988ஆம் ஆண்டு, ஆராய்ச்சி இதழில் இதனைச் சுட்டிக்காட்டியுள்ளார்.

   ஆப்ரிக்காவில் ஹவுசா இன மக்களிடம் கணவர் பல மனைவி முறைக்கான காரணத்தை மானிடவியல் அறிஞர்களே கண்டறிந்தனர். திருமணமாகி, குழந்தைப் பிறப்பிற்குப்பின் இரண்டு ஆண்டுகள் கணவனுடன் சேர்ந்து வாழக்கூடாது என்னும் கட்டுப்பாடு உள்ளது. அந்தச் சமூகத்தில், குழந்தை பால் குடிக்கும் காலம் வரை கணவன் மனைவி இருவரும் கண்டிப்பாக உடல் சேர்க்கை கூடாது என்றும் மீறினால் அந்தக் குழந்தை இறந்து விடும் எனவும் நம்புகின்றனர். இது வெறும் மூட நம்பிக்கை அன்று. அம்மக்கள் வெப்பமண்டலப் பகுதியில் வாழ்வதால் புரதச்சத்து குறைவு ஏற்படுபோது ஒருவகை நோய் தாக்கி அந்தக் குழந்தை இறந்துவிடுகிறது. ஆகவே இந்த நடைமுறையைப் பின்பற்றுகின்றனர். ஹவுசா இன ஆண்கள் பாலுணர்வு உந்துதலால் ஒன்றுக்கும் மேற்பட்ட மனைவியை மணக்கின்றனர் (பக்தவத்சல பாரதி 2003:397) என ஜான் வொயிட்டிங் என்னும் மானிடவியல் அறிஞர் கண்டறிந்து விளக்கியுள்ளார்.

பல மனைவிமுறை உலகம் முழுவதும் இருந்துவருகிறது. சங்க கால பாடல்களிலும் பல மனைவி / அல்லது ஆண்கள் பல பெண்களுடன் வாழும் வாழ்க்கைமுறை இருந்துள்ளன. இதற்கானத் தேவையை மானிடவியல் பின்புலத்துடன் ஆராய்ந்தால் புதிய கருத்துத் தோன்ற வாய்ப்புள்ளது.

6.இந்தியாவில் மானிடவியல் ஆய்வுகள்

இந்தியாவில் மானிடவியல் துறை கல்விப்புலத்தில் வருவதற்கு முன்பாகக் காலனிய அதிகாரிகள், பாதரிமார்கள் ஆகியோர் மூலம் பல ஆய்வுகள் மேற்கொள்ளப்பட்டுள்ளன. குறிப்பாக. சர் வில்லியம் ஜோன்ஸ் (1774) அவர்களின் Journal of the Royal Asiatic Society of Bengal என்னும் ஆய்விதழும், Indian Antiquary (இந்தியவின் தொன்மை) என்னும் ஆய்விதழும் மானிடவியல் சார்ந்த கருத்துக்களைக் கட்டுரைகளாகத் தாங்கி வந்தன. பிரஞ்சு நாட்டைச் சார்ந்த அபே.ஜெ.எ.துபுவா (1816)எழுதிய இந்திய மக்கள், மதம், பழக்கவழக்கங்கள் நிறுவனங்கள் என்னும் நூலும் மக்களின் பண்பாட்டினை அறியவும் அதனை புதிய கல்வி ஆக்கத்திற்கான நூலாகவும் கொள்ள துணைபுரிந்துள்ளது. இதன் பின்னணியில் கேம்பல் (1856), லத்தும் (1859), ரிஸ்லி (1891) இனக்குழுவியல் செய்திகளைத் தொகுத்தளித்தனர். அதனைத் தொடர்ந்தே இந்தியாவின் எல்லைகளை நான்காகப் பிரித்து இங்குள்ள இனக்குழுக்களைக் களஆய்வு செய்து எழுதித்தொகுத்தனர். அவ்வகையில் தென்னிந்தியப் பகுதியை அனந்த கிருஷ்ண ஐயர், எட்கர் தர்ஸ்டன், எரன்பெஃல்ஸ் ஆகியோர் களஆய்வுசெய்து எழுதித் தொகுத்தனர். அந்தத் தொகுதிகள் அந்தந்தப் பகுதி மக்களின் பண்பாட்டை விளக்கும் களஞ்சியமாகத் திகழ்கிறது. தர்ஸ்டனின் Cast and Tribes of South Indian ஏழு தொகுதிகளும், Ethnographic Notes of South India இரண்டு தொகுதிகளும் மானிடவியல் கல்விப்புலத்திற்குப் பெரும் பங்காற்றியுள்ளன. மேலும் 1920களில் பி.வி.ஜெகதீச அய்யர் எழுதிய தென்னிந்திய திருவிழாக்கள், தென்னிந்திய மரபுகள், தென்னிந்திய கோயில்கள் ஆகிய நூல்கள் மிக கவனமாகப் பண்பாட்டு நடவடிக்கைக்களைப் பதிவு செய்துள்ளன. சென்னைப் பல்கலைக்கழகத்தில் பொருளாதாரத் துறையில் பேராசிரியராகப் பணியாற்றிய ஹென்றி ஒயிட் ஹெட் எழுதிய The villege Gods of South India தென்னிந்திய கிராமி தெய்வங்கள் பற்றிய நூல் மிக முக்கியமான நூலாகும். இலங்கையைச் சார்ந்த

திரு.சைமன்காசி செட்டி அவர்கள் (1934) எழுதிய The Castes, Customs, Manners and Literature of the Tamil என்னும் நூல் குறிப்பிடத்தகுந்தாகும். அது போன்றே 1922இல் கல்கத்தாவில் கல்விப்புலத்தில் மானிடவியல் பாடம் அறிமுகப்படுத்தப்பட்டது. 1945இல் சென்னைப் பல்கலைக் கழகத்திலும் கல்விப்புலத்தில் மானிடவியல் பாடம் அறிமுகப் படுத்தப்பட்டது. 1945இல் **Anthropological Survey of India,** வாரணாசியில் தொடங்கப்பட்டது. இதுபோன்ற நிகழ்வுகள் தமிழகத்திலும் மானிடவியல் வளர்வதற்கு வழிவகுத்தன எனலாம்.

7.தமிழ்நாட்டில் மானிடவியல் ஆய்வுகள்

தமிழ் நாட்டில் பொதுவுடைமை இதழான நா.வா.வின் ஆராய்ச்சி இதழ் மானிடவியல், நாட்டார் வழக்காற்றியல், மொழியியல் ஆகிய புதிய துறைகள் தொடர்பான கட்டுரைகளை வெளியிட்டது. அக்கால கட்டத்தில் பொதுவுடைமை சிந்தனையாளர்கள் பலர் மானிடவியல் தொடர்பான கருத்துக்களை முன்வைத்துப் பேசியும் எழுதியும் மக்களிடையே ஒரு புதிய சிந்தனைப் போக்கினை வளர்த்தெடுத்தனர். பேராசிரியர் வ.அய்.சுப்பிரமணியம் மானிடவியல் துறை வளர்வதற்கும் பங்காற்றியுள்ளார். தம் மாணவர்களை மானிடவியல் படிக்க வலியுறுத்தியுள்ளார். பேராசிரியர் இர.பன்னீர்செல்வம் (மைசூர்) அவர்களைச் சந்தித்த தருணங்களில் இதனைத் தெரிவித்தார்.

அண்ணாமலைப் பல்கலைக்கழக மொழியியல்துறை பழங்குடி ஆய்வையும் மொழி ஆய்வோடு இணைத்துத் தொண்டாற்றியுள்ளது. குறிப்பாக, பேரா.வ.அய். சுப்பிரமணியம். பேரா.அகத்தியலிங்கம் இருவரும் மேலைப் பல்கலைக்கழகங்களில் மொழியியல் பயின்றதால் அதனோடு தொடர்புடைய மானிடவியல் கல்வியின் முக்கியத்துவத்தை உணர்ந்திருந்தனர். அதன் காரணமாகவே அண்ணாமலைப் பல்கலைக்கழகத்தில் பழங்குடி மொழிகளுக்கு விளக்க இலக்கணம் எழுதப்பட்டது. அகத்தியலிங்கம் 1972ஆம் ஆண்டு தமிழகப் பழங்குடி மக்கள் என்னும் நூலினையும், சு.சக்திவேல் 1973ஆம் ஆண்டு பழங்குடிகள் என்னும் நூலினையும் உருவாக்கியுள்ளனர். சென்னை அருங்காட்சியகம் மானிடவியல் துறைக்குப் பங்காற்றியுள்ளது. தேவசகாயம், சி.மகேஸ்வரன் போன்றோர் இங்கு காப்பாட்சியராக இருக்கும்போது சிறு நூல்கள்

வெளியிட்டுள்ளனர். இந்தச் சூழலில்தான் பேரா.வ.அய். சுப்பிரமணியம். தமிழ்ப் பல்கலைக்கழகத்தில் பழங்குடி மையம் ஒன்றை ஏற்படுத்தி அதனை உதகமண்டலம் பகுதியில் இயங்கவைத்தார்.

8. மானிடவியல்

மானிடவியல் என்பது மனிதஇனத்தைப் பற்றிய முழுமையான அறிவியல் பூர்வமான கற்கும் கல்விமுறையாகும். மனிதனைப் பற்றி முழுமையாக அறியவேண்டுமாயின் நான்கு பரிமாணங்களில் அறிய வேண்டும் என மானிடவியல் அறிஞர்கள் சுட்டிக்கட்டியுள்ளனர். அவை, 1.கடந்த கால மனிதனை அறிவது, 2. நிகழ்கால மனிதனையும் வருங்கால மனிதனையும் அறிவது, 3.மனிதனை உயிரியல்சார் (biological) நிலையில் அறிவது, 4.மனிதனைப் பண்பாட்டு (cultural) நிலையில் அறிவது.

மனிதனின் வாழ்க்கைமுறை, பண்பாட்டு எச்சங்கள், பொருள்சார் பண்பாடு, பழக்க வழக்கம், நம்பிக்கைகள், சடங்குகள், வழிபாட்டுமுறை ஆகிய அனைத்துப் பதிவுகளும் இலக்கியங்களிலும் பதிவு செய்யப்பட்டுள்ளன. மானிடவியல் பலவகையான நிலைகளில் பரந்துவிரிந்த துறையாகத் திகழ்ந்தாலும் அடிப்படையில் நான்காகப் பகுக்கப்பட்டுள்ளன. அவற்றில் பண்பாட்டு மானிடவியல் (Cultural Anthropology) உலகம் முழுவதும் விரிவாக வளர்ந்து பரந்த ஆய்வுத்தளத்தைக் கொண்ட இன்றியமையாத துறையாகும்.

8.1. இலக்கியமானிடவியல் Literary Anthropology

மனிதனோடு தொடர்புடைய அனைத்துத் துறைகளையும் உள்ளடக்கிய துறையாக மானிடவியல் விளங்குகிறது. இலக்கிய மானிடவியல், மானிடவியலில் தற்போது வளர்ந்து வரும் ஒரு புதுத் துறையாகும். இவ்வகையான ஆய்வுகள் மேலைநாடுகளில் சில ஆண்டுகளுக்கு முன்பே தொடங்கிவிட்டாலும், தமிழில் மிகச்சில ஆண்டுகளாக இவ்வகையான ஆய்வு போக்கு வளர்ந்துவருகிறது. குறிப்பாகப் பக்தவத்சலபாரதியின் பாணர் இனவரைவியல், சங்க கால உணவு, பேரா.தனஞ்செயன் அவர்களின் இலக்கிய மானிடவியல், பேரா.ஞா.ஸ்டீபன் இலக்கிய இனவரைவியல் பேராசிரியர் ஓ.முத்தையா அவர்களின் **ஆலவட்டம்,**

பண்பாட்டுப் பதிவுகள், மரபும் மரபுசார்ந்தும், சேவை ஆட்டம், தேவராட்டம் போன்ற நூல்களைக் குறிப்பிடலாம். மானிடவியல் ஆய்வுகளைச் சங்க இலக்கியங்களுக்குச் செய்யவேண்டும் என நகர்த்தியவர் பேராசிரியர் இரா.கோதண்டராமன் அவர்கள். இதனைப் பக்தவத்சலபாரதி தன்னுடைய மானிடவியல் கோட்பாடுகள் என்னும் நூலின் முன்னுரையில் குறிப்பிட்டுள்ளார். இலக்கிய மானிடவியல் என்னும் பயில்துறையை ஆழமாகவும் விரிவாகவும் வளர்த்தெடுக்க வேண்டும் என்றும் அம்முன்னுரையில் குறிப்பிட்டுள்ளார்.

இலக்கியத்தின் வழி மானிடவியல், மானிடவியல் வழி இலக்கியம் என்னும் இருவழிப் போக்கை அடிப்படையாகக் கொண்டு இலக்கியத்தைப் புரிந்து கொள்ளவும் இலக்கியத்திற்கும் சமூகம், பண்பாடு ஆகியவற்றிற்கிடையிலான உறவுகளை விளக்கவும் பல்புலம் சார்ந்த (transdisciplinary approach) அறிவு இன்றியமையாதது. இதற்கு மானிடவியல் மிகவும் துணைபுரியக்கூடியது. இலக்கியத்தின்வழி பண்பாட்டை அறிந்துகொள்ள இயலும் என்பது அண்மைக்காலக் கருத்தியலாகும். இலக்கியங்கள் தொல்லியல்சார் மானிடவியல் (வரலாற்று மானிடவியல்) தரவுகளாகக் கருதப்படுகின்றன. இந்தப் பின்புலத்தில் இலக்கிய மானிடவியல் என்னும் தனித்துறை தற்போது வளர்ந்து வருகிறது. தொல் சமூகப்பண்பாட்டு வரலாற்றை மீட்டுருவாக்கம் செய்ய இத்துறை பயன்படுகிறது.

இலக்கியம் என்பது ஒரே சமயத்தில் பண்பாட்டுப் படைப்பாகவும் பண்பாட்டைப் படைக்கக் கூடியதாகவும் திகழ்கிறது மானிடவியல் உற்று நோக்குவதாகவும் வாசிப்பதாகவும் விளக்கம் செய்வதாகவும் அமைகிறது (Rose De Angelis 2003:2 தனஞ்செயன் 2014: முன்னுரை 6) எழுத்தறிவுப் பண்டாட்டில் உருவாக்கப்படும் இலக்கியப் படைப்புக்களை முதன்மை ஆதாரமாக அணுகி அவற்றில் உலவும் மக்களையும் அம்மக்களுடைய பண்பாடு நடத்தைகளையும் மானிடவியல் தரவுகளாக இனம் கண்டு அதன் அடிப்படையில் மேற்கொள்ளப்படும் ஆய்வாக அமைவது இலக்கிய மானிடவியல் (by தனஞ்செயன் 2014 முன்னுரை7) என்னும் பயில்துறை ஆகும்.

இந்த ஆய்வின் அடிப்படையினைத் தொடங்கி வைத்தவர்கள் கலாநிதி க.கைலாசபதி, பேரா.கா.சுப்பிரமணியன், ஆ.சிவவசுப்பிர மணியன் ஆகியோர் தொடக்க காலங்களில் பங்காற்றியுள்ளனர். அவர்களைத் தொடர்ந்து பேரா.க.ப.அறவாணன், பேரா.சிலம்பு ந.செல்வராசு, பேரா. பக்தவத்சலபாரதி (இலக்கிய மானிடவியல்), பேராசிரியர் ஆ.தனஞ்செயன் (தமிழில் இலக்கிய மானிடவியல்), பேராசிரியர் ஓ.முத்தையா (கள ஆய்வுத் திட்டம்: பழங்குடிகள் குறித்து ஆய்வும் ஆவணப்படுத்தலிலும் ஈடுபட்டு வருகிறார்.) ஞா.ஸ்டீபன் (தொல்காப்பியத்தில் இனவரைவியல்) போன்ற அறிஞர்கள் இலக்கிய மானிடவியல் துறையில் ஈடுபட்டுள்ளனர். தமிழகத்தின் வட பகுதியில் பேரா.சிலம்பு ந.செல்வராசு, பேரா. பக்தவத்சலபாரதி ஆகிய இருவரும். தமிழகத்தின் தென்பகுதியில் பேராசிரியர் பேரா.ஆ.தனஞ்செயன், பேரா.ஓ.முத்தையா பேரா.ஞா.ஸ்டீபன் ஆகியவர்கள் தம்முடைய இளம் ஆய்வளர்களை ஊக்கப்படுத்தியும் வளர்த்தெடுத்து வருகின்றனர். தமிழகப் பழங்குடிகள் தொடர்பான ஆய்வுகளில் இளம் ஆய்வாளர்களை ஈடுபடுத்தும் நோக்கோடு பேராசிரியர் பக்தவத்சலபாரதி அவர்களும் திண்டுக்கல் காந்திகிராம் மத்திய பல்கலைக்கழகப் பேராசிரியர் ஓ.முத்தையா அவர்களும் தமிழகத்தில் உள்ள மலைகளில் வாழும் பழங்குடிகளை ஆண்டுக்கு இருமுறைக்கு மேல் களஆய்வு ஏற்பாடு செய்து மானிடவியல் துறையினைப் பயிற்றுவித்து வருகின்றனர். இது கல்விப் புலம் சாராத புது முயற்சியாகும். இந்த அணியில் பயின்றவர்களில் நானும் ஒருவன். மேலும் முனைவர் பா.ஞானபாரதி (சென்னை), முனைவர் ரே.கோவிந்தராஜ் (ஜவ்வாதுமலை), முனைவர் என்.பி.பி.பழனி வேல்ராஜன் (கொடைக்கானல்), முனைவர் சுனில்ஜோகி (ஊட்டி), துறைமுருகன் (கூடலூர்) தற்போது மானிடவியல் சார்ந்து தென்னிந்தியப் பழங்குடிகளைக் கள ஆய்வு செய்து வருகின்றனர். இவர்களுடன் நானும் பயணித்து வருகிறேன். இது மகிழ்ச்சி அளிக்கிறது. புதிய கண்டுபிடிப்புகளை நோக்கிய பயணம் என்றைக்காவது ஒரு நாள் வரலாற்றில் நம்மைக் கொண்டு சேர்க்கும் என்னும் நம்பிக்கையோடு எழுதிக்கொண்டிருக்கிறேன்.

XXXXX

1.
இயற்கை - இலக்கியம் - பண்பாடு

இயற்கை என்பது யாராலும் உருவாக்க முடியாத இயல்புநிலை. புவியியல் மற்றும் வானியல் நிகழ்வுகள் ஆகியவைகளும் அதில் அடங்கும் இயல்பாகச் செயற்கையாக உருவாக்கப்பட்டாத பொருள் அல்லது நிலையினை இயற்கை எனலாம். இயற்கைக்குள் உயிர் உள்ள பல் இனங்களும் (multi species & eco system) உயிர் அற்ற பொருள்களுள் பல் வகை பொருள்களும், நிலங்கள் (landscapes) ஆகியனவும் உள்ளன. மனிதர்களும் இயற்கையின் ஒரு பகுதியாக இருக்கின்றனர். மக்கள் அனைவரும் வானம், மழை, காற்று நெருப்பு, கடல், மண், மரங்கள், பழங்கள், மலர்கள் இந்தச் சூழலில்தான் வளார்ந்து வந்திருக்கிறோம. உயிரினம் அல்லது உயிரின அறிவு என்பது இயற்கை ஆகும் .

இலக்கியம் செயற்கையானது. ஆனால், இயற்கை இலக்கியத்திற்குள் பதிவு செய்யப்படுகிறது. இயற்கையினைச் சொல்வதன் மூலம் தமிழ்க்கவிதையில் ஒரு புதுபுலப்பாட்டு நெறி உருவாகியுள்ளது எனலாம். இலக்கியம் மனித சமூகத்தைச் செம்மை ஆக்குகிறது. அமைதியாக வாழ பல காலங்கள் நின்று போதித்துக் கொண்டே இருக்கிறது. இலக்கியம் மனித சமூக நடவடிக்கைக்களைச் சமூகப் பண்பாடுகளை ஓரளவு பதிவு செய்து வருகிறது.

இலக்கியம்

இலக்கியம், உலகில் உள்ள எல்லா மனித இனங்களிலும் காணப்படுகின்றன. எழுத்து வழக்குடைய இலக்கியங்களும் (written literary tradition) இருக்கின்றன. வாய்மொழி இலக்கியங்களும் (oral literary tradition) இருக்கின்றன. இலக்கியம் மனிதனை மேன்மைப்படுத்துகிறது. காலத்திற்கு ஏற்ப தன்னைப் புதிப்பித்துக் கொள்ளும் பரிமாணம் இலக்கியத்திற்கு உண்டு. ஒவ்வொருமுறை படிக்கும்போது அது புதிய புதிய பொருள்களையும் அனுபவங்களையும் இன்பத்தையும் வழங்குகிறது. திருக்குறளைச் சிறு வயதில் படிக்கும்போது ஒரு பொருளும், ஒரு இளைஞராக இருந்து படிக்கும்போது ஒரு பொருளையும் வாழ்வின் முதிர்ந்த பருவத்தில் படிக்கும்போது ஒரு பொருளையும் தன்னகத்தே கொண்டு விளங்குகிறது.

உ.வே.சாமிநாதையர் அவர்கள், மகாவித்வான் மீனாட்சிசுந்தரம் பிள்ளையின் இறுதி காலத்தில் அவருடன் இருக்கும்போது திருவாசகத்தில் திருக்கோத்தும்பி பதிகம் படித்துக்கொண்டிருந்தாரம் அதில் "நோயுற்று மூத்துநான் நுந்துகன்று" என்னும் பாடலில் வரும் நுந்துகன்று என்னும் பதத்திற்குப் பொருள் விளங்காதபோது தன் ஆசிரியரிடம் கேட்கிறார். அவரின் கண்களில் கண்ணீர் வருகிறது. (என் சரித்திரம்1950:543) மகாவித்வான் இளமையில் அதனைப் படித்திருப்பார் தனது முதுமை காலத்திலும் படித்திருப்பார். தன்னுடைய இறுதி நாட்களில் அதற்குப் பொருள் சொல்லும் போது ஒரு புதிய விளக்கத்தை தருகிறார் அதற்குத் தானே உதாரணம் எனச் சொல்கிறார் இலக்கிய அனுபவம் எப்படி எல்லாம் ஆட்டிவைக்கிறது.

கவிதைக்கு உணர்ச்சியே அடிப்படையான இன்றியமையாத உறுபாகும். சிறந்த இலக்கியத்தில் அது பயனாகவும் ஏனைவற்றில் அது இடைப்பட்ட ஒன்றாகவும் இருக்கும். கவிதைக்கு, 1.உணர்ச்சி கருவியாக இருந்து பயனாகிறது, 2.கற்பனை உணர்ச்சிகளை மேலும் தூண்டிவிடுகிறது, 3.படைப்பாளிகளின் சிந்தனை / கருத்து பிறருக்குத் தருவதற்குக் கலை தோன்றுகிறது, 4.வடிவம் (உணர்ச்சி, கற்பனை, கருத்து அனைத்தும் வடிவத்துக்குள் இருக்கிறது) வடிவம் காலந்தோறும் மாறும் தன்மை உடையது. இது புறநிலை வடிவம் (external form). ஆனால் உணர்ச்சி, கற்பனை, கருத்து என்பது அகநிலை வடிவம் (internal structure). எடுத்துக்கொண்ட பொருள் (theme) மாற்றம் மட்டுமே இருக்கும் இருந்தும் சில படிநிலை வளர்ச்சியினைக் காணமுடிகிறது.

வரலாறு, தத்துவம், பொருளாதாரம், ஆகிய துறைகளைக் கற்கும்போது அதனால் ஏற்படுவது துறைசார்ந்த அறிவுப்பயன் மட்டுமே பெறமுடியும் ஆனால், இலக்கியம் பயன்நோக்காமல் இன்பம் பயனாக இருக்கிறது (aesthetic satisfaction). இலக்கியம் மனிதப் பண்புடன் தொடர்புடையதாக இருக்கிறது. அனுபவம் படைப்பாக மாறுகிறது. இப்படி எல்லாம் வரையறை சொல்லப்பட்டாலும் இலக்கியம் என்றால் என்ன என்னும் கேள்வி எழுகிறது. இந்தக் கேள்வி இன்று நேற்று எழுந்தது அல்ல. சாக்ரட்டீஸ் காலத்திலிருந்தே முன்வைக்கப்படுகின்ற வினாவாகும். சாக்ரட்டீஸ் அவரது மாணவர் பிளேட்டோ, பிளேட்டோவின் பள்ளியில் தலைமை மாணவராகப் பயின்றவர் அரிஸ்ட்டாட்டில் (கி.மு.384-322). இவரின் கவிதையியல் (The art of Poetics) கவிதை பேச்சுக்கலைக் குறித்து விவாதிக்கிறார். கவிதையின் தோற்றம் குறித்து அரிஸ்ட்டாடில் குறிப்பிடும்போது, இசை, உணர்ச்சி மனிதத் தன்மைகள் இயல்பாக உள்ளன. இசை, லயம் போல மற்றொன்றைப் பார்த்துச் செய்யும் போன்மைப்பண்பு (போலச்செய்தல்) இது மனிதனுக்கு இயற்கையானது. இடம் மனித பண்புகள்தாம் பல்வேறு நிலைகளில் மேலும் மேலும் வளர்ச்சி அடைந்து இறுதியில் கவிதையாக மலர்ந்தன என அரிஸ்ட்டாட்டில் குறிப்பிடுகிறார். (அரிஸ்ட்டாட்டில் கவிதையியல் 2001:28) ஆனால் கவிதை எது என்பது பற்றிக் கூறவில்லை.

அரிஸ்ட்டாடிலைத் தொடர்ந்து பலர் கவிதையின் உள்ளடக்கம் பற்றி ஆராய்ந்து கூறினாலும் டாக்டர் ஜான்சன் கூறியுள்ளது கவனிக்க வேண்டியதாகும். “எது கவிதை இல்லை என்று கூறுவது மிகவும் எளிது. வெளிச்சம் என்றால் நமக்கு தெரியும், வெளிச்சம் என்றால் என்ன என்று எடுத்துச் சொல்ல நம்மால் முடியாது” we all know what light is, but it is not easy to tell what it is ஜான்சன் ஒரு ஆரம்பப்பள்ளி ஆசிரியராக வாழ்க்கையைத் தொடங்கி அகராதி ஜான்சன் (Johnson the literary dictator) எனத் திறனாய்வு உலகினரால் இலக்கிய ஏதேச்சதிகாரம் பெற்றவர் எனப் புகழப்பட்டவர்.

ஹோமரின் இரண்டு காப்பியங்கள் உலகின் தொன்மையன காப்பியங்களாகக் கருதப்படுவன. ஹோமர் மிகச்சிறந்த போர் வீரர் இவர் (Trogen war) ட்ரோஜன் போரில் பங்கேற்றவர். பின்னர்

இதனைப் பாடல்களாகப் பாடி வந்தார். இது பல ஆண்டுகள் வாய்மொழி வழக்காகவே பாடி வரப்பட்டது. கி.மு. 9ஆம் நூற்றாண்டில் வாய்மொழியாக இருந்ததை கி.மு.6/5 ஆம் இடைப்பட்ட காலத்தில் எழுதப்பட்டிருக்கலாம் எனச் சுட்டிக்காட்டப்படுகிறது. இந்தச் சான்றுகளிலிருந்து வாய்மொழி வழக்காக இருந்துதான் பின்னர் எழுத்து வடிவம் பெற்று இருக்கமுடியும். வாய்மொழியாக இருந்து, எழுத்து வடிவமாக மாறுவதற்கு அடிப்படையான ஒரு தொழில் நுட்ப மாற்றம் (technological shift) நிகழ்ந்திருக்க வேண்டும். இதனை ஹென்றி லூயி மார்கன் குறிப்பிடுகிறார். ஒரு தொழில்நுட்ப மாற்றம் சமூகப் பொருளாதர மாற்றத்தை socio-economical change ஏற்படுத்துகிறது.

தமிழ்ச் சமூகத்தில் இந்த இலக்கியத்தின் தொன்மை வரலாறு பூர்வ காலத்தில் அதன் வரலாற்றை நன்கு அறிதல் அன்றித் தமிழ்க் கவிதையின் உள்ளடக்கத்தையும் அதன் இயக்கத்தையும் நம்மால் அறிந்துகொள்ள முடியாது. இயற்கை சூழல்களிலே பூர்வகால மனிதர்கள் வாழ்ந்துவந்தனர். அந்த இயற்கையில் அரவணைப்பிலே மனிதசமூகம் இன்று வரை வளர்ந்து வந்திருக்கிறது. ஆக மனித நாகரீக வளர்ச்சிதான் வரலாறாகிப் பதிவாகின்றது. பழைய கற்கால மனிதரகள் புதிய கற்கால மனிதர்கள் இரும்பு கால மனிதர்கள் என வேறுபடுத்துவதற்கு அவர்கள் பயன்படுத்திய கருவிகளின் தொழில்நுட்ப மாற்றங்களை வைத்தும் இறந்த மனிதர்களுக்குச் செய்யும் ஈமச்சடங்கு (cemetery) பண்பாட்டுக் கூறுகளை வைத்தும் வேறுபடுத்தப்படுகிறது. மனித நாகரீக வளர்ச்சியில் மூன்று விதமான தொல்லியல் இடங்கள் நமக்குக் கிடைக்கின்றன. ஒன்று இறந்தவர்களைப் புதைக்கும் இடுகாட்டின் பழையவடிவங்கள் (burial site) மனிதர்கள் வாழ்ந்த இடங்கள் (habitation site) மனிதர்கள் வணிகத்தின் பொருட்டுப் பயன்படுத்தபட்ட இடங்கள் (trade site) இந்த மூன்று விதமான வேறுபாடுகளும் வெவ்வேறு நோக்கங்களைக் கொண்டவை.

இலக்கியத்தின் தோற்றத்திற்கு முன் கலையின் தோற்றம் குறித்து அறிந்துகொள்வது அவசியமாகிறது. ஆதிகால மனிதர்கள் வேட்டையாடிகளாகத் தம் வாழ்வினை நடத்தி வந்தனர். அந்நிலையில் கிட்டத்தட்ட 14ஆயிரம் ஆண்டுகளுக்குமுன் பழைமை வாய்ந்த பாறை ஓவியங்கள் கண்டெடுக்கப்பட்டன.

வரலாற்று ஆசிரியர்கள் அதனுடைய அமைப்பு, காலம் போன்றவற்றைக் கணித்துக் கூறியுள்ளனர். வேதியல் அறிஞர்கள் அந்த ஓவியம் எந்த வேதியல் பொருளால் ஆனது என்பதைத் தெரிவித்தனர். ஆனால் மானிடவியல் அறிஞர்கள் அதற்குப் புதிய விளக்கங்களைக் கொடுத்து அனைத்தையும் ஒன்று படுத்தி (synthesis) காட்டியுள்ளனர். இந்த ஓவியங்கள் வெறும் ஓவியம் மட்டும் அல்லது அது அடுத்த தலைமுறைக்கு ஒரு நம்பிக்கையை வழங்கக் கூடிய கலை அம்சமாகத் திகழ்கிறது. வரும் தலைமுறையினர்க்கு, எந்த விலங்கை வேட்டையாட வேண்டும் எப்படி வேட்டையாட வேண்டும் போன்ற தகவல்களைக் காலம் கடந்து அந்த ஓவியம் தந்துகொண்டு இருப்பதால் இது ஒரு சமூகப் பண்பாட்டு கலை அம்சம் என்கின்றனர். அந்தப் பின்னணியில் தமிழ் கவிதையின் வரலாற்றை எண்ணிப் பார்க்கின்ற போது நமக்கு இரு வித மரபுகள் இருப்பதை நன்கு அறிந்துகொள்ளமுடிகிறது.

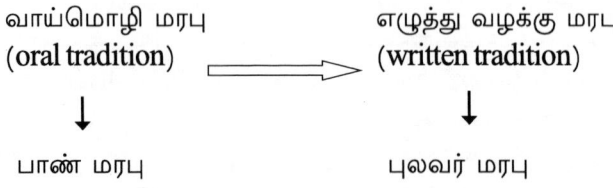

வாய்மொழி மரபு (oral tradition) ⟹ எழுத்து வழக்கு மரபு (written tradition)

↓ பாண் மரபு ↓ புலவர் மரபு

வாய்மொழி மரபு எழுத்து மரபு எனப் பகுக்கலாம். பாண்மரபினர் எழுத்து அறிவு பெற்றிருக்க வில்லை. அவர்கள் பாடல்கள் மட்டுமே பாடக்கூடியவர்கள். பாண்மரபிலிருந்து புலவர் மரபுக்கு மாறுவதற்குச் சமூகத்தில் நிகழ்ந்துள்ள ஒரு தொழில்நுட்ப கண்டுபிடிப்பே முக்கிய காரணியாக இருந்துள்ளது. அது இரும்பின் பயன்பாடாகும். புலவர் மரபிற்குமுன் பாண்மரபு இருந்தது அதற்குமுன்னும் சில மரபுகள் இருந்திருக்கலாம். அதனை ஒருவாராக சாமானிஷம் (Shamanism) என அழைக்கின்றோம். இது மனித சமூகத்தில் 70-40 ஆயிரம் ஆண்டுகளுக்கு இடைப்பட்ட காலத்தில் உருவானதாகும். இந்தக் கால கட்டத்தில் மனித சமூகத்திடம் கல்வி என்ற ஒன்று உருவாகியிருக்க வேண்டும் எனப் பண்பாட்டு ஆய்வாளர்கள் கருதுகின்றனர். (பக்தவத்சலபாரதி 2014:206).

ஆதி மனிதர்கள் மந்திரங்களைக் கையாண்டனர் மந்திர ஆற்றலை அடுத்த தலைமுறையாகக் கற்றுத் தந்தனர். அதன் வாயிலாக வாய்மொழி மரபு உருவாகியிருக்க வேண்டும். இந்த

வாய்மொழி மரபு, பிற்காலங்களில் இலக்கியம் படைப்பதற்கு பயன்பட்டுள்ளன. அந்த மந்திர ஓசைகள் யாப்பு உருவாக்கத்திற்கு அடிப்படையாக அமைந்திருந்தது.

ஒரு புதிய தொழில் நுட்பம் சமூகத்தை மாற்றுகிறது. இதனை ஹென்றி லூயி மார்கன் social Shift என அழைக்கின்றார். இவர் சார்லஸ் தார்வின் கொள்கையால் ஈர்க்கப்பட்டவர். நெருப்பு ஒரு தொழில் நுட்பம். எவ்வாறு தீ மூட்டுவது. பழங்குடிகள் கல், கட்டையைக் கொண்டு உருவாக்கியுள்ளனர். அதற்கான சமூகத்தேவை அவர்களிடம் இருந்தது. நெருப்பு, இரும்பு போல் எழுத்து என்பதும் ஒரு சமூகத்தின் தொழில் நுட்பமாகும். பேச்சு வழக்கிலிருந்து எழுத்து வழக்கிற்கு இந்த மாற்றத்திற்கு இரும்பு எப்படி துணைபுரிந்தது என்பதும் கவனிக்க வேண்டியுள்ளது. நெருப்பு இரும்பின் துணையால் உளி, எழுத்தாணிகள் உருவாக்கப்படுகிறது. எழுத்து வடிவங்கள் எங்கிருந்து பெறப்பட்டன என்பதற்கான உறுதியான சான்றுகள் இல்லை ஆயினும், மண்பாண்டங்களில் சில குறியீடுகளை உருவாக்கியுள்ளனர். இதில் இருவகையான குறியீட்டுமுறை காணப்படுகின்றன. பானை சுடும்முன் (pre-firing) பானை சுட்ட பின் (post firing) பானை சுடும்முன் இரும்பின் பயன், தேவை இல்லை என்பதை உணர்ந்து கொள்ளலாம். எழுத்தாணிகளும் உளிகளும் கருத்தினை ஆவணத்தைச் சேமிக்க (documentation) முதன்முதலில் அரசு பணிக்கே பயன்படுத்தப்பட்டன. பதப்படுத்தப்பட்ட பானை ஓடுகள் செப்புத் தகடுகள், பானைகள் என எழுத்துக்களைப் பல வடிவங்களில் பயன்படுத்தி தங்களுடைய கருத்துக்களை ஆவணப்படுத்தியுள்ளனர்.

இந்த ஆவணப்படுத்தும் முறையிருந்தே வாய்மொழிப் பாடல்கள் எழுத்து வடிவில் பதிவு செய்யப்பட்டுள்ளன. எழுதப்படிக்கத் தெரியாத பாணர்கள் புறக்கணிக்கப்பட்டார்கள். அதன் காரணமாகவே வறுமையுற்று அங்கும் இங்கும் அலைந்து பரிசில் பெற்றுள்ளனர் என்பதைச் சங்க பாடல்களின்வழி அறிய முடிகிறது.

பாண் மரபிலிருந்து புலவர் மரபு வேறானதாகும். பாண்மரபு வாய்மொழி வழக்குகளைக் (oral tradition) கொண்டது. புலவர் மரபு எழுத்துவழக்குகளைக் கொண்டது. இரண்டும் வேறு வேறு அமைப்பினைக் கொண்டிருந்திருக்க வேண்டும். இன்றைக்குப் பொது

இலக்கியம் (standard literature) காலந்தோறும் மாறும் தன்மை கொண்டது. இன்று ஐரோப்பிய பாணியில் அமைந்த இலக்கியம் படைக்கும் சமூகமாகத் தமிழ்ச்சமூகம் மாறியுள்ளது. இது காலணிய காலத்தில் விளைவாகும். இது உலகம் முழுவதும் பெருவழக்காக மாறியுள்ளது. ஆனால் ஒவ்வொரு நாட்டிலும் தனக்கென தனித்துவமான இலக்கிய மரபுகள் இருந்து வருகின்றன. பொது இலக்கியத்திலிருந்து நாட்டுப் பாடல்கள் வேறு வடிவில் இருக்கின்றன. அதே போல் பழங்குடிகளின் இலக்கியம் வேறுவடிவில் வேறு பொருளினைத் தாங்கி நிற்கின்றன. இந்த நாட்டுப்பாடல்களும் (folk-lore) பழங்குடி வழக்காறுகளும் (tribal lore) பாண்மரபின் தொடர்ச்சியாக இருக்க நெருங்கிய வாய்ப்புள்ளது.

பண்பாட்டுக் கூறுகளையும் சமூக அமைப்பின் தொன்மையும் மொழிக்கூறுகளையும் பழங்குடிச் சமூகத்திடம் இருந்து எப்படி மீட்டுருவாக்கம் செய்து வருகின்றோமோ அதே போல் பாண் மரபையும் இதிலிருந்து மீட்டுருவாக்கம் செய்ய முயற்சி மேற்கொள்ள வேண்டும்.

பாண்மரபில் இயிற்கை பற்றிய பாடல்கள் மிகுதியாகக் காணப்படுகிறது. அதில் இயற்கைப் பற்றிய அறிவு நிறைந்திருக்கிறது. இதனையே இன்றைய சுற்றுப்புறச் சூழல் கல்வி எனத் தனியாகக் கல்வித்துறை வளர்ந்து வருகிறது. இதில் இரண்டுவிதமான கூறுகள் உள்ளன. ஒன்று eco-science மற்றொன்று eco-culture எழுத்துவழக்குடைய இலக்கியத்தில் இயற்கை ஓர் உத்தியாகக் கவிதை நுட்பங்களின் (poetic technique) ஒன்றாக மாறியுள்ளது. பாண்மரபில் இயற்கை எளிமையாகவும் வேறுபிற பொருள்களை ஒரு பொருள் புலப்பாட்டு நெறியாக மாற்றம் அடைந்துள்ளது. இதனை மானிடவியல் கோட்பாட்டின் மூலம் விளக்கும்போது புதிய வெளிச்சம் கிடைக்கிறது. மானிடவியல் கோட்பாடு ஒரு பண்பாட்டின் தொன்மையைக் கண்டறிய எளிய நிலையிலிருந்து சிக்கலான நிலை (simple to complex) என்னும் ஒரு அளவுகோளினை முன்வைக்கிறது.

பாண் மரபு	புலவர் மரபு
இயற்கையான பாடல்கள் இயற்கைப்பற்றிய பாடல்கள்	இயற்கை,ஒரு புலப்பாட்டுநெறி கவிதைநுட்பம் கூறு உத்தி

பாண்மரபு, புலவர் மரபு என்பதனையே தொல்காப்பியப் பாயிரம் வழக்கு, செய்யுள் எனக் குறிப்பிடுகிறது. வழக்கு = பாண்மரபு, செய்யுள் = புலவர் மரபு எனக் கொள்ளலாம். பாண்மரபின் கூறுகளைச் சிலவற்றைப் புலவர் மரபு உள்வாங்கியுள்ளது. இதனைக் கைலாசபதி நன்கு விளக்கியுள்ளார். இரட்டையாக அடுக்கிவருவது பாண் மரபாகும் அதே போன்று சங்கப் பாடல்களில் காணப்படுகின்றன. அகவன் மகளே அகவன் மகளே, கல்லா இளைஞன், கல்லா மந்தி போன்ற சான்றுகளால் அறியலாம். இன்னொரு முக்கியமான கூறு பாண்மரபினை உள்வாங்கிக் கொண்ட சங்க இலக்கியங்களான புலவர் மரபு ஒரு secular literature மதசார்பற்ற கடவுள் கொள்கை சார்பில்லாத இலக்கியங்களாக உருவாக்கியுள்ளனர். குறிப்பாக, கிரேக்கச்செவ்வியல் இலக்கியங்களில் போரில் வீரர்களுக்குக் கடவுள் உதவியதாகக் குறிப்பிடப்படுகிறது. சங்கப் பாடல்களில் குறிப்பாகப் புறப்பாடல்களில் போர் வீரர்களைக் கடவுள் காப்பாற்றியதாகச் செய்திகள் இல்லை. மகா பாரதம், இராமாயணம் போன்ற இந்தியாவின் ஆதிகாவியங்களில் கடவுளே மனிதனாகப் பிறந்து அதர்மத்தை அழித்து அறத்தைக் காப்பாற்றுவதாக உள்ளது. அதே போல் கிரேக்கத்தில் ஹோமரின் இலியட்டில் வரும் அக்கீலீஸ் என்பவனின் தாயார் தன் மகன் சிறந்தபோர் வீரனாகவும் போரில் இறக்கக் கூடாது என்றும் வரம் வேண்டிக்கொள்கிறாள். அப்போது "ஸ்டிக்கல்" என்ற மந்திர நதியில் உன் குழந்தையை மூழ்கி எடுத்தால் யாராலும் அவனைக் கொல்ல அல்லது அழிக்க முடியாது என்று கடவுள் வரம் அளிக்கிறது. இது பாரத்தில் வரும் கவச குண்டலங்களுடன் பிறந்த கர்ணனுடன் ஒப்பிடலாம். மகாபாரத தொன்மங்களைப் போல அவ்விலக்கியம் இருப்பதால் அதனுடைய காலம் மிக பிற்காலமாக இருக்க வாய்ப்புள்ளது. இதே போல் அல்லாமல் கடவுள் குறுக்கீடு இல்லாத இலக்கியமாகச் சங்க கால வீரயுகப் பாடல்கள் விளங்குகின்றன.

பாண்மரபும், இயற்கை பற்றிய அறிவும்

பாண்மரபில் பாடல்கள் புனையும் பாணர்கள் இயற்கையோடு இயைந்து வாழ்ந்தவர்கள் அவர்களிடம் இயற்கை பற்றிய அறிவு நிறைந்திருந்தன. அவை தமது பாடல்களில் ஆங்காங்கு இயல்பாகப் பதிவு செய்யபெற்றன. குறிப்பாக ஐங்குறுநூறு என்னும் சங்க இலக்கியப் பாடல்களில் இயற்கைக் குறித்துப் பல பத்துப்பத்து

பாடல்கள் காணப்படுகின்றன. மிகச் சிறிய அடிகளை உடையவை. அதில் தாய் நண்டு இறக்கும்போது நண்டுகுஞ்சுகள் பிறக்கும் என்பதனைத் "தாய்சாகப் பிறக்கும் புள்ளிக் கள்வன்" (ஐங்.24) என்றும் முதலைத் தன் குட்டியை தின்றுவிடும் என்பதையும், ஆமை தன் குட்டிகளை முகம்நோக்கி வளர்க்கும் என்றும் இயற்கை குறித்து ஐங்குறுநூற்றில் பதிவு செய்யப்பட்டுள்ளது. இதுபோன்ற இயற்கை நுட்பங்கள் பாண்மரபிலிருந்து புலவர் மரபிற்குக் கைமாற்றப் பட்டுள்ளது. இதன் காரணமாகவே இயற்கைப் பற்றி நுணுக்கமான அறிவு பிற்கால இலக்கியங்களில் இல்லை.

தொழில் நுட்பத்தை ஏற்றல்

எழுத்து என்பது ஒரு சமூகத்தின் தொழில்நுட்பம் ஆகும். அது முதலில் அரசியலுக்கு மட்டும் பயன்படுத்தப் பட்டிருக்கவேண்டும். அதனால்தான் திருவள்ளுவர் அரசனுக்குச் சொல்லும்போது 'எண் என்ப, எனைய எழுத்தென்ப இவ்விரண்டும் கண் என்ப வாழும் உ யிருக்கு என்கிறார். பாண்மரபில் உள்ள நுட்பமான (local knowledge) தன்சார்ந்த சுற்றுப்புற அறிவு வைதீக, சமண, பௌத்த மதங்களை ஏற்றுக் கொண்ட புலவர்மரபில் இல்லை.

இலக்கியத்தில் இயற்கை

இலக்கியத்தில் இயற்கைப் பற்றிய பதிவுகள் மிகுதியாக உள்ளன. தான் வாழும் சுற்றுச் சூழல் (eco zone) விவரிக்கப்படுகிறது. சங்க இலக்கியம் யானைப்பற்றி பல் செய்திகளைப் பதிவு செய்துள்ளது. யானை குடும்பமாக வாழும் தன்மை உடையது. யானை தனது அடியினை மிகக் கவனவமாக எடுத்துவைத்து நடக்கும் இயல்புடையது. தலைமையானை தரையினைத் தட்டிப்பார்த்து உணர்ந்து செல்லும் இது கொம்பன் யானை என அழைக்கப்படுகிறது. இதன் காரணமாகவே யானைக்கும் அடிச் சறுக்கும் என்னும் வழக்கு நிலவுகிறது. சங்கப் பாடல்களில் யானை பற்றி வரும் ஒரு பதிவு; நடு இரவில் மழை பெய்து கொண்டிருக்கிறது வாழை இலை மூங்கிலை உண்ண வரும் போது ஆண் யானை சேற்றுப் பள்ளத்தில் மாட்டிக்கொள்கிறது. பெண் யானை அருகில் உள்ள மரங்களை முறித்துப் போட்டுக் காப்பாற்றுகிறது. மரம் ஒடிக்கும் போது பெரு ஓசையாகக் கேட்கிறது என அப்பாடல் குறிப்பிடுகிறது.

இலக்கிய மானிடவியல் நோக்கு ❁ 37

**“கழைநரல் சிலம்பின் ஆங்கண் வழையொடு
வாழை ஓங்கிய தாழ்கண் அசும்பில்
படுகடுங் களிற்றின் வருத்தம் சொலியப்
பிடிபடு முறுக்கிய பெருமரப் பூசல்
விண்தோய் விடரகத்து இயம்பும்** (அகநானூறு -8)

யானை இசைகேட்கும் இயல்புடையது. கலித்தொகையில் தினைப்புனம் காவல் காத்துக் கொண்டிருக்கக் கூடிய தலைவி, பாலைப் பண்ணினைப் பாடுகிறாள். தினையினைச் சாப்பிட வந்த யானை தனது .நோக்கத்தை மறந்து நின்று கொண்டிருந்தது எனப் பதிவு செய்துள்ளது. இன்று யானையைப் பற்றி ஆராய்ச்சி செய்யும் ஆய்வாளர்கள் இதனை உறுதி செய்துள்ளனர். அவ்வளவு பெரிய யானையை வீழ்த்தக் கூடிய அளவிற்குப் பாம்பு இருந்துள்ளது. நற்றிணை 261ஆம் பாடலில் ஒரு ஆண் யானையைப் பிடித்து நெரித்து ஒரு பெரிய வேங்கை மரத்தில் சுற்றி யானையை இறக்கச் செய்கிறது. இக்காட்சியே பெரிய பிரமாணடத்தைக் கண்முன் நிறுத்துகிறது.

நெடும்பெரும் குன்றத்துக் குறும்பல மறுகித்
தாஇல் பெரும்பெயல் தலைஇய யாமத்துக்
களிறுஅகப் படுத்த பெருஞ்சின மாசுணம்
வெளிறுஇல் காழ்மரம் பிணித்து நணிமிளிர்க்கும் (நற்றி.261)

இயற்கையும் இலக்கியமும் இருவழி பரஸ்பரமான ஒன்றிணைதலின் அடிநிலை உறவுகளைப் புரிந்துகொள்வது அவசியமாகிறது. இந்த நிலம் (space) அடிப்படையாக அமைகிறது. இரண்டிற்குப் பொதுவான தளமாக இருக்கிறது.

நிலம்→மனிதன்→ கவிஞன் /புலவன் /பாணன்→ இலக்கியம்

⇘ ↑↓

இயற்கை சூழல் தாவரம் விலங்கு→ இயற்கைபொருள் →இயற்கை

(மழை, மின்னல், இடி, காற்று)

மேற்காட்டிய அடிப்படையில் அதன் உறவுகள் அமைதுள்ளது. இயற்கைச் சூழலுக்குள் தாவரங்கள் (flora) விலங்குகள் (funa) இயற்கைப் பொருள்கள் நில அமைப்புகள் (landscape) ஆகியவை அடங்கும். திருக்குறளில் காணப்படும் இயற்கை அமைப்பினை

மூன்று வகையாகப் பிரித்து விளக்கப்பட்டுள்ளது (சதீஸ் 2021:161) சான்றாக

என்பில் அதனை வெயில் போல காயுமே
அன்பில் அதனை அறம் (குறள் 77)

இந்தக் குறளில் காயும் அழிக்கும் என்னும் ஒரு வினை, அது இயற்கையில் இருந்து காட்டப்படும் செயலுக்கும் மனிதப் பண்புகளுக்கும் பொதுவாய் நிற்கிறது. முற்பகுதி இயற்கையை உவமையாகக் காட்டிப் பின் தன் கருத்தினை வெளிப்படுத்துகிறார்.

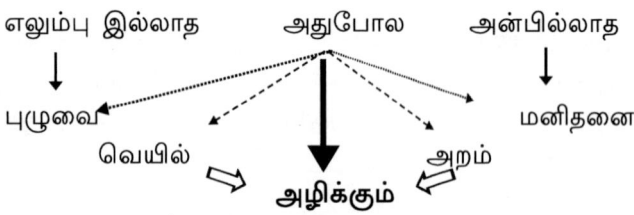

எலும்பில்லாத புழுவினை வெயில் அழிக்கும். அது போல அன்பில்லாத மனிதனை அறம் அழிக்கும்.

இங்கு இயற்கை ஒரு புலப்பாட்டு நெறியாகப் பயன்படுகிறது ஒரு கவிதை நுட்பமாகவே செயல்படுகிறது. ஆனால் பழங்குடி இலக்கியங்களில் (Tribal) இயற்கையும் உணர்ச்சியும் ஒன்றிணைந்து காணப்படுகிறது. ஜவ்வாதுமலையின் மலையாளி பழங்குடி மக்களிடம் இன்றும் காணப்படும் நிலாவைப் பற்றியான பாடல்கள் உள்ளன அதற்கு நிலாப்பாட்டு என்று பெயர்.

"நிலாவே நிலாவே

அல்லாரும் வந்தாங்க

எங்க நிலாசனைக் காணோமே" (கோவிந்தராஜ் 2021:35)

மக்கள் எல்லாம் நிலாவினைக் காண ஆவலாக உள்ளார்கள் ஆனால் நிலா இன்னும் வரவில்லை நிலா வந்தால் என்னென்ன கொடுப்பார்கள் எனப் பட்டியலிடுகின்றனர். அவை அத்துனையும் இயற்கை பொருளாகும். அதுவே அவர்கள் வழங்கும் பொருளாகவும் உள்ளது.

பச்சால அரிசியாம் பலவரிசி கும்பாவாம்
கும்மாங் கும்மாங் கூட்டி
கும்மாஞ் சோறு ஆக்கி
வாசலிலே கலமினுக்கி
பூக்களால் விளக்கேற்றி சாரமானைப் போட்டு
சாய்ந்திடும் நிலாசா
கோர மனைப் போட்டு
கோந்திடும் நிலாசா. (கோவிந்தராஜ் 2021:35)

இவை எல்லாம் தருகிறோம் என்று சொன்ன போதும் நிலா வரவில்லை. அதனால் பூக்கள் எல்லாம் வாடுகிறதாம். என்னென்னப் பூ வாடும் எனப் பட்டியல் இடுகின்றனர்.

எங்க நிலாசன் மேலே
என்னென்ன வாடுது
மல்லிகைப்பூ வாடுது
மரிக்கொழுந்து வாடுது
செம்பாப் பூ வாடுது
அடுக்கலரி வாடுது
செவ்வலரி வாடுது
செவ்வாப் பூ வாடுது. (கோவிந்தராஜ் 2021:36)

இதில் நாம் பலப் பூக்கள் கேள்விப்பட்டது கூட இல்லை. பலப்பூக்களை நாம் கண்ணால் பார்த்ததும் இல்லை. மேற்காணும் தரவுகளின் அடிப்படையில் பழங்குடிகள் இலக்கியங்களிலிருந்து பாண் மரபினை மீட்டுருவாக்கலாம் செய்யலாம் என்னும் கருதுகோளை முன் வைக்கலாம்.

சங்க இலக்கியங்கள் பாண்மரபின் தொடர்ச்சி மேலும், அது பாண்மரபினை உள்வாங்கிக் கொண்ட இலக்கியங்களே. சங்கப் பாடல்களில் ஒவ்வொரு பறவை குறித்து சங்கப்பாடல்கள் மிகத் தெளிவாக அதன் அங்க அடையாளங்ளை உள்வாங்கிக்கொண்டே பாடல்களில் புனையப்பட்டுள்ளன. சான்றாகக் குறுந்தொகை பாடல் 352இல் **நெடுநீர் ஆம்பல் அடைப்புறத்தன்ன / கொடுமென் சிறைய கூருகிர்ப் பறவை** என்னும் பாடலில் நீரில் வளர்ந்த ஆம்பல்

மலரின் பசுமையான இலையைப் போல் மென்மையான வளைந்த சிறகுகளைஉடைய மேலும், சிறகில் கூர்மையான நகமும் உள்ள பறவை என வருணிக்கப்பட்டிருப்பது வவ்வால் என்னும் இரவாடி ஆகும். இது பகல் நேரங்களில் பலா மரத்தில் தங்கி இரவில் உணவு தேடும் இயல்புடையது என்பது வரை அப்பாடலில் பதிவு செய்யப்பட்டுள்ளது. சங்க கால சுற்றுச் சூழல் அமைப்பு நன்கு புலப்படும்படி பாடல்கள் அமைந்துள்ளன. இந்த இயற்கையே பண்பாடாகவும் மாறுகின்றன. **நம்மோர் அன்னள் கூந்தல் வேய்ந்த விரவுமலர் உதிர்த்துச் சாந்துளர் நறுங்கதுப் பெண்ணெய் நீவி** (குறுந்தொகை 312) என்னும் பாடலில் பெண்கள் விடியற் காலையில் கூந்தலை எண்ணெய் தடவி சீவி உள்ளனர். அந்த எண்ணெய் நறுமணம் நிறைந்ததாய் இருந்துள்ளது. உ,வே.சாமிநாதையர் இவ்வுரையில் மயிர்ச்சாந்தம் எனக் குறிப்பிடுகின்றர். மயிர்ச்சாந்தம் என்பது கூந்தலுக்கு இடும் வாசனைச் சாந்து எனத் தமிழ்ப் பேரகராதி குறிப்பிடுகிறது. சங்க காலங்களிலே இயற்கையான பொருளின் பண்புகளை அறிந்து அதனை எவ்வாறு எதற்குப் பயன்படுத்த வேண்டும் என்பதையும் அறிந்திருந்தனர். இப்பொருள்களே பண்பாட்டின் அடையாளமாகப் பிற்காலங்களில் அறியப்படுகிறது.

2.
மனம், இலக்கியம், சமுதாயம் : இவைகளின் தொடர்பு, அமைப்பு, இயக்கம்

1. மனம் இலக்கியம் (கருத்து), சமுதாயம்

மனம் இலக்கியம் (கருத்து), சமுதாயம் இவை ஒன்றோடு ஒன்று நேரடியாகத் தொடர்புடையது. இவற்றில் மனம், கருத்து கண்ணுக்குப் புலப்படாத abstract வடிவமாகும். கருத்து, எழுத்துமுறை அல்லது மொழி என்னும் வடிவத்திற்குள் இயங்குகிறது. சமூகம் அதன் இயக்கமும், மாற்றமும் கண்ணால் அடையாளம் காணும் வகையில் உள்ளது. இலக்கியம் காலந்தோறும் சில வடிவங்களில் நின்று இயங்குகிறது. அமைப்பும் இயக்கமும் ஒன்றை ஒன்று சார்ந்தது. சங்க கால மக்களின் மனநிலை, மனநிலை ஆக்கம் ஆகியவற்றைச் சங்க இலக்கியத் தரவின் பின்னணியில் பார்க்கமுற்படுகிறது.

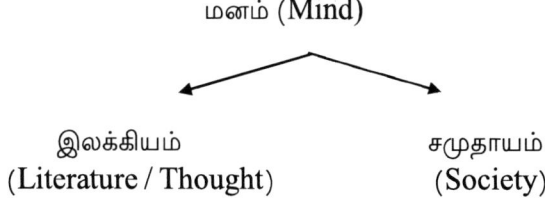

மனத்தின் எண்ணங்கள் மொழியின் வடிவில் வெளிப்படுகிறது. வாய்மொழி வடிவமாகவோ அல்லது எழுத்து வடிவமாகவோ வெளிப்படுகிறது. சமூகத்தின் தேவைகள் கூட்டு நனவிலிகள் தனிநபர்களோ அல்லது கூட்டு உழைப்பாலோ வடிவம் எடுக்கிறது. இலக்கியம் சமூகத்தை மாற்றி அமைக்கவும் செய்கிறது.

இதற்கு உலக வரலாற்றிலும் தமிழக வரலாற்றிலும் சான்றுகள் உள்ளன.

தனிமனித மனம் (Individual mind) இதனை அக மனம் எனக் கொள்ளலாம். கூட்டு மனம் (collected mind) சமுதாயத்தின் ஒட்டு மொத்த விருப்பம் முடிவினைக் காட்டும் மனம் புறமனம் எனக் கொள்ளலாம்.

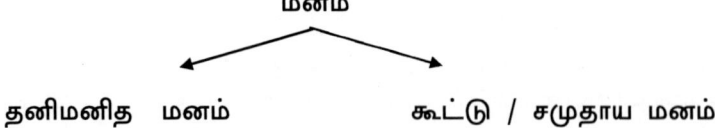

தமிழ் இலக்கியத்தில் காணப்படும் மனம் அதன் வெளிப்பாடு அமைப்பு அதன் இயக்கம் ஆகியவற்றைச் சில வரையறைக்குள் உட்படுத்தி அதனை உளவியல் பின்னணியில் புரிந்துகொள்ள முயற்சிக்கலாம்.

2. தொல்காப்பியமும் மனச் செயல்பாடும்

மனத்தின் செயல்பாடுகள் குறித்து தமிழ் இலக்கண இலக்கியங்கள் மிகுதியாகவே பதிவு செய்துள்ளன. சான்றாகத் தொல்காப்பியத்தில் பருவ வயதை அடைந்த ஆண் பெண் காதல் வயப்படும்போது எவ்வகையான அறிகுறிகள் தோன்றும் என்பதை எடுத்துக் காட்டியுள்ளார்.

ஆண்களுக்கும் பெண்களுக்கும் பொதுவான 9 அறிகுறிகள்.

வேட்கை ஒருதலை உள்ளல் மெலிதல்
ஆக்கம் செப்பல், நாணுவரை இறத்தல்
நோக்குவ எல்லாம் அவையே போறல்

மறத்தல் மயக்கம் சாக்காடு என்று அச்
சிறப்புடை மரபின் அவை களவு என மொழிப.
(தொல்.களவியல் -9)

1. வேட்கை - குறையாத விருப்பம்
2. ஒருதலை உள்ளல் - இடைவிடாது நினைதல்
3. மெலிதல் - உடல் மெலிதல்
4. ஆக்கம் செப்பல், - இடையூறு வரும்போது அதனை ஆக்கமாகநெஞ்சிற்குக் கூறிக்கொள்ளுதல்
5. நாணுவரை இறத்தல் - நாணத்தின் அதன் எல்லை கடந்து போதல்
6. நோக்குவ எல்லாம் அவையே போறல் × பிறர் தம்மை நோக்கிய நோக்கம் எல்லாம் தம் மனத்துக்குள் மறைத்து வைத்திருக்கின்றதை அறிந்து அவர்கள் நோக்குகிறார்கள் எனத் தவறாகப் புரிந்துகொள்ளுதல்
7. மறத்தல் - தம் செயல்களை மறத்தல்
8. மயக்கம் - தெளிவின்மை
9. சாக்காடு - சாதல் நினைவு (மடல் ஏறுதல் / வரை பாய்தல்)

தொல்காப்பியர் மெய்ப்பாடு (**body language**) பற்றித் தனி இயலாகப் பிரித்து அதனை விளக்கியுள்ளார். பேராசிரியர் என்னும் உரையாசிரியர் இந்த இயலுக்குத் தரும் விளக்கம் சிறப்பானது. மெய்ப்பாடு என்பது உலகத்தார் உள்ள நிகழ்ச்சி நிகழ்ந்த வாறே புறத்தார்க்குப் புலப்படுவதோர் ஆற்றல் வெளிப்பாடு என்கிறார். தொல்காப்பியர் இதனைக் காட்டலாகப் பொருள் என்கிறார். காட்டலாகப் பொருள் என்பது மனக்குறிப்பு. இதுபோல் தொல்காப்பியத்தில் பல பகுதிகள் நுணுக்கமாக மனச்செயல் பாட்டினைச் சுட்டிக் காட்டுகிறது.

3. சங்கப் பாடல்களும் மன வெளிப்பாடும்

சங்கப் பாடல்களில் காணப்படும் திணை அமைப்பு மனித உணர்ச்சிகளையே மையமிட்டு உள்ளது. குறிஞ்சித்திணை காதல் உணர்வினையும் முல்லைத்திணை எதிர்பார்த்தல் என்னும் உணர்வினையும் அடிப்படையாகக் கொண்டுள்ளன. இது இலக்கிய மரபாக இருந்தாலும் பொதுவாக மனித வாழ்வின் எதார்த்த உணர்வினை எடுத்துக் காட்டுகிறது. காதல் எதிர்பார்த்தல், ஊடுதல், இரங்கல், பிரிதல் இவை மனித சமுதாயத்தின் அடிப்படை உணர்ச்சிகள், இது தொல்குடி மக்கள் தங்கள் வாழ்வில் கண்டறிந்தது. அதனைக் கலை வடிவமாகவும் அவர்கள் உருவாக்கியுள்ளனர். குறிப்பாக இது அரசு உருவக்கத்திற்கு முன்பே இவ்வமைப்பு உருவாகியிருக்க வேண்டும். சான்றாகக் குறிஞ்சித் திணைப் பாடல்களில் காதல் வேட்கையால் தலைவன், தலைவியைத் தேடி பகலிலும் இரவிலும் வந்து சந்திப்பதும், சில வேளைகளில் இதில் தடை ஏற்படும்போது தலைவி மனம் உடைந்து உடல் மெலிந்து இருக்கும் சூழலில் தோழியின் வார்த்தைகள் அவளின் மனநிலையைத் தேற்றும் வகையில் அமைந்துள்ளது. இவ்வகை அமைப்பு பெண்ணுக்குத் தோழியும், ஆணுக்கு நண்பன் அல்லது தோழி தேற்றும் வகையில் உள்ளது. இவை மொழி ஊடாக நடைபெறுகிறது. எதார்த்த வாழ்விலிருந்தே இலக்கியம் இதனை எடுத்துள்ளது.

முல்லைத் திணையில் திருமணத்திற்குப் பின் தலைவன் பொருள் தேடவோ அல்லது போர், தூது போன்ற காரணங்களால் பிரிய நேரும்போது கார் காலத்தில் வருவேன் எனப் பருவங்களைச் சுட்டிச் சொல்வது இலக்கிய மரபாகும். சங்கப் பாடலான முல்லைப்பாட்டில் கார்காலம் வந்துவிட்டது. தலைவன் சுட்டியது போல மழை பொழிகின்றன. மேகங்கள் ஓடுகின்றன. அழகான முல்லை மலர்கள் பூத்துள்ளன. இப்படிப்பட்ட அழகான மாலை காலம், தலைவன் உடன் இல்லாததால் தலைவிக்கு இது பொலிவில்லாத காலமாகத் தோன்றுகின்றது. மனம் துயர் அடைகிறது.

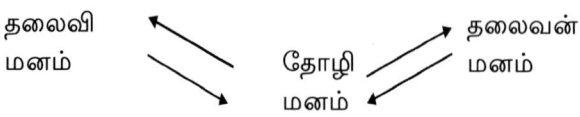

3.1.விரிச்சிக் கேட்டல் மரபும் மனநலமும்

விரிச்சிக் கேட்டல் என ஒரு தொல்குடி மரபு உள்ளது. விரிச்சிக் கேட்டல் என்பது நல்ல சகுணம் பார்த்தல் ஆகும், மனம் ஒன்றுபட்டு ஒரு காரியத்தில் ஈடுபடும்போதோ அல்லது தெய்வத்தை வணங்கும்போதோ பிறர் கூறும் சொற்கள் வேண்டிக்கொள்பவரின் மனதினை வலுப்படுத்தும், நம்பிக்கை தரும் வார்த்தைகள் கேட்டபின் தன்னுடைய காரியத்தைத் தொடர்வர் இதனை விரிச்சிக் கேட்டல் என்பர். அதனைச் சங்க இலக்கியம் உள்வாங்கிக் கொண்டது. தொடக்கத்தில் வேட்டைச் சமூகத்தில் இருந்த இந்த மரபு இலக்கியத்திற்குள் வரும் போது அக இலக்கியம் புற இலக்கியம் ஆகிய இரண்டிற்கும் பொதுவாய் அமைந்துள்ளது.

தலைவியின் வருத்தத்தைக் கண்டு, அவள் மனதினைத் தேற்ற அவள் இல்லத்தில் அவளுடன் வாழும் ஒரு பெருமுதுபெண்டீர் ஒருவர் விரிச்சிக்கேட்க செல்கிறாள். அணங்குறை மரத்தின் முன் நின்று நெல்லையும் மலரையும் தூவி வழிபடும்போது அங்கு ஓர் இளம்பெண்ணின் குரல் கேட்கிறது. தன் தாயினைக் காணாத கயிற்றால் கட்டப்பட்ட கன்று சுழன்று சுழன்று வருந்துகிறது. அதனைக் கண்ட அந்த இளம்பெண் மாலை நேரம் ஆகிவிட்டது. இப்போது உன் தாய் மேய்ந்துவிட்டு உன்னை வந்தடையும் என்னும் கருத்தமைந்த இந்த வார்த்தைகள் அந்த முதுபெண்டீர் காதில் விழுகிறது. (இவ்வாறு உண்மையாக நடந்ததா அல்லது தலைவியின் மனதினைத் தேற்ற இப்படி ஒரு நிகழ்வினைக் கற்பனைச் செய்துகொண்டாளா என்பது தெரியவில்லை) இவ்வகையான தொல்குடி மரபுகள் பல இலக்கியத்திற்குள் சென்றுவிட்டன. உலகம் முழுவதும் இது போன்ற நம்பிக்கை இருப்பதால் இதனைத் தொல்குடி பண்பாடாக (Tribal Culture) கொள்ளவேண்டும்.

அந்த பெருமுதுபெண்டீர் தலைவியிடம் சென்று மேற்காட்டிய செய்தியினைக் கூறி நான் விரிச்சிக்கேட்கும் போது நல்ல நிமித்தம் கேட்டது.

இன்னே வருகுவர் தாயர் என்போள்
நன்னர் நன்மொழிக் கேட்டனம் அதனால்
நல்ல நல்லோர் வாய்ப்புள் தெவ்வர்
முனை கவர்ந்து கொண்ட திறையர் வினைமுடித்து

> வருதல் தலைவர் வாய்வது நீ நின்
> பருவரல் எவ்வம் களை மாயோய்(முல்லை.16-21)

அதனால் தலைவர் தன் வினையை முடித்துப் பகைவரை வென்று பொருளுடன் வருவது உறுதி. நீ பருவ வரவால் ஏற்பட்ட உன் துயரினைப் போக்கிக்கொள்வாயாக என்று மனதினைத் தேற்றுகிறாள். இது போன்ற நிகழ்வுகள் ஒரு வகையில் மனநலம் சார்ந்த ஆலோசனைப் போலவே தோன்றுகிறது.

சங்கப் பாடல்களில் புறப்பாடல்களைப் பார்க்கும் போது அரசனின் வீரம், அரசனின் பெருமை பாடுவது, மக்களை நம்பவைப்பது, அரசனுக்கு அறிவுரைக் கூறுவது, அரசனின் மனநிலையைத் திடப்படுத்துவது போன்ற பல மனநிலை சார்ந்த அம்சங்களைப் பார்க்கமுடிகிறது.

> **பெருமூ தாள ரேமஞ் சூழப்,**
> **பொழுதளந் தறியும் பொய்யா மாக்க**
> **டொழுதுகாண் கையர் தோன்ற வாழ்த்தி,**
> **'யெறிநீர் வையகம் வெலீஇய செல்வோய்நின்**
> **குறுநீர்க் கன்ன லினைத்' தென்றிசைப்ப,** (முல்லை 54-58)

பெருமூதாளர் பாதுகாப்பிற்காக அரசனைச் சூழ்ந்துள்ளார்கள் பொழுதினை அளந்து, கணித்துச் சொல்லக் கூடிய கணக்கர். அரசன் காலை எழும்போது வாழ்த்தி, பொழுது இன்னது எனக் கூறுகின்றனர். மேலும் கடலால் சூழப்பட்ட இப்புவியை நீயே வெல்வாய் எனக் காலை எழுந்தவுடன் கடமைகளை நினைவுபடுத்திக் கொண்டே இருக்கின்றனர். இந்த எண்ணம் ஒவ்வொரு நாளும் தொடரும் போது எண்ணம் வலுவடைகிறது. இலக்கை அடைய வேண்டிய வழிகள் குறித்துச் சிந்தித்துக் கொண்டே இருக்கின்றனர். மனம் சிந்தனையை உருவாக்குகிறது.

4. இனக்குழு சமூகமும் மனநிலையும்

இனக்குழு சமூகத்தில் வேட்டை ஆடும் ஒரு குழு வேட்டை ஆடிய உணவினைப் பகிர்ந்து கூட்டமாக உண்டபின் இரவு நேரத்தில் நெருப்பினை உண்டாக்கி தாம் எவ்வாறு வேட்டை ஆடி அந்த உணவினைப் பெற்றோம் என்பதைச் செய்கைமூலம் நடித்துக்காட்டுவர். பகலின் தன் குழுவிற்காகச் செய்யப்பட்ட செயல் இரவில் கலை அம்சமாக மாறுகிறது. எதை வேட்டை ஆடினோம், எப்படி வேட்டை

இலக்கிய மானிடவியல் நோக்கு ❁ 47

ஆடினோம் என்பது நடித்துக் காட்டப்படுகிறது. சில வேளைகளில் சிலரால் ஓவியமாகப் பாறைகளில் தீட்டப்பட்டுள்ளன. இந்த ஓவியம் காலம் கடந்து வாழும் தன்மைக் கொண்டது. அதனால் அடுத்த தலைமுறையினருக்கு எந்த விலங்கினை எப்படி வேட்டை ஆடுவது என்னும் தன்னம்பிக்கையை அந்தக் கலை அம்சம் வழங்குகிறது.

இந்தத் தொடக்கப் புள்ளியிலிருந்து கலையும் மொழியும் தோன்றியுள்ளன எனக் கருதலாம். இதுபோன்ற மரபுகள் இனக்குழுச் சமூகத்திலிருந்து தோன்றியதால் அதனுடைய எச்சம் இன்றும் கலை அம்சங்களில் பிரதிபலிக்கின்றன. அது தொல்குடி மரபு என்பதால் அதைப் பற்றி அதிகம் அக்கரை கொள்ளவில்லை. தனி மனித மனதில் தோன்றிய கலை அம்சம் அடுத்த தலைமுறையை நம்பிக்கையோடு வழிநடத்தும் பண்பாட்டு அழகியலோடு கூடிய பொருளாக விளங்குகிறது.

5.தத்துவப்பின்னணியில் மனம் கருத்து சமூகம்

மொழி, கருத்து, இலக்கியம் இவை மூன்றும் ஒரே பொருளில் பார்க்கப்பட்டாலும் அதன் அமைப்பும் இயக்கமும் வேறுவேறானவை. இலக்கியம் அழகியல் சார்ந்தும், கருத்தியல் சார்ந்தும் இயங்குகிறது. இந்திய வரலாற்றில் நிலவுடைமை மலர்ந்து, அரசதிகாரம் நிலைபெறும்போது எதிர்பார்க்கும் சமூகக் கட்டமைப்பிற்கு ஏற்ற சாதகமான கருத்துக்களும் தத்துவப்பின்னணியும் இன்றியமையாததாக இருந்தது. வேதம், தொடக்கக் காலத்தில் வாய்மொழி வழக்காகவே இருந்தது. சமணம், பௌத்தம் ஆகிய தத்துவங்கள் எழுத்து நுட்பத்தினைத் தொடக்கத்திலே உள் வாங்கிக்கொண்டன. அது தமிழகத்திலும் பிரதிபலித்தன. கல்வெட்டுக்கள் சமண பௌத்த ஆவணமாகவும் அதில் வழங்கும் மொழி பிராகிருதம் தமிழும் கலந்த மொழியாகவும் உள்ளன. சங்க இலக்கியம் இதற்கு நேர்மாறாக வைதீக ஆவணமாகக் காணப்படுகிறது. சிறுபான்மையாகச் சமண பௌத்த கருத்துக்கள் காணப்படுகின்றன.

மனதில் தோன்றும் எண்ணத்திற்கும் சமூக மாற்றத்திற்கும் இடையில் பல்வேறு நிலை மாற்றம் அடைகிறது. ஒரு சீரான அசைவியக்கத்தையும் கொண்டுள்ளது. தத்துவக் கருத்து என்பது கூட்டு மன எண்ணங்களின் தொகுப்பு. மேற்காணும் படம் சமணத் தத்துவத்தைக் காட்டுகிறது. மன வலிமை, எண்ணத்தில் உள்ள துணிவும் வெற்றியைத் தேடித்தரும் எனத் திருக்குறள் போன்ற தத்துவ நூல்களும் கூறுகின்றன. இடுக்கண் வருங்கால் நகுக, கவலை என்பது மனம் சார்ந்தது. மனம் மாற்றம் அடைகிறபோது அல்லது மனநிலையை நாம் மாற்றிக் கொள்கிற போது அந்த அழுத்தம் கவலைகள் மறைகின்றன. மனநிலம் மண்ணுயிர்க்கு ஆக்கம் இனநலம் எல்லா புகழையும் தரும் (குறள் 457) மனத்தில் நன்மை இருந்தால் செல்வத்தைத் தரும். உன் இனத்தின் மேல் நன்மை இருந்தால் அதனோடு எல்லா புகழையும் தரும் எனத் திருவள்ளுவர் கூறுகிறார். மனத்துக்கண் மாசிலன் ஆதல் அனைத்தறன் ஆகுல நீர பிற(குறள்.34).

அன்பு என்னும் உணர்வு உலகில் உள்ள எல்லா உயிர்களிடமும் இயற்கையாகவே உள்ளது. கோழி தன்னுடைய குஞ்சுகளை மிக கவனமாகப் பாதுகப்பதற்குப் பின் இந்த அன்பு என்னும் உணர்வு இருப்பதை அறியலாம். அன்பு மனத்தில் உருவாகிற உணர்வு அது மனத்தில் இல்லை என்றால் பாலை நிலத்தில் மரம் தளிர்ப்பதற்குச் சமம் என்கிறார்(குறள்.78) திருவள்ளுவர். அதற்கு அடுத்த குறளில் அன்பின் வழியது உயர்நிலை அஃதிலார்க்கு என்புதோல் போர்த்திய உடம்பு (குறள்.80). அன்போடு கூடி நிற்கும் உயிரே உயர்நிலை பெற்ற உடம்பு என்றும் அன்பு இல்லாதது வெறும் எலும்பும் தோலும் போர்த்திய உடம்பு என்கிறார் வள்ளுவர்.

தனிமனித அறத்தை வலியுறுத்தி சமூகத்தை எப்படி வடிவமைக்க வேண்டும் என்பது இந்த இலக்கிய / கருத்து / மொழி மூலமாகவே செயல்படுத்தப்படுகிறது.

3
தொல்காப்பியத்தில் தொல்தமிழர் இனவரைவு

தொல்காப்பியம் தமிழ் மொழியில் கிடைத்த தொன்மையான இலக்கண நூலாகும். இந்நூல் ஏறத்தாழ இரண்டாயிரம் ஆண்டுகளுக்கு மேல் பழைமையானதாகும். இதன் காலம் கி.மு. 5க்கும் கி.மு.4க்கும் இடைபட்டதாக இருக்கவேண்டும் என அறிஞர்கள் கருதுகின்றனர். சிலர் இந்நூல் சங்க காலத்திற்குப் பிந்தையது என வாதிட்டு வருகின்றனர். ஆயினும் இன்று கிடைக்கும் தொல்பொருள் சான்றுகளும் ஆய்வுகளும் இந்நூலின் காலத்தினை முன்னோக்கிக் கொண்டு செல்கிறது.

தொல்காப்பியம் எழுத்து, சொல், பொருள் என்னும் மூன்று பெரும் பிரிவுகளைக் கொண்டது. எழுத்து, சொல் இலக்கணங்களைவிட பொருளதிகாரத்தில் மிகுதியான இனவரைவியல் கூறுகள் காணப்படுகின்றன. சான்றாக அகத்திணை, புறத்திணைப் பகுதிகளில் மிகுதியான பண்டைத் தமிழரின் வாழ்வியல் பண்பாட்டுக் கூறுகள் காணப்படுகின்றன. இது இலக்கண நூலாயினும் மக்களின் பண்பாட்டுக் கூறுகள் இடம்பெற்றுள்ளன. மேலும் இதன் உரைகளில் உரையாசிரியரின் சமகால பதிவுகளும் காணப்படுகின்றன.

1.இனவரைவியல்

மானிடவியல் துறையில் இனவரைவியல் ஆய்வுகள் தொடக்க கால ஆய்வுமுறை ஆகும். மிகநீண்ட நெடிய காலத்திலிருந்தே இந்த ஆய்வு வளர்ந்துவருகிறது. இனவரைவியல் பெரும்பான்மை கள ஆய்வுகளின் அடிப்படையில் எழுதுவதாகும். ஒரு குறிப்பிட்ட இனம், குலத்தின் மக்களைப் பற்றிய செய்திகளை

எழுதுதல் ஆகும். இன வரைவியல் ஒரு சமுதாயத்தை அறிய உதவுகிறது. தனித்தனிச் சமூகம் பற்றிய இனவரைவியல் ஆய்வுகள் ஒன்றுபட்டோ வேறுபட்டோ இருக்கிறது. இதன் வேறுபட்ட தன்மைகளைக் கருத்தில் கொண்டு அனைத்துச் சமுதாயத்திற்கும் பொதுவிதியை வகுப்பது இதன் தலையாய நோக்கம் ஆகும். மானிடவியல் பயில்வோர் தொடக்கத்தில் இன வரைவு ஆய்வினை மேற்கொள்வர். தற்காலங்களில் இது ஆய்வின் துணைப்பகுப்பின் (sub discipline)க்கு ஏற்ப பல வகையான மாறுதல்களை அடைந்துள்ளது. சான்றாகச் சுற்றுப்புறச் சூழலியல் (environmental studies) அனைத்துத் துறையுடனும் இணைத்துப் பார்க்கப்படுகிறது. 'ஒரு தனித்த சமூகத்தின் பண்பாட்டைப் பற்றிய மானிட வியலாளர்கள் அச்சமூகத்தாரோடு நீண்ட காலம் ஒன்றி வாழ்ந்து ஆய்வு செய்து அதனை, எழுத்தில் எழுதியளிக்கும் தனிவரைவு நூலே இனவரைவியல் எனப்படும். இத்தகு நீண்ட காலக் களப்பணியில் உற்றுநோக்கிப் பண்பாட்டை விவரிக்கும் தனிவரைவுகளை எழுதும் மானிடவியலர்கள் இனவரைவியலர் (ethnographer) எனப்படுவர்' (பக்தவத்சல பாரதி. 2005: 387) எனப் பக்தவத்சலபாரதி குறிப்பிட்டுள்ளார். இனவரைவு ஓர் இனத்தின் (race) பண்டைய கால வாழ்வியலை மீட்டுருவாக்கம் செய்யவும் துணை புரிகின்றன.

2.பெயர் - தொழில் (நிலவியல்)

தொல்காப்பியப் பனுவலில் அகத்திணை, புறத்திணை ஆகிய இரு துறைகள் மட்டும் பார்க்கப்படுவதால் தமிழர்களின் திருமணத்திற்கு முந்தைய பிந்தைய வாழ்க்கைமுறையும் போர் காலங்களில் தமிழர்கள் எவ்வாறு செயல்பட்டார்கள் என்பதும் பற்றியுமான பதிவுகள் காணப்படுகின்றன.

பெயரும் வினையும் என்று ஆயிரு வகைய

திணைதொறும் மரீஇய திணைந்நிலைப் பெயரே

(தொல்.பொருள்.அகத். 22)

இந்நூற்பாவிற்கு இளம்பூரணர், மக்கள் திறம் உணர்த்துதல் நுதலிற்று எனப் பொதுக் கருத்தினைக் கூறியபின் 'குலப்பெயரும் தொழில்பெயரும் என இருவகையாகத் திணைநிலை பெயர்கள்

உள்ளது' எனக் குறிப்பிடுகிறார். குலப்பெயர் என்பது இனக்குழுவின் (clan or band) பெயராக இருக்கலாம்.

தொழில்கள் என்பது நிலவியல் சார்ந்து அமைவதாகும் எனவே தொழிற்பெயரும் அந்த நிலவியல் சார்ந்தே அமையும். மலையும் மலைசார்ந்த இடம் (mountain region) உணவு சேகரிப்பு, வேட்டையாடுதலையும் (hunting and gathering), முல்லை நிலவியலாகிய மேய்ச்சல் சமவெளிகளில் (pastoral region) கால்நடை பராமரித்தல் cattle farming கால்நடையாக்கம் domestication காட்டெரிப்பு வேளாண்மை slash and burn agriculture சிறுவேளாண்மை இந்நிலத்தில் தொழிலாக அமைந்துள்ளது. இதனைச் சிறுவேளாண்மையுடன் கூடிய மேய்ச்சல் நிலம் (agro-pastoral land) எனக் கூறுவது பொருத்தமாக அமையும். மருதம் நிலம் Agricultural fertilizer land or delta region. வேளாண்மையும் கால்நடை பராமரித்தலும் முதன்மைத் தொழிலாக விளங்குகின்றன. இதன் காரணமாகவே இந்நில மக்கள் உழவர், உழத்தியர் என அழைக்கப்பட்டனர். நெய்தல் நிலம் (sea shore) கடற்கரைப் பகுதி ஆகும். இது கடற்கரையிலிருந்து பத்து முதல் பதினைந்து கிலோ மீட்டர் வரை உள்ளப் பகுதிகளைக் குறிக்கும். இது உப்பங்கழி (back water) வந்து கலக்கும் இடமாகும். ஆகவே நிலவியலைப் புரிந்து கொள்ளாமல் அது சார்ந்த தொழில்களைப் புரிந்து கொள்ளுதல் இயலாது. நிலம் சார்ந்த தொழில்கள் மூலமாக மக்களின் பெயர்கள் குறிக்கப்பட்டுள்ளன.

நிலவியல் சார்ந்த தொழில் நடைபெற்றாலும் குலப்பெயர் பொதுவாக இருந்துள்ளது.

ஆயர் வேட்டுவர்ஆடூஉத் திணைப்பெயர்
ஆவயின் வரூஉம் கிழவரும்உளரே
(தொல்.பொருள் 23)

ஆ+அர்= ஆயர் அதாவது பசுவை மேய்ப்பவர் எனப் பொருள்படுகிறது இதனையே இளம்பூரணரும் 'ஆயர் என்பார் நிரை மேய்ப்பவர், வேட்டுவர் என்பார் வேட்டைத் தொழில் செய்வார் அது எயினர் என்னும் குலப்பெயர் உடையார் மேல் தொழில் பெயராகி

வந்தது' எனக் குறிப்பிடுகிறார். இன்றும் மலைப் பகுதிகளில் வாழக்கூடிய பழங்குடிகள் குறிப்பாக ஜவ்வாது மலை, கொடைக்கானல் மலைவாழ் பளியர், புலையர், குன்னுவ மன்னாடியார் பழங்குடிகள், நீலகிரி மலைப்பகுதியில் வாழும் இருளர், தோடர், முள்ளுக்குறும்பர் படுகர் போன்ற பழங்குடிகள் சரிவான மலைப் பகுதிகளில் தங்கள் வாழ்வாதாரம் அமைந்துள்ளதால் மலைகளில் வேட்டையாடியும் கால்நடைகளைப் பராமரித்தும் வாழ்ந்து வருகின்றனர். அதன் காரணமாகவே வேட்டைத்தெய்வம் இவர்களின் வழிபாட்டு மரபில் இணைந்து இருக்கிறது. இவர்கள் மாடுகளை மேய்ப்பதும் வளர்ப்பதும் பிரதானமாக அமைகிறது. காலச்சூழலில் ஆநிரை மேய்ப்பதும் ஆநிரை பாதுகாப்பதும் முதன்மையாக இருந்தமையால் நிரை கவர்ந்து, ஆநிரை மீட்கும்போது போரில் வீரமரணம் அடையும் சூழல் ஏற்படுகிறது. அவ்வாறு நிரை மீட்கும்போது வீரமரணம் அடைந்த வீரர்களுக்கே நடுகல் நடப்படும் எனத் தொல்காப்பியம் குறிப்பிடுகிறது. காட்சி, கல்கோள், நீர்ப்படை நடுதல் சீர்த்தகு மரபில் பெரும்படை வாழ்த்தல் (தொல்.புறத்.63:19-20) இந்த நடுகற்கள் இன்றும் பழங்குடிகளின் வழிபாட்டுப் பொருளாக உள்ளது. ஒன்றுக்கு மேற்பட்ட பழங்குடிகள் இணைந்து வாழும் கூட்டுச் சமூக வாழ்க்கை (symbiosis) இருந்துள்ளது. ஒரே தொல்குடிகள் தனது பொருளாதார தேவைக்கு ஏற்ப கலப்புப் பொருளாதார நிலையையும் மேற்கொண்டுள்ளனர் substantial economic mixed economy என்பது தொல்காப்பியம் காலத்தில் நிலவி இருந்திருக்க வேண்டும்.

	ஆயர்	
படம்	(ஆடூஉ) வேட்டுவர்	1.தொழிலால் வந்தபெயர்
	எயினர்	2.குலப்பெயர் (clan / band name)

அவ்விரு திறத்தாரும், காடு பற்றி வாழ்தலின் அந்நிலத்தின் மக்கள் ஆயினர். அந்த வகையில் வரும் கிழவர் இருவகையாகப் பிரிக்கப்பட்டனர். ஒன்று அந்நிலத்தை ஆட்சி பெற்றோர், இரண்டாவது அனைத்தில் உள்ளோர் என்பன. குறும்பொறைநாடன் என்பது போல் வருவன ஆட்சி பற்றி வரும் பெயர். பொதுவன், ஆயன் என்பன குலம் பற்றி வரும் பெயர் என இளம்பூரணர்

உரைவழி அறிய முடிகிறது (தொல்காப்பியம் அகத்திணையியல் 23ஆம் நூற்பாவிற்கு இளம்பூரணர் உரை). இலக்கியப் பாடல்களில் பயின்று வரும் தலைமை மாந்தர்களின் பெயர்கள் வேறு மாதிரியாகவும் நிலவியல் சார்ந்த பெயர்கள் இனக்குழுவின் பெயராகவும் அமைந்துள்ளதை அறியமுடிகிறது.

திணை	நிலவியல் மக்கள்	இலக்கிய மாந்தர்
1.குறிஞ்சி	குறவன் குறத்தி	மலைநாடன் / வெற்பன்
2.முல்லை	ஆயர், ஆய்த்தியர்	பொதுவன், இடையன் குறும்பொறை நாடன்
3.பாலை	எயினர், எயிற்றியர்	மீளி - விடலை
4.மருதம்	உழவர், உழத்தியர்	ஊரன், மகிழ்நன்
5.நெய்தல்	நுளையர், நுளைச்சியர்	சேர்ப்பன், வெற்பன்

சங்கப் பாடல்களில் நுளையர் பற்றிய சொற்கள் இடம்பெற்றுள்ளன. திணைமயக் குறுதலும் கடிநிலை இலவே / நிலனொருங்கு மயங்குதல் இல்லென மொழிப (தொல்.அகத்.14) தொல்காப்பியர் காலத்தில் திணை என்பது பல்வேறு பொருளில் கையாளப்பட்டிருந்தாலும், இங்கு நிலைதிணை, இயங்குதிணை என்பனவற்றையும் இணைத்தும் பொருள் கொள்ளலாம். விலங்குகள், ஒரு நிலத்திலிருந்து மற்றொரு நிலத்திற்குப் புலம் பெயரும் தன்மை கொண்டவை. ஆனால் தாவரங்கள் அவ்வாறு விரைவாகப் புலம் பெயர்வதில்லை ஆனால் தாவரங்களும் விலங்குகளும் இன்ன பிற இயற்கையின் விளைவுகளாலும் புலம்பெயரும் தன்மை கொண்டவை. ஒரு நில அமைப்பு இன்னொரு நிலத்தோடு நெருங்கும் தன்மை கொண்டவையும் அல்ல.

3.பிரிவு

பிரிவு மனித வாழ்க்கையில் மிக இன்றியமையாத மன உணர்வுகளை உருவாக்குகிறது. பெண் பிரிந்து செல்லுதல் அல்லது உடன்போக்கு மேற்கொள்ளுதலின் காரணமாகப் பெற்றோர்க்குப் பிரிவு நேர்கிறது. தலைவன் விரைவில் திருமணம் செய்யாமை தலைவிக்குப் பிரிவு உணர்வு தோன்றுகிறது. இப்படி பல் வேறு வகைகளில் பிரிவு நிகழ்கிறது. இதனைத் தொல்காப்பியர் ஒரு

பகுதியாகவே தொகுத்து அளித்துள்ளார். ஓதல், பகை, தூது போன்ற காரணங்களால் ஆடவர் பிரிந்து செல்வர். காவல் காரணமாகவும், பொருட்பிரிவு போன்ற பிரிவுகள் சங்க கால ஆடவர்களிடம் இருந்துள்ளன.

பெண் (தலைவி) உடன்போக்கில் சென்ற பிறகு தாய் எவ்வாறு எங்கெல்லாம் சென்று தேடியுள்ளார் என்பன போன்ற தரவுகளும் தொல்காப்பியத்தில் கிடைக்கின்றன.

ஏமப் பேரூர்ச் சேரியும் சுரத்தும்

தாமே செல்லும் தாயரும் உளரே (தொல்.அகத்.40)

உடன்போக்கு (elopement) மேற்கொண்ட பெண்ணைப் பெற்ற தாயும், வளர்ப்புத் தாயும் தேடித் திரிந்துள்ளனர். பாதுகாப்புப் பொருந்திய பெரிய ஊரகத்துச் சேரியிலும் ஊரிலிருந்து சற்றுத் தள்ளி உள்ள சுரம் பாலை பகுதியிலும் பெற்ற தாயும் செல்லுவாள் என்னும் குறிப்பிலிருந்து வளர்ப்புத் தாயான செவிலித்தாயும் சென்று தேடுவாள் என்பது அறியமுடிகிறது.

அக்காலங்களில் வினை செய்வார் பணி செய்யக்கூடியவர்கள் அவர்களைப் போல் பணிசெய்யக் கூடிய அடிமைகளும் இருந்துள்ளனர். அவர்கள் அடியோர், அடியார் என அழைக்கப்பட்டனர். அக்கால வாழ்க்கை முறையில் பிரிதல் என்னும் அமைப்புப் பிரதான இடத்தைப் பெற்ற சமூக அமைப்பாகும். ஓதல், பகை, தூது தெய்வ வழிப்பாட்டிற்காகப் பிரிதல் பொருளின் காரணமாகப் பிரிதல், பரத்தையர் பிரிதல் எனப் பல காரணங்களுக்காகப் பிரிதல் நிகழ்வு நிகழ்ந்துள்ளன. எவ்வகை பிரிவாக இருந்தாலும் கடல் கடந்து பெண்களுடன் செல்லும் மரபு தமிழர்களிடம் இல்லை. முந்நீர் வழக்கம் மகடூஉ வோடு இல்லை (தொல்.அகத்.37) நடந்து போகும் தூரம் வரை பெண்களுடன் செல்லலாம். அதற்குக் கண்ணகி கோவலன், சான்றாக அமைகின்றனர். ஆனால், கலத்தில் பிரிவு மகளிருடன் இல்லை.

4.மடல் ஏறும் மரபு

பெண்கள் ஆண்களின் காதலை ஏற்காத பொழுது மடல் ஏறுதல் என்னும் வழக்கத்தை மேற்கொண்டுள்ளனர். பனங் கருக்கால்

குதிரை போல் செய்து அதில் காதலிக்கும் ஆண் அமர்ந்து கொள்வான். கழுத்தில் ஒரு பலகையில் பெண்ணின் படம் அல்லது பெயர் எழுதப்பட்டுக் கயிற்றால் அந்த மடல் இழுத்து வரப்படும். அப்போது உடலில் பட்டு இரத்தம் வழியும். இந்தப் பெண்ணிற்காக இந்த இளைஞன் உயிரைக் கொடுக்கத் துணிந்தான் என ஊரார் பேசுவார்கள். இச்செய்தி அப்பகுதியில் உள்ள இனக்குழுவிற்குத் தெரியவரும்போது ஊரார் இருவரையும் இணைத்துவைப்பார்கள். ஆனால், கடல் போல் விருப்பம் இருந்தாலும் பெண்கள் ஒரு போதும் மடல் ஏறமாட்டார்கள் அத்தகைய மரபு தமிழ்ச்சமூகத்தில் பேணப்பட்டதாகத் தெரிகிறது.

இந்த மடல் ஏறும் மரபு சங்க காலத்திலே இலக்கிய மரபாக உருமாற தொடங்கிவிட்டது. இது பக்தி இலக்கியக் காலத்தில் ஆழ்வார்கள் தங்களைப் பெண்ணாகவும் இறைவனை ஆணாகவும் நினைத்துப் பாடும் நாயக நாயகி பாவத்திற்கு (bridal mysticism) அடிப்படையானது. ஆழ்வார் பாசுரங்களில் சிறிய திருமடல், பெரிய திருமடல் போன்ற இலக்கியம் உருவாக்கப்பட்டுள்ளன. ஒரு சமூக வாழக்கம் பண்பாட்டு மரபானபின் இலக்கிய மரபாக ஆகிறது. நாயக நாயகி பாவம் சங்க அக மரபினை உள் வாங்கிக் கொண்டாலும் இது ஒரு புதிய வகையே ஆண் தன்னைப் பெண்ணாகவும் இறைவனைத் தலைவனாகவும் பாவித்து அகப்பொருள் உணர்வு தோன்ற பாடுவதாகும். ஆண்டாள் பாசுரங்களிலும் அவ்வாறே அமைந்துள்ளது. ஆண்டாள் பெண்ணாகப் பிறக்காமல் ஆணாக பிறந்திருந்தாலும் கற்பூரப் பூ நாறுமோ, கமலப்பூ நாறுமோ, திருப்பவள வாய்தான் தித்தித்திருக்குமோ என்றே பாடியிருப்பார்.

தற்காலத்தில் தமிழகத்தில் ஒரு கிராமத்தில் வயதுக்கு வந்த பெண் தான் எந்த ஆடவனை நினைக்கிறார்களோ அந்த ஆடவனின் வீட்டின் வாசலில் வந்து இரவு படுத்துக்கொள்கிறார்கள். இது போன்ற பல வகையான அமைப்புக்கள் தமிழ்ச்சமூகத்தில் இன்றும் வழக்கில் உள்ளன. மடல் ஏறும் வழக்கம் பெண்களுக்கு இல்லை. இது ஒரு பண்பாட்டு நடத்தையாக உள்ளது. ஆண்கள் தாம் விரும்பிய தலைவியின் படத்தினை அல்லது பெயரினை ஒரு கொடியில் வரைந்து வருகின்றனர். பெண்ணுக்கு அச்சமும் நாணமும் இருப்பதினால் அவள் தனது காதலைக் குறிப்பாகவே வெளிப்படுத்துவாள்.

நாகப்பட்டினம் மாவட்டப் பகுதியின் ஒரு கிராமத்தில் பெண்கள் தான் எந்த ஆடவனை விரும்புகின்றார்களோ அந்த ஆடவனின் வாசலில் இரவு வந்து படுத்துக் கொள்வார்களாம். அவ்வாறு அந்த ஆடவனுக்கு ஒரு அவப்பெயரினை ஏற்படுத்தி அந்த ஆடவனையே மணப்பார்களாம். இது ஒரு வகையில் மடல்போல் நவீன மரபாகக் காணப்படுகிறது. இது வெகுநாட்களுக்கு முன்பு செய்தித்தாளில் படித்தது. சரியாகச் சான்றுகள் கிடைக்கவில்லை.

மியன்மார் பகுதியில் எந்த ஆடவனைப் பெண் விரும்புகிறாளோ, அப்பெண் தன் தந்தையிடம் கூறுகிறாள் உறுதி செய்த பின்னர் தந்தை தன்னுடைய உறவினர்களிடம் தெரிவிக்கின்றார். தனது பெண் விரும்பிய ஆடவனை மடக்கிப் பிடித்துக் கடத்திச் சென்று திருமணம் செய்து வைக்கின்றனர்.

தமிழ் இலக்கியம், இலக்கணம் இரண்டுமே மனிதப் பண்புகளைப் போற்றியுள்ளன.

5. பிரிதல் இலக்கிய உணர்ச்சியாதல்

சங்க காலத்தில் இரு வகையான உணர்வே அடிப்படையானது. அவை காதல் மற்றொன்று பிரிதல். மற்ற உணர்வுகள் காதலிலிருந்து பிரிவதால் தோன்றும் வெவ்வேறு வகையான (combination) உணர்வுகளாகும்.

குறிஞ்சி	முல்லை	மருதம்	நெய்தல்	பாலை
(-பிரிவு)	(+பிரிவு)	(+பிரிவு)	(+பிரிவு)	(+பிரிவு)
காதல்	இருத்தல்	ஊடல்	இரங்கல்	பிரிதல்

காதல் என்னும் உணர்வு குறிஞ்சித் திணையில் நிகழ்வதாக இலக்கணக் கோட்பாடுகள் முன்மொழிகின்றன. இத்திணையிலும் பிரிவு உண்டு எனினும் இந்தக் காதல் வாழ்க்கையை மையமிட்டுப் பிற உணர்வுகள் தோன்றுகின்றன. திருமணத்திற்குமுன் பொருள்வயிற் பிரிவு, வேறுபிற காரணங்களால் பிரிவுகள் நிகழ்கின்றன, மேலும் காதலியைப் பிரிதல் சுற்றத்தாரைப் பிரிதல் எனப் பலவகைகள் உள்ளன. திருமணத்திற்குப்பின் தலைவியைப் பிரிதலால் இருத்தல் உணர்வும். திருமணத்திற்குப் பின் மகப்பேறு

இலக்கிய மானிடவியல் நோக்கு ❁ 57

கால இடைவெளிகளில் பரத்தையரின் காரணமாகப் பிரிதலால் ஊடல் என்னும் உணர்வும், தொழில் நிமித்தமாகப் பிரிந்து மீண்டு வாராமையால் இரங்கல் என்னும் உணர்வும், தோன்றுகின்றது. அதன் காரணமாகவே பாலை பிரிவுக்கு நிலம் வகுக்காமை, உணர்வுக்களமும் ஒரு காரணமாக அமைந்திருக்கலாம் என எண்ணுதற்கு இடமுள்ளது. இவையெல்லாம் பிரிதலால் நிகழக் கூடியது. எதன் காரணமாகப் பிரிவு உள்ளது என்பதையும் வரையத்துள்ளது. இதனை நச்சினார்க்கினியரும் குறிஞ்சியுள் பாலை, முல்லையுள் பாலை எனப் பொருளதிகார உரையில் சுட்டிச் செல்கிறார். (தொல்.1934:)

6.கருப்பொருள் × பண்பாட்டு உறவு

நிலவியல் (topography) காலம் சுற்றுச்சூழல் தெய்வம் உணவு விலங்கு மரம் பறை செய்தி, யாழ் இந்தப் பகுதியோடு இன்னும் பிற பொருள்கள் எல்லாம் தொல்காப்பியர் கரு என அழைத்தாலும் இவை தாம் பண்பாட்டினை வரையறை செய்கின்றன. அதில் பறை ஒவ்வொரு நிலத்திற்கும் ஒவ்வொரு வகையாக வாசிக்கப்பட்டுள்ளது அதற்கு அந்தந்த நிலவியல் சார்ந்த பெயர்கள் வழங்கப்பட்டுள்ளன பறை என்பது பொதுப்பெயராக இருந்துள்ளது. குறிஞ்சி முல்லை மருதம் நெய்தல் பாலை என்னும் நிலத்தில் இந்தப் பறைஒலி சமூகத்தில் எவ்வகையாகச் செயல்பட்டது. அதன் செயல்பாட்டினைக் கண்டறிவது இன்றியமையாதது ஆகிறது.

குறிஞ்சி முருகி அல்லது தொண்டகச் சிறுபறை

இது இன்று பயன்படுத்தும் உடுக்கை என்னும் கருவி ஆகும். வெறியாட்டின் போது வேலனால் பயன்படுத்தப்பட்டது.

தொண்டகப் பறை குன்றக் குறவர் குரவை ஆடும்போது இதனை இசைப்பர்.

முல்லை **ஏறுகோட்டு பறை**(ஏறு கொள்ளும் அறிவிப்பு இசை)

மருதம் **மணம்முழவு** (நிகழ்வு அறிவித்தல்)

நெல்லரிக்கிணை(தொழில் அறிவித்தல்)

நெய்தல்   மீன் கோட்டுப்பறை   (தொழில் அறிவித்தல்)

பாலை   சூறைக்கோட்டுப்பறை   வழிப்பறி மேற்
கொள்ளுதல் குறித்து அறிவிக்கும் இசை

நிரை கோட்டு பறை நிரையைக் கொள்ளுதல்
பொருட்டு அறிவிக்கும் பறை.

குறிஞ்சி முருகியும் தொண்டகமும், முல்லையில் ஏற்கோட்டு பறை அதாவது ஏறு கொள்ளும் அறிவிப்பு இசை, மருதம் மணம் முழவு நெல்லரிக்கிணை தொழில் அறிவித்தல், நெய்தல் மீன் கோட்டுப்பறை தொழில் அறிவித்தல், பாலை சூறைக்கோட்டுப்பறை வழிப்பறி மேற்கொள்ளுதல் குறித்து அறிவிக்கும் இசை, நிரை கோட்டு பறை நிரையைக் கொள்ளுதல் பொருட்டு அறிவிக்கும் பறை. ஆகவே ஒவ்வொரு நிலத்திலும் தனித்தனி வகையான இசையின் மூலம் அறிவிப்பும் தொழில்

நிகழ்தாலும் நடந்துள்ளன. இதனைப் பிற நிலவியல் சுற்றுச்சூழல் இதனுடன் ஒருங்கிணைத்துப் பார்க்க வேண்டும்).

பண்பாட்டு வரையறைகள்
⇑
கருப்பொருள்கள்

நிலவியல்				
குறிஞ்சி	முல்லை	மருதம்	பாலை	நெய்தல்

பண்பாட்டினை வரையறை செய்வதில் நிலங்கள் மிக முக்கியமான பங்கு வகிக்கின்றன. இலக்கியங்கள் கருப்பொருள்

என்னும் தலைமையின்கீழ், பல பண்பாட்டுப் பொருள்கள் உள்ளன. இலக்கிய வளர்ச்சிக்கு ஏற்ப 8 முதல் 13வரை சென்றாலும் இன்னும் நுண்மையான பொருள்கள் உள்ளன. அவற்றை ஒட்டு மொத்தமாகக் குறிக்கும் கலைச்சொல்லாகக் கருப்பொருள் என்னும் சொல்லைக் கொள்ளலாம். இவை அனைத்தும் நிலத்திற்கு அடுத்து இரண்டாம் நிலையிலே வைத்து எண்ணப்பட்டாலும் மனிதர்களுடன் இவை மிக நெருக்கமான தொடர்பு கொண்டுள்ளன. நிலம் மாற்ற முடியாத நிலைத்த தன்மைக் கொண்டது. ஆனால் பருவகால மாற்றங்களுக்கு ஏற்ப தன்னைத் தகவமைத்துக் கொள்கிறது. தாவரங்கள் விலங்குகள் வாழ்நாள் முழுவதும் மாற்றங்களுக்கு உரியது நகர்ந்து செல்லும் (migrate) தன்மை கொண்டவை. விலங்குகளைப் போல அல்லாமல் தாவரங்களும் பல்வேறு கால இடைவெளியில் இடப்பெயர்வுக்கு ஆளாகின்றன. இந்த பூமியில் பரிணாம வளர்ச்சியின் இறுதியாக மனிதர்கள் உள்ளார்கள். இயற்கையைத் தவிரப் பிற எல்லாவற்றையும் தனது கட்டுப்பாட்டுக்குள் கொண்டுவந்துள்ளனர்.

7.உரையாசிரியரின் உரையில் பண்பாட்டுக் குறிப்புக்கள்

“உயர்திணை என்மனார் மக்கள் சுட்டே” என்னும் நூற்பாவிற்குச் சேனாவரையர் உரையில் : ஈண்டு மக்கள் என்றது மக்கள் என்னும் உணர்வை. எனவே மக்களே ஆயினும் மக்கள் என்று சுட்டாது பொருள் என்று சுட்டியவாறு உயர்திணை எனப்படாது என்பதாம் (சேனாவரையம் சொல்லதிகாரம் முதல் நூற்பாவின் உரையில் இடம்பெற்றுள்ளது.) மக்கள் என்று கருப்படும் பொருள் உயர்திணை என்றதனால் மக்களாயினும் மக்கள் என்று கருதாத வழி அஃறிணையாகவே வழங்கப்படும் என்பதும் மக்களல்லாதன வெல்லாம் அஃறிணைப் பொருளாயினும் கூறுகின்றவன் அஃறிணை என்ற எண்ணமில்லாமல் உயர்திணைப் பொருளாகக் கருதின் அங்கு உயர்திணைச் சொற்கள் வழங்கப்படும் என்பதும் கொள்ளுதல் வேண்டும். ஒருவன் கோபத்தினால் பிறன் ஒருவனை வையும் (திட்டும்) போது அஃறிணைச் சொல் வழங்குவதைக் காண்கிறோம். அங்கு வையப்படுவன் மகனாக உயர்திணையாக இருப்பினும் வைபவன் அவனை மகனாகக் கருதாமையால் அஃறிணைச் சொல் வழங்கப்பட்டது (அதே நூற்பாவிற்குப் பூவராகம்பிள்ளை உரை).

மக்கள் என்ற சொல் உடம்பும் உயிரும் கூடிய நிலையையே குறிக்கும் அகுதாவது உயிரோடு வாழும் ஆடவரும் மகளிருமே மக்கள் என்ற உயர்திணை சொல்லுக்கு உரியவர்கள் ஆவர்கள். உடம்பும் உயிரும் பிரித்தும் பேசப்படுங்கால் அவை அஃறிணையே ஆகும் ஆயினும், சில இடங்களில் தனி உடம்பும் தனி உயிரும் உயர்திணையாகக் கூறப்படுதலும் உண்டு. தொல்காப்பியம் சொல்லதிகாரம் 57ஆம் சூத்திர உரையில் அறம் செய்து துறக்கம் புக்கான், உயிர் நீத்து ஒரு மகன் கடந்தான் என்று சேனாவரையர் காட்டும் உதாரணங்களைக் காணலாம். Physical properties or biological fact இங்கு பேசப்படும் உயிரியல் நிலை அதனைத்தான் மொழி பிரதிபலிக்கிறது ஆகவே அதற்கு இலக்கணம் கூற வரும் இடங்களில் இதனை விளக்க வேண்டி உள்ளது. ஆண்மகனை ஆடூஉ என்றலும் பொண்டாட்டியை மகடூஉ என்றலும் பண்டையார் வழக்கு. அறிவு முதலியன வற்றான் ஆண் மகன் சிறந்தமையின் ஆடூஉ அறிச்சொல் முன் கூறப்பட்டது எனச் சேனாவரையர் குறிப்பிடுகிறார். இது தொல்காப்பியர் கால வழக்கா? அல்லது சேனாவரையர் கால நிலையினை இந்நூற்பாவில் பிரதிபலித்துள்ளாரா என எண்ணிப் பார்க்கவேண்டியுள்ளது.

இருவகை பிரிவுகள் உள்ளன. காலால் (நிலத்துவழிப் பயணம்) பிரிந்து செல்வதும், கலத்தில் (நீர்வழிப் பயணம்) பிரிந்து செல்வதும் என இரு வகையில் தமிழர்கள் பயணம் மேற்கொண்டனர் அதிலும் கலத்தில் பிரிவது அந்தணர் முதலிய செந்தீ வாழ்நர்க்கு ஆகாமையால் வேளாளர்க்கு உரித்து என்றார். இருவகை வேணிலும் நண்பகலும் இருவகைப் பிரிவிற்கும் ஒப்ப உரிய அன்றி காலில் பிரிவுக்குச் சிறந்தல். கலத்தில் பிரிவு இளவேனில் ஒன்றும் காற்று மிகாத முற்பக்கத்து சிறுவரவிற்றாய் வருதலும் கொள்க. (கு.சுந்தரமூர்த்தி 1986 :61) என கு.சுந்தரமூர்த்தி அவர்களின் உரையில் குறிப்பிட்டாலும் இதற்கான குறிப்புகள் இளம்பூரணர் உரையிலும், நச்சினார்க்கினியர் உரையிலும் உள்ளன. சங்கத் தமிழர்கள் கடல்வழி மேற்கொண்ட அனுபவம் குறித்துச் சங்கப் பாடல்களில் சில குறிப்புகள் உள்ளன. அகநானூறு 255ஆம் பாடல் இதனை விளக்குகிறது. கலத்தில் பிரிவு பண்பாட்டு வரையறையின் ஒரு சிறு உட்பிரிவுகளைத் தொகுத்துக் கூறுகின்றார்.

சொற்களில் இயற்கைப்பொருள் குறிக்கும் சொற்கள், செயற்கைப் பொருள் குறிக்கும் சொற்கள் என இருவகைப்படும். அவற்றில் இயற்கை பொருளைக் கூறும் இடத்து தன்மைகளை உடன் கூறுதல் மரபாகும். நிலம் வலிது, தீ சுடும், நீர் குளிர்ச்சி உடையது என்பனவாகும். அதுபோல் செயற்கைப் பொருளைக் கூறும் இடத்து ஆக்கத்தை முதலில் கூறுதல் வேண்டும். இதுவும் மரபு வழக்கு ஆகும் இதற்குச் சான்றாக சேனாவரையர் **'கடுக்கலந்த கைபிழி எண்ணெய் பெற்றமையான் மயிர் நல்லவாயின, எரு பெய்து இளங்களைக் கட்டு நீர்கால் யாத்தமையால் பயிர் நல்லவாயின** இதே போன்று சொல்லமைப்பு மொழியில் இருந்திருக்க வேண்டும் இன்னும் இது போன்ற அமைப்புக்கள் பேச்சுத் தொடர்களில் காணப்படுகின்றன மேல் காட்டப்பட்ட தொடர்களின் மூலம் மக்களின் நடத்தையினை அல்லது அன்றைய செயல்பாட்டினை உணர முடிகிறது. கடுகு எண்ணெய்யைத் தலையில் தடவுகிற போது மயிர் நன்றாக வளரும் என்னும் உண்மை புலனாகிறது தமிழகத்தில் 2000 ஆண்டுகளுக்கு முன்பே கடுகினைத் தமிழர்கள் பயன்படுத்தி வந்துள்ளனர். சங்கப் பாடல்களில் போர்க்களத்தில் காயம்பட்ட வீரர்களைப் பேய் வந்து அண்டாமல் இருக்க வெண்கடுகின் புகையிட்டுக் காட்டி உள்ளனர். கதவிலும் ஐயவி என்னும் வெண்கடுகு எண்ணெய் பயன்படுத்தியுள்ளனர்.

"புறத்திணையில் வரும் பூவைநிலை என்பதற்கு உரை எழுதிய இளம்பூரணர், பூவின் மலர்ச்சியைக் கண்டு, இது மாயோன் திருமாலின் நிறத்தைப் போல் உள்ளது எனப் புகழ்தல் ஆகும் என்றும் பூவை என்பது காயாம்பூவைக் குறிக்கிறது என்றும் சுட்டியுள்ளார். நாட்டின் எல்லை காடு ஆதலின் அக்காட்டிடைச் செல்வோர் அப்பூவைக் கண்டு நாட்டின் நிலையினைக் கூறியுள்ளனர். இது பூவைநிலை எனக் கருதப்பட்டது. பூவைநிலை என்னும் துறையினை விளக்க வரும் இளம்பூரணர் உன்னம் கண்டு கூறினார் போல இதுவும் ஒரு வழக்கு என்கிறார். உன்னநிலை என்பது நாட்டில் உன்னமரம் என்னும் மரம் வாடி இருப்பின் நாட்டில் நீர் வளம் இல்லாமல் வாடி இருப்பதனை அறிந்த பிற நாட்டு அரசர்கள் அந்நாட்டின் மீது போர் தொடுப்பர் இது மரபு ஆகும். சங்க காலத்தில் இருந்துள்ளது. அது போல பூவைநிலை என்பது தொல்காப்பியர் காலத்தில் நிலவிய போர்

மரபாகும். உரையாசிரியர் வழியே தொல்காப்பியர் வழக்கினைச் செவ்வியல் தன்மையாக மாற்றி அமைத்துள்ளார் என்பது புலனாகிறது.

வாள்மங்கலம் என்னும் வழக்கம் சங்க காலம் தொட்டு இன்றும் வழக்கில் உள்ளது. மாணார்ச் சுட்டிய வாள்மங்கலமும் (தொல்.புறத்.88) எனத் தொல்காப்பியம் குறிப்பிடுகிறது. வாள்மங்கலம் என்பது பகைவரைக் கருதி வாளினைப் படையல் இடுதல், வெண்கொற்றகுடை, வாள் ஆகியவற்றிற்கு நல்ல நாள், கோள் பார்த்துள்ளனர். இன்றும் கோயில்களில் கிடாய் பலியிடும்போது அதனை வெட்டுவதற்கு என்றே ஊரில் சிலர் தலைமுறை தலைமுறையாக இருந்து வருகின்றனர். அந்த அருவாள் கிட்டத்தட்ட 13 கிலோ எடையும் மூன்றரை அடி உயரமும் கொண்டதாக இருக்கிறது. கிடாய் வெட்டு அன்று முதல் நாள் இரவே

அந்த வாளுக்குப் பூசெய் செய்து படைத்து விட்டுக் கிடாய் பலியிடும் கோயிலில் தெய்வத்தின் முன் வைத்துப் படைத்து அதன்பின் கிடாய் பலியிடப்படுகிறது மீண்டும் அதனைச் சுத்தம் செய்து வீட்டிற்குச்சென்று படைக்கின்றனர்.

சங்க கால இலக்கியத்தினை மீட்டுருவாக்கம் செய்வதற்கு மூல நூலே அன்றி உரையாசிரியரின் குறிப்பினையும் முதன்மைத் தரவாகவும் இன்று பழங்குடி மக்களிடமும் பிற மக்களிடமும் நிலவும் சடங்கு மற்றும் பிற பழக்க வழக்கங்களையும் கருத்தில் கொள்ளவேண்டியுள்ளது என்பது மிக நுணுக்கமாக உணரவேண்டிய ஒன்றாகும்.

4
சங்க இலக்கியமும் இனவரைவியலும்

1. இனவரைவியலும் அதன் கூறுகளும்

மானிடவியல் துறையில் இனவரைவியல் தொடக்க கால ஆய்வுமுறை ஆகும் என்பதை சென்ற பகுதியில் கண்டோம். ஓர் அயற்பண்பாட்டை விளக்க முற்படும் போது எந்த ஒரு சிறந்த இனவரைவியல் தொகுப்பும், பின்வரும் முதன்மையான கூறுகளைப் பற்றி விளக்குவதாக அமையப் பெறுகின்றன (பக்தவத்சல பாரதி. 2003:118-119). அவை, 1. புவிச்சூழல், 2. சுற்றுச் சூழல், 3. காலநிலை, 4.குடியிருப்பு நிலை, 5.பொருள்சார் பண்பாடு, 6.குடும்ப அமைப்பு, 7.திருமண முறை, 8.உறைவிட முறை, 9.வாழ்வியற் சடங்குகள், 10.குழந்தை வளர்ப்பு முறை, 11.பண்பாட்டு வயமாக்கமுறை, 12. மக்களின் உளவியற் பாங்குகள், 13.மணக்கொடை, 14.மணவிலக்கு முறை, 15.வாழ்க்கைப் பொருளாதாரம், 16.தொழிற் பகுப்பு, 17.உற்பத்திமுறை, 18.நுகர்வு முறை, 19.பங்கீட்டு முறை, 20.பரிமாற்ற முறை, 21.கைவினைத் தொழில்கள், 22.அரசியல் முறை, 23. அதிகார உறவுகள், 24.சமூகக் கட்டுப்பாடு, 25.மரபுசார் சடங்குகள், 26. சமய நம்பிக்கைகள், 27.சடங்குகள், 28.வழிபாட்டு முறைகள், 29. மந்திரம், 30.சூனியம், 31.விழாக்கள், 32.இசை, 33.விளையாட்டுகள், 34. அழகியற் சிந்தனைகள், 35.வழக்காறுகள் 36.ஈமச் சடங்குகள் 37. பிற தொடர்புடைய செய்திகள் எனும் வகையில் இனவரைவியல் கூறுகள் அமையப் பெறுகின்றன.

2. சங்க இலக்கியமும்-பன்மை அடுக்கு அமைப்பும்

உலக இலக்கியங்களில் தமிழ் இலக்கியங்கள் தொன்மையான இலக்கியங்கள் ஆகும். செயற்கைத் தன்மை இல்லாத இயற்கையான வாய்மொழி மரபினைச் சமஅளவு உள் வாங்கிக்கொண்டு தொல்குடி மரபினை நன்கு பதிவு செய்துள்ளன. பண்பாட்டு அடையாளங்கள் மிகுதியாக உள்ளன.

சங்க கால இலக்கியங்கள் வெவ்வேறு காலத்தில் தமிழகத்தின் பல்வேறு பகுதிகளிலிருந்து தோன்றியவை. அதில் பல்வேறு சமூக அடுக்குகளும் பண்பாட்டுப் பகிர்வும் அல்லது ஏற்றலும் (cultural adoptation) காணப்படுகின்றன. தொல் மரபிலிருந்து புதிய சமூக அமைப்பிற்கு மாறி வருகின்ற (transitional period) ஒரு கால கட்டத்தில் எழுந்தவை. இத்துணைத் தொன்மையான இலக்கியமாக இருந்தாலும் அவை ஒரு கால கட்டத்தில் தொகுக்கப்பட்டுப் பிற்கால சோழர்காலத்தில் உரைகள் எழுதப்பட்டன. அக்கால கட்டத்தினை ஒரு மறுமலர்ச்சி காலம் எனலாம். அதன்பின் தொல்காப்பியம் நூலின் உரையாசிரியர்கள் மேற்கோள் காட்டி வந்துள்ளனர்.

ஐரோப்பிய வருகையாலும் அச்சு இயந்திரங்களின் வளர்ச்சியாலும் சங்க இலக்கியக் கல்வி பரவலாக்கப்பட்டது. சுவடியில் இருந்த பல இலக்கியங்களை ஆறுமுகநாவலர், சி.வை. தாமோதரம்பிள்ளை, உ.வே.சா. பின்னத்தூர் நாராயணசாமி ஐயர், தி.சௌரிபெருமாள் அரங்கன், கப்பலோட்டிய தமிழன் பெரியவர் திரு.வ.உ.சிதம்பரனார் போன்ற தமிழ் அறிஞர்கள் அதன் அச்சில் பதிப்பிக்கலாயின.

சங்ககாலச் சமூக அமைப்பு நிலபாகுபாட்டின் அடிப்படையில் வரையறுக்கப் பட்டுள்ளது. அதனைத் 'திணைச்சமூகம்' என்னும் சொல்லாடல் மூலம் குறிக்கிறோம். ஒருகுறிப்பிட்ட நிலவரையறைக்கு உட்பட்ட பகுதியில் வாழும் மக்களைத் திணைச்சமூகம் என்றும் அம்மக்களின் வழக்கங்களைத் திணைப்பண்பாடு என்றும் அழைக்கிறோம். இதற்கு இலக்கியத் தரவே அடிப்படையாக அமைகிறது. இவை தவிர பிறசான்றுகளும் உள்ளன. நடுகற்கள், காசுகள் போன்ற சான்றுகள் இலக்கியத்திலும் கிடைக்கின்றன. இன்று வரை கிடைத்த தரவுகளின் அடிப்படையில் திணைச்சமூகத்தின்

பண்பாடுகளை ஓரளவு மீட்டுருவாக்கலாம். சங்க கால இலக்கியத்தின் வழி சமூகத்தை ஆராய்கிறபோது அதனுள் பன்மை அடுக்கு அமைப்பு (multi layer system) இருப்பதை உணரமுடிகிறது. இந்தக் கட்டுரை சங்க இலக்கியத்தில் காணப்படும் சடங்கின் பன்மை அடுக்கு நிலையினை முன்வைக்கிறது.

3. சடங்கு (Rituals)

சடங்குகள் புனிதத் தன்மை என்னும் பிரம்மையைத் தோற்றுவித்து அதன்மூலம் சமயம் என்னும் முறையை ஏற்படுத்திய நிகழ்வில் இரண்டாம் கட்டமாகச் சடங்குகள் ஏற்பட்டன. சடங்குகள் சமயத்தின் கருப்பொருளாகக் கருதப்பட்டன. புனிதத் தன்மையோடு தொடர்புகொள்ள மேற்கொள்ளப்படும் முறையான செயல்முறைகள். புனிதத் தன்மையைப் பாதுகாக்கவும் தீயவற்றிலிருந்து தனிமைப்படுத்தி தூய்மையாக வைக்கவும் மேற்கொள்ளப்படும் செயல்முறைகள்.

தெய்வத்திற்கு மனம் உண்டு என்றும் அந்த தெய்வத்தின் மனதை நிறைவு செய்யும் பொருட்டு மேற்கொள்ளப்படும் செயல் சடங்கு என அழைக்கப்படுகிறது. சமூக அமைப்பில் சடங்கு பெரும்பங்கு வகிக்கிறது. சமய நிகழ்வு சடங்கு அனைவரையும் ஒன்றுபட வைக்கிறது. தொல்சமயம் முதல் இன்றைய பெரும் சமய அமைப்பு வரை அனைத்திலும் இடம் பெரும் சடங்குகள் மக்களை இனக்கமுறச் செய்து, ஒன்றுபட வைக்கிறது.

3.1. சடங்குகளின் இருவகை

சடங்குகள் சமயச் சடங்கு, வாழ்வியல் சடங்கு என்ற இரு பெரும்பிரிவாகப் பிரிக்கலாம். சங்க காலத் தமிழர்களிடம் பல்வேறு வகையான சடங்குகள் நிகழ்த்தப்பட்டுள்ளன. அவற்றை அனைத்தையும் தொகுத்து "சங்கத் தமிழரின் வழிபாடும் சடங்குகளும்" என்னும் பொருண்மையில் மு.சண்முகம்பிள்ளை எழுதியுள்ளார்.

சங்க சமூகத்தை ஆய்வு செய்வதற்குத் தரவுகள் தொகுப்புகள் நிறைய தமிழில் கிடைக்கின்றன. ஆனால், அவை மேலும் கோட்பாட்டுப் பின்புலத்தில் பொதுமைப்படுத்தி ஆய்வு செய்ய வேண்டும். அதற்காகக் களங்கள் தமிழில் மிகுதியாக உள்ளன. இதில்

கூடுதலான பயனாகக் கருதவேண்டியவைச் சங்க சமூகத்தில் காணப்படும் பல நிகழ்வுகள் தமிழகப் பழங்குடிகளிடம் இன்றும் வழக்கில் நிலவிவருகின்றன அதனை ஒப்புநோக்கிப் பார்க்கவும் இடமுள்ளது.

3.2.மணச்சடங்கும் முறைகளும்

திருமணநிகழ்வு இயங்கும் முறையினை அமைப்பு அடிப்படையில் இருவிதமாகப் பிரிக்கலாம். சங்க கால இலக்கியங்களிலே தொல்மணச் சடங்குமுறை, பிறப்பண்பாட்டு ஏற்பு (cultural adoptation) நடந்துள்ளன என்பதை அறியமுடிகிறது. சங்கப் பாடல்களில் உள்ள திருமணமுறைகளில் தொல் கூறும், அதனுடைய வளர்ச்சியையும் அறியமுடிகிறது அதே போல் பிற பண்பாட்டு ஏற்பு சங்க மருவிய இலக்கியங்களில் காணமுடிகிறது குறிப்பாகச் சிலப்பதிகாரத்தில் காணப்படும் திருமணமுறை தமிழர்கள் தாம் பின்பற்றி வந்த பண்பாட்டில் இருந்து பிறப் பண்பாட்டினை ஏற்றுள்ளனர் என்பதை அறியமுடிகிறது. ஆகவே காலந்தோறும் இதுபோல் பண்பாட்டு ஏற்பு பண்பாட்டுப் பரவலும் நிகழ்ந்து கொண்டே இருக்கின்றன.

3.2.1.திருமண வகைகள்

திருமண வகைகள் பல இருந்தாலும், அடிப்படையில் திருமணமுறைகள் இரண்டாகப் பகுக்கப்படுகின்றது. 1. அகமணம் (endogamy), நெருங்கிய உறவில் திருமணம் செய்துகொள்வது மற்றொன்று, 2. புறமணம் (exogamy) இது உலகத்தில் பரவலாக நடைபெற்றுக் கொண்டு வருகிறது.

1.அகமணமுறை தன்னுடைய சாதி அல்லது குழுவிற்குள் மட்டும் மணம் செய்துகொள்வது. அ). இந்தியச் சூழலில் சாதியத் திருமணங்களை அகமணக் குழுவாகக் கொள்ளலாம். ஆ).மேலைநாடுகளில் ஒரு குறிப்பிட்ட வர்க்கத்தினர் மட்டுமே திருமணம் செய்துகொள்கின்றனர் இதுவும் ஒரு வகை அகமணமே. நிறம் பொருளாதாரம், கல்வி, ஆகியவை வர்க்க வேறுபாடுகளுக்குக் காரணமாக அமைகின்றன. இ).பழங்குடிகளில் [தோடர்] ==> [தோடர்] திருமணம் செய்துகொள்கின்றனர் இவர்களைத் தவிர பிற பழங்குடிகளான படகர், இருளர், கோத்தர் போன்ற குழுக்களில் மணம்

முடிப்பதில்லை. ஈ).நிலப்பரப்புச் சார்ந்த அகமணம் அமைகின்றது, உ). சிற்றூர் அகமணம் என அகமணம் பல நிலைகளில் உள்ளது.

2.புறமணம் அகமணத்திற்கு நேர் எதிரானது. வேற்றுக்குழுவில் திருமணம் செய்து கொள்வது. ஒரு சாதிக்குள் எந்த ஒருவரையும் திருமணம் செய்து கொள்ள முடியாது. வேற்று வரைவினை (cast exogamy) நாம் புறமணமாகக் கொள்ளலாம். பழங்குடிச் சமுதாயங்களில் - குலங்கள் (clans) ஒவ்வொன்றும் புறமணக்குழு ஆகும்.

சங்கப் பாடல்களில் வேற்று வரைவு பல இடங்களில் பதிவு செய்யப்பட்டுள்ளன. தலைவன் மலைப்பகுதியாகவும் (குறிஞ்சி), தலைவி முல்லைநிலப் பகுதியைச் சேர்ந்தவராகவும் ஆகிய இரு நிலப்பகுதியினர் இருவரும் திருமணம் செய்துகொண்டு வாழ்ந்ததற்கான சான்றுகள் உள்ளன. தலைவி மலைப்பகுதியிலும் தலைவன் முல்லைப் பகுதியையும் சேர்ந்த இருவரும் இணைந்து திருமணம் செய்துள்ளனர். இவை பெரும்பான்மை உடன்போக்குத் திருமணமாகும். வேற்று நிலப்பகுதி அல்லது வேறுநிலப் பண்பாட்டின் திருமணத்தை ஏற்றுள்ளனர். அதற்கு மிகச் சிறந்த சான்றாக **"யாயும் ஞாயும் யாராகியரோ"** (குறுந்.40) என்னும் பாடலைச் சுட்டலாம்.

3.2.2.மணத் துணையைத் தேடும் முறைகள்

மணத்துணையைத் தேர்ந்தெடுக்கும் முறைகளை எட்டு வகை திருமணம் எனத் தமிழ் இலக்கணத்தில் பதிவாகியுள்ளது மறையோர் தேயத்து மன்றல் எட்டனுள் (தொல். பொருள். களவியல்-1) அது வட இந்தியாவில் வழங்கப்பட்ட திருமணமுறைகளாகும், அதனால் தொல்காப்பியர் மறையோர் தேயம் எனக் குறிப்பிடுகிறார். இதில் காந்தர்வ மணம் மட்டும் தமிழர்கள் மேற்கொண்ட களவு மணமாகும் என இலக்கண வல்லார் உரை கூறியுள்ளனர். மானிடவியல் துறையைச் சார்ந்தவர்களும் எட்டு வகையான திருமணமுறையினைக் குறிப்பிடுகின்றனர். அவை; 1.தகுதிகாண் திருமணம், 2.கடத்தல் திருமணம், 3.தேர்வுத் திருமணம் , 4.மணப்பெண் பணம்கொடுத்துத் திருமணம் செய்தல், 5.பணிசெய் திருமணம், 6.பரிமாற்றத் திருமணம், 7.உடன்போக்கு (elopement), 8.வலிய மணம் ஆகியவையாகும்

இதில் தகுதிகாண் திருமணம், மணப்பெண் பணம்கொடுத்துத் திருமணம், பணிசெய் / சேவை மணம், உடன்போக்குத் திருமணம் ஆகிய நான்கு வகைகளும் சங்க இலக்கியத்தில் காணப்படுகின்றன. முல்லைத்திணையில் வரும் காளையை அடக்கும் முறை தகுதிகாண் திருமணமாகும், காதல் வாழ்வில் ஈடுபட்டுள்ள இளைஞன் எவராக இருப்பினும் மணப்பெண் வீட்டாருக்கும் பணம் கொடுக்கும் வழக்கம் சங்க காலம் முழுவது நிலவிய பண்பாடாக இருந்திருக்கவேண்டும். சேவை மணம் மிகச் சிறுபான்மையாக ஒரு பதிவு மட்டும் உள்ளது. களவு வாழ்வில் ஈடுபடும் இளைஞன் உடன்போக்கில் ஈடுபடுவர் இது தொல்பண்பாட்டு மரபாகும். இதனையே தமிழ் இலக்கணம் **"கொடுப்போர் இன்றியும் கரணம் உண்டே"** எனக் கூறுகிறது.

சங்க இலக்கியத்தில் திருமணம் என்னும் சொல் வதுவை, மன்றல், மணம் போன்ற வேறு பிற சொற்களிலும் வழங்கப்பட்டுள்ளது. மனிதனுக்கு மனிதன் செய்யப்படும் சடங்கு திருமணமாகும். "பொய்யும் வழுவும் தோன்றிய பின்னர் ஐயர் யாத்தனர் கரணம் என்ப" (தொல்.பொருள்.கற்பியல்-4) "மறையோர் தேஎத்து மன்றல்" (தொல். பொருள். களவியல்-1) என தொல் இலக்கணம் கூறுகிறது. சங்க காலத் திருமண அமைப்பினைப் பொதுவாக நான்காகப் பிரிக்கலாம் அவை; 1.மணத்தேர்வு, 2.மணக் காலம் / பொழுது, 3.மண மரபு, 4.மணமுறை ஆகியவை ஆகும்.

3.2.2.1.மணத்தேர்வு :

பண்பாடு, மனப்போக்கு, காலம் இவற்றுக்கேற்ப மணத்தேர்வு மாறுபடும். தொல் தமிழரிடம் களவு மணம் பெரும்பான்மையான வழக்கமாகும். ஆனால், அதற்குள்ளும் ஒரு சிறுசிறு அமைப்பாக வளர்ச்சி அடைந்து வருவதைப் பார்க்கமுடிகிறது. களவு மணம் தவிர 1.வீரம் (ஏறுதழுவுதல்), 2.சமுதாயப்பிரிவு (மகட்பாற்காஞ்சி) 3.சேவைமணம் ஆகிய மூன்று நிலைகளில் மணத்தேர்வினைச் செய்துள்ளனர். நொதுமலர் வரைவும் இதன் படிநிலை வளர்ச்சியே ஆகும்.

1.வீரம் (ஏறுதழுவுதல்)

ஏறுதழுவுதல், ஆயர் வாழ்வில் நிலவிய மணமுறை ஆகும் (கலி.101: 39-42,) வீரம் அல்லது தகுதிகாண் திருமணம் எனலாம்.

மல்லல் மழவிடை யூர்ந்தார்க்கு உரியள் இம் / முல்லையம் பூங்குழல் தான் (சிலம்பு:ஆய்ச்சியர் குரவை: சுட்டு-3) வலிமை மிக்க இந்த இளைய காளையினை ஏறிச் செலுத்தியவர்களுக்கே இம் முல்லை மலரினைச் சூடிய அழகிய கூந்தலை உடையவள் உரியவள் ஆவாள் என உரையும் பகர்கிறது. கலித்தொகை காலம் முதல் சிலப்பதிகாரம் காலம் வரை ஆயர் வாழ்வில் நின்று நிலவிய திருமணமுறையாகும். வீரத்தின் அடிப்படையில் மணமகனைத் தேர்வு செய்துள்ளனர். இது முல்லைத் திணையின் பாற்படும் களவொழுக்க நிலை ஆகும். காளையை அடக்கிய செயல் கற்பு வாழ்விற்கு வழிவகுப்பது. காளைப் போர் (bull - fight) உலகம் முழுவதும் உள்ளது. தன்நிலம் சார்ந்த பழக்கவழக்கம் உடைய முல்லைநில மக்கள் அல்லது ஆயர்கள், மணமகனை ஒரு சடங்கின் மூலம் அடையாளம் காணுகின்றனர். ஏறுதழுவுதல் ஏதோ ஒரு வீரவிளையாட்டுப் போலத் தோன்றினாலும் இது ஒரு வகையில் புறமணமுறையினைத் தடைசெய்கிறது. அதே வேளையில் இது ஒரு தகுதிகாண் திருமணம் (Probationary Marriage) ஆகும். ஆயர் சமூகத்த்துக்குள்ளேயே திருமணம் நடைபெற்றுள்ளதற்கான சான்றாகப் பின் வரும் கலித்தொகைப் பாடலைச் சுட்டலாம்.

ஆயர்மகனாயின், ஆய்மகள்நீயாயின்
நின்வெய்ய னாயின், அவன் வெய்யை நீஆயின்
அன்னை நோதக்கதோ இல்லைமன் நின்நெஞ்சம்
அன்னை நெஞ்சாகப் பெறின் (கலி.107)

அவனோர் ஆயர்மகன், நீயோர் ஆயர்மகள் அவன் உன்னை விரும்புகிறான் நீயும் அவனை விரும்புகின்றாய் அன்னை நொந்து கொள்வதற்கு இதில் எதுவும் இல்லை. எனத் தோழி கூறுவதாக இப்பாடல் அமைந்துள்ளது.

2.இனக்குழுவும் உட்பிரிவுகளும் (திருமணம்)

சங்க இலக்கியத்தில் பல் வகையான தொல்குடிகள் காணப்படுகின்றன. ஆனால் அவற்றிற்குள் பலகிளை அல்லது படிநிலைகள் இருந்திருக்கின்றன. சான்றாக முல்லை நிலப் பகுதியில் ஆட்டிடையன், மாட்டிடையன் வாழ்ந்திருக்கின்றனர். இவர்கள் இருவரையும் ஆயர் எனப் பொதுவாக அழைத்தாலும் அதற்குள் சில

உட்கிளைகள் நிலவியுள்ளன. இவர்கள் இருவருக்கும் பெண்கொடுத்துப் பெண் எடுக்கும் வழக்கம் இல்லை என்பது புலனாகிறது. அதனை ஒரு சமூக ஏற்றத்தாழ்வாகவே (social hierarchy) பார்க்க முடிகிறது. "இடையர்கள் உள்ளும் சமூகப் படிநிலைகள் இருந்துள்ளன என்பதற்குச் சான்றுகள் கிடைக்கின்றன. பகை அஞ்சாத புல்லினத்து ஆயர் மகனை நீ ஆயின், குடம் சுட்டும் நல்லினத்து ஆயர் எமர் (கலி.113) என்னும் பதிவுகள் ஆடு மேய்ப்பவர்களுக்கும் மாடு மேய்ப்பவர்களுக்கும் இடையாலான சமூகப் படிநிலையினை அறியமுடிகிறது" (கோ.சதீஸ் 2016).

எல்லா இஃதொன்று கூறிகுறும்பிவர்
புல்லினத்தார்க்கும் குடஞ்சுட்டவர்க்கு மெங்
கொல்லேறு கோடல் குறையெனக் கோவினத்தார்
பல்லேறு பெய்தார் தொழூஉ (கலி.107)

ஆயர் என்னும் முல்லைநிலப் பகுப்பிற்குள் ஆட்டிடையர், பால்கொடுக்கும் பசுவினத்தார், கோவினத்தார் (கோவினத்தார் அனைத்தையும் குறிக்கின்ற அதிகாரம் பெற்றோராக இருக்கலாம்) என்னும் முப்பிரிவு உடையவர் காணப்படுகின்றனர். மணஉறவுக்குத் தடை இல்லை எனினும் சில இடங்களில் திருமணங்களில் தடை இருந்துள்ளது.

மலையாளிப் பழங்குடிகளிடமும் இவ்வகையான வழக்கம் இன்றும் வழக்கில் உள்ளது. தாங்கள் வாழும் பகுதியை மலை முகடுகளை மோடு என வழங்கப்படுகிறது. ஒரு மோட்டிற்கும் இன்னொரு மோட்டிற்கும் திருமண உறவு ஏற்பதில்லை. சில வேளைகளில் சேவை மணத்தில் மூலம் திருமணங்கள் நடந்துவந்துள்ளன. (ரே.கோவிந்தராஜ்) இதுபோன்ற சூழலில் இனக்குழுக்குள் சில கிளைகளும் (band) அவற்றிற்குள் சில ஏற்றத்தாழ்வுகள் நிலவுவதை அறியமுடிகிறது.

3.சமுதாயப்பிரிவு

மணத்தேர்வில் அரசு உருவாக்கம் மலர்ந்த பிறகு பெருவேந்தர்கள், முதுகுடி மன்னர்களிடமும், குறுநில மன்னர்களிடமும் பெண்கேட்டுச் சென்றுள்ளனர். பழங்குடிகளும் சீறூர் மன்னர்களும் இனத்தூய்மை காப்பதற்கும் சமூகத்தின் பிற

காரணங்களுக்காவும் பெண் கொடுக்க மறுத்துள்ளனர். இதுவே மகட்கொடை மறுத்தல் ஆகும். போர் செய்து அப்பெண்ணை மணந்துள்ளனர். இது தொடர்பாக மகட்பாற்காஞ்சி பாடல்கள் விளக்குகின்றன. சீவக சிந்தாமணி காலம் வரை இது தொடர்ந்துள்ளது என்பதை அறியமுடிகிறது. "நலிவுஇல் குன்றோடு காடுறை நன்பொருள் புலியனார் மகள் கோடலும் பூமிமேல் வலியின் மிக்கவர் தம்மகள் கோடலும் நிலைகொள் மன்னர் வழக்கு" (சீவகசிந்தாமணி விமலையார் இலம்பகம்-பாடல்.11) எனச் சிந்தாமணிப் பாடல் குறிப்பிடுகிறது.

4. சேவை மணமும் - முலைவிலையும்

சங்கப்பாடல்களில் சிறுபான்மையாகச் சேவை மணம் நிகழ்ந்துள்ளது பற்றிக் குறிப்புகள் கிடைக்கின்றன. மணமகன் மணமகளின் பெற்றோரின் வீட்டில் பணி செய்து மணம் முடித்தல் சேவை மணம் ஆகும். சங்க காலங்களில் பெண்ணிற்குப் பொருள் கொடுத்து மணம்முடிக்கவேண்டும் பரிசம் கொடுத்து பெண்ணினைப் பெற இயலாத போது அந்தப் பெண் வீட்டில் தங்கி சேவை செய்து மணமுடிக்கும் ஒரு வழக்கம் இருந்துள்ளது. அப்பெண் வீட்டிற்கு முலைவிலை சிறுவளை பரியம், கொடுக்கப்பட்டதாகவும் இலக்கியக் குறிப்புக் காணப்படுகின்றது.

"இரும்பிடம் படுத்த வடுவுடை முகத்தார்
கடுங்கண் கோசர் நியம மாயினும்
உறுமெனக் கொள்குநர் அல்லர்
நறுநுத லரிவை பாசிழை விழையே"   (அகம். 90)

என்ற பாடலில், 'பாசிழை விழை' என்றும்,

"சிறுவளை விலையென பெருந்தேர் பண்ணியெம்
முன்கடை நிறீஇச் சென்றிசி னோனே"   (நற்.300)

என்ற பாடலில், சிறுவளை விலை என்றும் கூறப்படுகின்றது. இதன் மூலம் பரிசாகப் பொருள் கொடுக்கப்பட்டதை அறிய முடிகிறது. முலைவிலை என்பது தனக்குப் பிறக்கப்போகும் குழந்தைக்குப் பால் கொடுப்பதால் அதற்கு விலையாகப் பொருள்கள் கொடுக்கப்பட்டன. இங்கு முலை என்பது ஆகுபெயராக நின்று தாய்ப்பாலைக்

குறிக்கிறது. இதற்கு மேலும் சான்றாகப் பட்டினத்தார் பாடலில் தன் தாய் இறந்தபோது இறுதிச்சடங்கு செய்கிறபோது அவர் பாடும் பாடலில் " செய்ய இருகைப் புறத்தில் ஏந்தி கனகமுலை தந்தாளை எப்பிறப்பில் காண்பேன் இனி" (பட்டினத்தார் அன்னை இறந்தபோது பாடல்-1) என அவர் கூறுவதிலிருந்து அறியமுடிகிறது.

5.மணக் காலம் / பொழுது

சங்க காலத் தமிழர்கள் பெரும்பாலும் பாடல்களின் அடிப்படையில் திருமணத்திற்கு உரிய காலமாக வேங்கைமலர் மலரும் இளவேனில் காலத்தினைத் தேர்வு செய்துள்ளனர். "வேங்கை தந்த வெற்பணி நன்னாள்" (நற்.336) வேங்கை மலரின் சிறப்புக் கருதி "நன்னாள் வேங்கை" (நற்.384), "கணிவாய் வேங்கை" (நற்.373) என அழைப்பட்டுள்ளது. வேங்கை அரும்பும் காலம் தினைமுற்றும் காலம் ஆதலால் அம்மலர் அரும்பியதைக் கண்ட கானவர் தினைப் பறிப்பதற்கு ஈடுபடுவர். உணவுக்குத் தேவையான பொருள்கள் சேமிக்கப்படும். இயற்கையின் பண்புகூறுகளைக் கொண்டு பருவத்தை அறிந்துள்ளனர். அதே போல் சந்திரன் உரோகிணியோடு சேர்ந்து இருக்கும் நாளில் திருமணம் செய்துள்ளனர் (திங்கள் சகடம் மண்டிய துகள் தீர்க் கூட்டத்து (அகம் 136)), இது அடுத்த கட்ட வளர்ச்சியைக் காட்டுகிறது. விடியற் காலம் திருமணம் நடந்தது, (புள்ளுப்புணர்ந்து இனியவாக. அகம்136). வானூர் மதியம் சகடணைய வானத்து (சிலம்பு: மங்கல 5-7). எனச் சிலப்பதிகாரம் கூறுகிறது.

6.மணமரபு

பெண்கேட்டு நிச்சயம் செய்து திருமணம் நடந்துள்ளது. தொல்காப்பியத்தில் "கொடுப்போர் இன்றியும் கரணம் உண்டே" (தொல் பொருள்.கற்பியல்.2) கொடுப்போர் ஆகிய பெற்றோர்கள் இல்லாமல் உடன்போக்கிலும் திருமணங்கள் நடைபெறும் எனக் குறிப்பிடப்படுகிறது. என் தந்தை கொடுக்கத் திருமணம் நடைபெற்றுள்ளது (ஐங்.6)1, என்றும் திருமணம் செய்துகொள்வதற்கு வந்த தலைவனை நம் சுற்றத்தார் அவருக்கு மணம் செய்துகொடுதலை அவர் உடன்படுவார் (நற்.393)2, என்றும் மேலும் என் தந்தையும் அவருக்கு மணம் செய்துகொடுக்க விரும்புவார் (குறுந்.51)3 என்றும் சங்கப் பாடல்களில் இடம்பெற்றுள்ளன.

பெண் கேட்க நல்ல நாள் பார்த்துள்ளனர். "நன்னாள் வதுவை கூடி நீடின்று" (நற்.125:5-8), பெண்கேட்பதற்கு மணமகன் வீட்டார் முதியவர்களையும் அறிவரையும் அழைத்து வந்துள்ளனர். (குறுந்.146, கலி.39:46-51), வேங்கை மரத்தின் கீழ் மணம்பேசி முடித்துள்ளனர். மணம் ஆண் வீட்டில் நிகழ்ந்துள்ளது. மணவினைக்குமுன் நிகழும் "சிலம்பு கழி நோன்பு" செய்யும் வழக்கம் இருந்துள்ளது. இது பெண் வீட்டில் நிகழ்ந்துள்ளது4 (ஐங்.99). திருமணம் என்னும் வதுவை ஆண் வீட்டில் நிகழ்ந்துள்ளது.

மணவீட்டில் புதுமணல் பரப்பி அலங்கரித்துள்ளனர், சகுணமாகிய புள் (பறவை) நிமித்தம் பார்த்துள்ளனர், பல வகையான மங்கல முழவு முழங்கியுள்ளனர். மேலும் திருமணத்தின் போது இறைச்சி உணவினை அளித்துள்ளனர்5. இது எயினரின் கூட்டுண் வாழ்க்கையின் அடுத்த கட்ட வளர்ச்சி எனலாம் இது நம்பிக்கையின் பார்ப்பட்டதாகும் ஒரு நிகழ்விற்கு சமூகத்தின் பல காரணிகள் சேர்ந்தே இயங்குகிறது. சங்கப் பாடலுக்குள் ஒரு நிகழ்விற்குள் பல துணைநிகழ்வுகள் அதன் அமைப்பு மற்றும் இயக்கத்தில் பன்மை அடுக்கு அமைப்பு இருப்பதை உணரமுடிகிறது.

7.மணமுறை

திருமணத்தின் போது நல்ல நாள் பார்த்துள்ளனர். 1.நல்ல நாள் பார்ப்பது பருவம் அறிதலையே குறிக்கிறது. அதனால் வேங்கை மலரும் காலத்தினை அறிந்து திருமணம் நிகழ்த்தியது தொல் அமைப்பாகும் அதற்கு அடுத்த நிலையாக திங்கள்-ரோகிணியுடன் சேந்திருக்கும் நாளில் திருமணம் நடத்தியுள்ளனர். இதனைப் பன்மை அடுக்கு அமைப்பு எனலாம்., 2.புள் (பறவை) நிமித்தம் அறிந்து , 3.கடவுளை வணங்கி, 4.திருமணம் ஆண் வீட்டில் நிகழ்ந்துள்ளது, 5.திருமணத்தின் போது பந்தல் அமைத்துள்ளனர் அது இன்று வரை தொடர்கிறது, மேலும் 6.புதுமணல் பரப்பி , மணவிழாவின் போது 7.விளக்கேற்றி வழிபட்டுள்ளனர், 8. மண முரசு முழவு முழங்கப்பட்டு, குழந்தைப் பேறுடைய வாலிழை வதுவை மன்னிய மகளிர் 9.மங்கல நீராட்டியுள்ளனர், திருமணத்தின் போது 10.புதிய ஆடை உடுத்தியும் அணிகலன்களும் அணிந்துள்ளனர், 11.நெல் நீர் சொரிந்து மங்கல மகளிர் வாழ்த்தியுள்ளனர், விடியற் காலை பொழுதிலேயே 12. ஊன் கலந்த சோற்றினை வரையறை இல்லாமல்

வள்ளல் தன்மையுடன் அளித்துள்ளனர் (காண்க அடிக்குறிப்பு-5) என்பதைச் சங்கப் பாடல்களின் வழி அறியமுடிகிறது.

8. சங்க கால திருமணச் சடங்கும் அர்னால்டு வான் கென்னப்பின் அமைப்பும்

ஒவ்வொரு சடங்கிற்குப் பின்னும் உலக வாழ்க்கைப் பற்றியும் மக்களின் பார்வையும் அவர்களின் கருத்தாக்கமும் அடங்கியுள்ளன. அர்னால்டு வான் கென்னப் என்னும் டச்சு நாட்டு அறிஞர் வாழ்க்கை வட்டச் சடங்குகளை மூன்றாகப் பிரித்து அமைப்பு அடிப்படையில் சடங்கு இயங்கு நிலையினை விளக்குகிறார் அவை;

    1. பிரித்தல் சடங்கு (rituals of sepration)

    2. நிலைமாற்றுச் சடங்கு (rituals of transition)

    3. இணைத்தல சடங்கு (rituals of incorporation)

இம் மூன்றும் ஒரே சடங்கில் அமையலாம்.

```
        அ ============================ ஆ
    1.பிரித்தல்  2. நிலை மாற்றுதல்  3.இணைத்தல்
        இ +++++++++++++++++++++++++ ஈ
```

    1 பிரித்தல்   **2 நிலை மாற்றம்** **3 இணைத்தல்**
    சிலம்புகழிநோன்பு மணச்சடங்கு   கற்பு வாழ்க்கை

தமிழர் திருமண அமைப்பில் தொடக்க காலகட்டத்திலிருந்து பன்மை அடுக்குநிலை அமைப்புக் காணப்பட்டாலும், அதன் இயங்கு அமைப்பில் பெரிய மாற்றங்கள் ஏதும் இல்லை. நும்மனை சிலம்புகழிதல் என்னும் சடங்கு பிரித்தல் சடங்காகும், மணநிகழ்வு நிலைமாற்றுதல் ஆகும், உடன்போக்கு முதல் எவ்வகையான கற்பு வாழ்க்கையினை ஏற்று கணவனுடன் வாழ்தல் இணைத்தல் அல்லது புதிய தகுதியை வழங்குதல் ஆகும்.

II

9. வழிபாடுமரபு (சடங்கு)

வழிபாட்டு மரபிலும் தொல் வழிபாட்டு மரபும் பிற வழிபாட்டு மரபினை ஏற்றலும் நிகழ்ந்துள்ளது. மலையுறை அணங்கு,

சூர் போன்றவைத் தொல் வழிபாட்டு மரபாகும். சிவன், திருமால், இந்திரன், வருணன் போன்றவை பெருமரபுக்கு உரிய பண்பாட்டு ஏற்பாகும் இவை இரண்டிற்கும் இடையில் கொற்றவை உருவாகியிருக்க வேண்டும்.

தொல்தமிழர் பண்பாட்டில் வேலன் வெறி அயர்தல் மிக முக்கியமான பண்பாட்டுக் கூறாக விளங்குகிறது. சங்க இலக்கியத்தில் வெறி, வெறிக்களம், வெறியயர், வெறியாடு, வேல் வல்லான், வேல்வலான் வேலன் ஆடுமகள் போன்ற சொற்றொடர்கள் பயின்று வந்துள்ளது.

பெரும்பாலும் அன்னையே வெறிஆட்டு வேண்டி நிற்கின்றாள், தெய்வத்தால் அறியப்பட்டு மாறுபாடு இல்லாமல் வெறி ஆட்டு நிகழ்த்தவேண்டும் என உணர்ந்த தாய் ஆட்டினை முருகவேலை வழிபடுகிறாள் 6 (நற்.47), கடம்ப மாலையை அணிந்த வேலன் வெறிமனையில் வேண்டுதல் நிகழ்த்துகிறான் (நற்.34), கழங்கு காணல்-ஒரு வகை குறிப்பறிதல், குறிப்பார்த்தல் ஆகும். வேலன் உடலில் தேயும் வண்ணம் தலையில் ஒரு துணி கட்டப்பட்டிருந்தது, சிறுபைகள் தொங்கப்பட்டிருந்த பல தலைகளை உடைய செங்கோல் வைத்திருந்தனர். அறிவில் சிறந்தவனாக மக்கள் நம்பியுள்ளனர் அதனல் அவர்கள் முதுவாய் வேலன் என அழைக்கப்பட்டுள்ளனர்7. (அகம்-195). பெரும்பாலும் மகளின் காதல் நிலையினால் உடல் மற்றும் உள்ளத்தில் தோன்றிய மாற்றத்தினால் வேலனிடம் சென்றுள்ளனர். அதே நேரத்தில் உடன்போக்கில் சென்ற தலைவியின் நிலையினை அறிந்து கொள்ளவும் வேலனை நாடியுள்ளனர்.

நனைமுதிர் புள்கின் பூந்தாழ் வெண்மணல்
வேலன் புனைந்த வெறியார் களந்தொறும்
செந்நெல் வான்பொறி சிதறி (குறுந்-53)

வெள்ளிய மணல் பரப்பில் வேலனால் அமைக்கப்பட்ட வெறியாட்டு எடுக்கும் இடந்தொறும் செந்நெல்லினது வெள்ளிய பொறி சிதறும் (குறுந்.53). நீண்ட நெடிய மரபுடைய சமூகத்தில் தொல் வழிபாட்டு மரபு கட்டாயம் இருக்கும் தொல் மரபிலிருந்தே அதன் அடுத்த கட்ட வளர்ச்சி அமைகிறது.

அணங்கு தாக்கிய பெண்ணை அதனை விரட்ட மேடான பரப்பில் செம்மறி ஆட்டின் குரல் வளையை அறுத்துக் குருதி பலி சிந்தி தினையினை பரப்பி பல்வேறு தெய்வங்களை வாழ்த்தி இசைக்கருவிகள் முழங்க இந்தத் தீய சக்தியை விரட்டினர் (குறுந்.263). பெண்ணைத் தாக்கும் முருகணங்கினை ஓட்டுதல் / விரட்டுதலே வேலன் வெறியாட்டுச் சடங்காகும். இது இன்றும் தமிழகப் பழங்குடிகளிடம் காணப்படுகிறது. குறிப்பாகப் பழனி மலைப்பகுதியில் வாழக்கூடிய குன்னுவர், பளியர் ஆகியோரிடம் இச்சடங்கும் வெறியாட்டு என்னும் சொல்லாடலும் பயன்பாட்டில் உள்ளன (தகவல் : பழனிவேல்ராஜன், திண்டுக்கல்).

9.1.வேலன் வெறியாட்டு-பொது பண்பாடு

பண்பாட்டுக் கூறுகள் பெரும்பாலும் நில அமைப்பினை மையமாகக் கொண்டே இயங்கும். குறிஞ்சித்திணையில் நிகழும் வேலன் வெறியாட்டு என்னும் சடங்கு நெய்தல் நில மக்களும் பின்பற்றியுள்ளனர் என்பதை அறியமுடிகிறது.

ஆடு அரை புதையக் கோடை இட்ட
அடும்பு இவர் மணல்கோடு ஊர நெடும்பனை
குறிய ஆகும் துறைவனைப்
பெரிய கூறி ஆய் அறிந்தனளே (குறுந்.248)

பெரிய கூறி என்பதற்கு முருகனின் பெருமைபடக் கூறி வெறிப்பாட்டு அயர்ந்து , ஆய் அறிந்தனள்- தாய் அறிந்து கொண்டாள். புறநானூறு 375:19 ஆம் பாடலிலும் பெரிய கூறு வருவதாக உ.வே.சாமிநாதையர் குறுந்தொகைக் குறிப்புரையில் குறிப்பிடுகிறார். (உ.வே.சாமிநாதையர் 1947:516). முருகன் என்பது இடைப்பட்ட காலமாக இருக்கலாம். இந்த வேலன் வெறி அயர்தல் ஒரு காலத்தில் பொதுப்பண்பாடாகத் தொல்மூலப் பண்பாடாக (proto culture) இருந்திருக்க வேண்டும்.

தொல்குடிகள் வழிபட்ட கடவுள் அச்சம் தருவதாகவும் அது காடுகளிலும் மலைகளிலும் வாழ்வதாக நம்பினர். மற்றொன்று திணைக்குடிகள் (நாகரிக மாற்றத்தைக் குறிக்கிறது) கடவுளை ஊர் மன்றத்தில் உறையுமாறு செய்து அதற்குப் பலியிட்டனர். கடவுளைக்

குடிகொள்ள செய்தனர் (அகம்168;9-20) இது ஒரு முக்கியமான படிமலர்ச்சி ஆகும். நெடுஞ்சுவர் எழுப்பி, விட்டம் அமைத்து, வைக்கோல் கூரை வேய்ந்து எழுது அணி கடவுள் தின்னை மெழுகி பலி கொடுத்துள்ளனர் (அகம் 168).

தொல் சமயத்தில் நீண்ட கால படிமலர்ச்சியில் கடவுளைக் கோயில் கட்டி வணங்கும் நிலைக்கு மாற்றங்கள் ஏற்பட்டுள்ளது. இந்தக் காலகட்டத்தில் தான் அச்சம் தரும் தெய்வம் (malevolent deities) என்னும் கருத்தாக்கத்திலிருந்து அன்பு செலுத்தும் கடவுளாக (benevolent deities) மாறியுள்ளதை அறிந்துகொள்ள முடிகிறது.

தொல் சடங்கில் உயிர்ப்பலி இருந்தது அது இன்றும் தொடர்கிறது. பூக்களைக் கொண்டு வழிபடும் கடவுளாக மாற்றம் அடைந்துள்ளது. நெல்லும் மலரும் தூய் கைதொழுது (முல்லைப்பாட்டு 8-11) பலியிடுதல் வைதீக, சமண பௌத்த சமயங்களை ஏற்காகச் சமயத்தில் தங்கி விட்டது. பூசை வைதீக சமண பௌத்த சமயங்களில் பூ வைத்து வழிபடுவது ஏற்கப்பட்டுப் பலியிடுதல் (Taboo) விலக்கப்பட்டது. மணிமேகலையில் வரும் **நிகர் மலர் நீயே கொணர்வாய்** (மணிமேகலை 3:15) என மாதவி கூறுவதால் அறியமுடிகிறது. பெரியபுராணத்தில் வரும் வேடர் குலத்தைச் சார்ந்த திண்ணன் இறைச்சியை இறைவருக்கு வழங்கும் நிலையின் மூல அறிந்துகொள்ளலாம்.

எயினர் மறவர் போன்ற தொல்குடிகளிடம் பலிக்கொடுக்கும் வழக்கம் இருந்துள்ளது. வைதீகத்தையும் மெல்ல தழுவியுள்ளனர். சிலம்பு வேட்டுவ வரியில் வரும் எயினர்களின் வழிபாட்டு மரபு மிக முக்கியமானதாகக் கருதப்படுகிறது.

தெய்வத்திற்குக் கொடுக்கும் பொருள் அல்லது படைத்தல் இதில் இன்றும் இருவிதமான தன்மைகள் காணப்படுகின்றன. (simple to complex) எளிய நிலையிலிருந்து கடினநிலைக்கு. 1.சமைக்காத உணவுகள் வழங்குவது (raw offering) 2.சமைக்கப்பட்ட உணவினை வழங்குவது (cooking offering) தேன், தினை, பழங்கள், தேங்காய், வெற்றிலை போன்றவைகளைச் சுட்டலாம். பொங்கல் வைத்தல் போன்றவைகள் சமைக்கப்பட்ட உணவுகளாகும். சங்க காலங்களில் தெய்வத்திற்குப் படைக்க ஆண் பூசாரிகளும் பெண் பூசாரிகளும்

(சாலினி) இருந்துள்ளனர். சிலப்பதிகார வேட்டுவ வரியில் வரும் சாலினி என்னும் பெண் பூசாரி குறிப்பிடப்படுகிறாள். ஆண் பூசாரிகள், பூசை மேற்கொள்ளும் அதே நிலவுடைமைச் சமுதாயத்தில் காட்டுப்பகுதியில் வாழும் எயினர்களிடம் பெண் பூசாரி வழக்கத்தில் இருந்துள்ளனர்.

தொல் சமய மரபிலிருந்தே தொடர்ச்சியான மாற்றங்கள் நிகழ்ந்து வந்துள்ளன. இதனைப் படிமலர்ச்சி (evolution) எனலாம். இந்தப் படிமலர்ச்சியின் அசைவியக்கம் ஒரு சீரான மாற்றத்தை அடிப்படையாகக் கொண்டிருக்கின்றது. இயற்கைப் பொருளின் மீது ஆற்றல் உள்ளதாகப் பழங்கால மனிதர்கள் நம்பினர், சங்க இலக்கியத்திலும் இது போன்ற இயற்கைப் பொருளின் மீது உள்ள வழிபாட்டு மரபு நன்கு புலனாகிறது. தெய்வம் சேர்ந்த பராறை வேம்பின் (அகம் 309-4), மன்ற மராஅத்த பேஎம் முதிர்கடவுள் (குறுந்-87-10) போன்ற சான்றுகள் மரத்தில் அணங்கு உள்ளதைக் குறிக்கிறது.

தொல் தமிழர் சமயத்தின் முக்கிய கூறுகளில் ஒன்று இயற்கை வழிபாடு (naturism) மேலோங்கி இருந்துள்ளது. பேய்கள் போரில் புண்பட்டவர்களின் காயங்கள் வழியாக இரத்தத்தை உறுஞ்சும் என்றும் அதனால் போர்களத்தில் காயம் பட்ட வீரர்களுக்குக் கடுகினைப் (ஐயவி) புகைத்து, எருக்கம் தழையுடன் வேப்பிலையும் மனையில் செருகப்பட்டது. காஞ்சிப் பண்ணைப் பாடி பேய்களை விரட்டியுள்ளனர் (புறம் 281-296). இது வீரயுக காலமா இருந்தாலும் தொல்பண்பாட்டே கடைபிடிக்கப்பட்டு வந்துள்ளது. சிற்றரசர்கள் ஆட்சிக்கு உட்பட்ட எல்லைகளைப் பாதுகாக்க எல்லைப்புறங்களில் பழங்குடிகள் வேடுவர்களைக் காவல் அரணாக வைத்திருந்தனர் **"வேட்டுப்புழை அருப்பம்"**(முல்லை-26) முல்லைப் பாட்டில் பதிவாகியுள்ளது.

அணங்கு சூர் கொற்றவை அச்சம் தரும் கடவுள் Malevolent deities	⇨	கொற்றவைச்சிறுவ, சிவன் திருமால், அன்பு செலுத்தும் கடவுள் benevolent deities

கொற்றவை இவை இரண்டிற்கும் இடைப்பட்ட வடிவமாக இருக்க வேண்டும். அணங்கு சூர், பேய், பேய்மகள், சூரரமகளிர்,

பூதம், போன்றவை மீவியல் காலம் ஆகும் (liminal period) அச்சத்தை ஏற்படுத்தும் தெய்வங்களே மிகுதி. தொல்குடிகளின் சமயத்தில் உயிர்ப்பாற்றல் வழிபாடாக அணங்கு சூர் முதலியன இருந்துள்ளதை அறியமுடிகிறது.

நாகம் போன்ற விலங்குகளும் அஃறிணைப் பொருள்களும் வழிபடு பொருளாக இருந்துள்ளது அதுவே பிறகு மனிதப் பண்பேற்றல் / மனித உருவேற்றல் (Anthropomotphism) மூலம் தாய்த் தெய்வமாக ஆக்கப்பட்டுள்ளது.

நாகம் +அம்மன் - நாகம்மன்
அம்மா - நாகம்மா
அம்மை - நாகம்மை
அப்பன் - நாகப்பன்
ராஜன் - நாகராஜன்

போன்ற பெண்பால் ஆண்பால் பெயர்கள் கொண்டு தெய்வ உருவங்களாக மாறியுள்ளது. அஃறிணைப்பெயர்களில் உயர்திணைப் பெயர்கள் இணைந்து உயர்திணையாக்கம் நிகழ்ந்துள்ளது.

மழையை வழிபட்டனர் அது பால் காட்டாத தன்மையிலிருந்து பின் நாட்களில், மனித பண்பேற்றம் நிகழ்ந்து உயர்திணையாக்கம் நிகழ்ந்துள்ளது. இது சமூக நடத்தையின் வாயிலாகவும் பண்பாட்டு நகர்வுகளின் மூலம் மொழியின் ஒரு பகுதி வளர்ச்சி அடைந்துள்ளதைக் காட்டுகிறது. சிலம்பில் வரும் மாமழை போற்றுதும் பின் நாட்களில் மாரியம்மன் வழிபாட்டாக மாறியுள்ளது. இதற்குச் சான்றாக **கனநாத் உபயசேகர** என்னும் இலங்கையைச் சேர்ந்த மானிடவியல் அறிஞர் அங்கு வழங்கும் பத்தினிதெய்யோ வழிபாட்டினைக் குறிப்பிடுகிறார். இந்த மழை வழிபாடு அதனோடு தொடர்புடை கண்ணகி வழிபாடே பிற்காலங்களில் மாரியம்மன் வழிபாட்டாக மாறியதாகக் குறிப்பிடுகிறார். மேலும் அறிய இலங்கையில் சிங்களவர் (2016) பக்தவத்சலபாரதி அவர்களின் நூலினைக் காண்க.

மன்றம், சதுக்கம், சந்து ஆகியவற்றில் தெய்வம் உறையும் என நம்பினர் அதனை வழிபட்டனர். சதுக்கத்தில் இருப்பது சதுக்குபூதம் என அழைக்கப்பட்டது. சிலம்பில் இது தொடர்பான கதை

ஒன்று வழங்கப்படுகிறது. அதே கால கட்டத்தில் சம்பாபதி கோயில் பூதம் இருந்தனைக் குறிப்பிடுகிறது. அந்த வடிவம் இன்றும் இருக்கின்றது. மணிமேகலை இந்தக் கோயிலில் இருந்தே உலகில் உள்ள அனைவரின் பசிப்பிணியினைப் போக்க காயசண்டிகையின் வடிவல் மாறி உணவளித்தாள் என மணிமேகலையின் வரியின்மூலம் அறிய முடிகிறது.

10.மழைச்சடங்கு

பழந்தமிழர் இயற்கை ஆற்றலைக் கடவுளாக மாற்றினர். சான்றாக மழை அதிகமானாலும் அல்லது குறைந்தாலும் அந்த இயற்கை ஆற்றல் மேல் மனித உணர்ச்சி ஏற்றி ஒரு குறிப்பிட்ட சக்தியின் கோபத்தின் காரணமாகவே இவ்வாறு நடக்கிறது என நம்பினர். அதனால், அதனைச் சாந்தப்படுத்த ஒரு வகையான சடங்கினை ஏற்படுத்திக் கொண்டனர். இவ்வாறு உருவானதே மழைச்சடங்கு ஆகும்.

குன்ற குறவன் ஆர்ப்பின் எழிலி
நுண்பல் அழிதுளி பொழியும் நாட
நெடுவரைப் படப்பை நும் ஊர்
கடுவரல் அருவி காணினும் அழுமே (ஐங்.251)

(குறவன் உழவு முதலாகிய வினைக்கு ஆர்ப்பின், அதற்கு இன்றி யமையாத நீரை நுண்மழை பொழியும் நாடன்)

மலைவான் கொள்க என உயிர்பலி தூஉய்
மாரியான்று மழை மேக்கு உயர்க எனக்
கடவுட் பேணிய குறவர் மாக்கள்
பெயல்கண் மாறிய உவகையர் (புறம்.143)

இது போன்று சங்கப் பாடல்களில் சான்றுகள் கிடைக்கின்றன. இன்றும் மழைவேண்டி மழைச்சடங்கு நடத்தப்படுகிறது.

இன்றும் மழையை வருவிக்க சடங்குகள் நிகழ்த்தப்படுகின்றன. குறிப்பாகப் பளியர் பழங்குடிகளிடம் மழையை வரவைக்கும் பளியரை மழைக்கட்டி பளியர் என்றே அழைக்கப்படுகின்றனர். பொதுச்சமூக அமைப்பிலும் இவ்வகையான நம்பிக்கை இருந்துள்ளது. கார்காத்தார் என்னும் சமூகம், தான் செய்த

அறத்தின் செயலால் மழையை வேண்டும்போது மழையை வரவைப்பவர்கள் என்னும் கருத்துப்பட காரினைக் காத்தார் எனப் பொருள்படும். அந்த வழிபாட்டு மரபிலிருந்தே இன்று ஒரு சமூகமாக மாறியுள்ளதை அறியமுடிகிறது.

11. மானிடவியல் ஆய்வும் காலவரையறையும்

சங்க காலம் குறித்த பல ஆய்வுகள் வந்துள்ளன. பெரும்பாலும் வரலாற்றுப் பின்புலத்திலே ஆராயப்பட்டுள்ளன. பேரா.வையாபுரிப்பிள்ளை பெரும்பாலும் சொற்களை வைத்துக்கொண்டு அந்தச் சொல்லின் பொருள் எந்த வரலாற்றுச் சான்றுகளுடன் ஒத்துள்ளதோ அதனை வைத்துக் கொண்டு காலத்தினைக் கணித்துள்ளார். பேரா.வ.அய்.சுப்பிரமணியம் மொழியின் அமைப்பினைக் கொண்டு காலத்தினைக் கணித்துள்ளார் (Dating of Sangam Age) சங்க இலக்கியத்திற்கு ஒருங்கிணைந்த துறையான மானிடவியல் ஆய்வுகளின் மூலம் காலக் கணிப்பினை மேற்கொள்ளும் போது துள்ளியமாகக் கணிக்க இயலும்.

அ).பூர்வகுடிகள் தொடர்பான தொல் வரலாற்றுச் சான்றுகள் கிடைக்கின்றன. சான்றாகக் கல்திட்டை (dolmons cist), கல் பதுக்கைகள், நடுகற்கள் (Hero stones) முதுமக்கள் தாழி, போன்ற பெருங்கற்கால வரலாற்றுச் சான்றுகள் சங்க இலக்கியங்களில் காணப்படுகின்றன. கற்காலம் பற்றிய குறிப்புக்கள் இல்லை இரும்பு பற்றிய குறிப்புக்கள் இலக்கியத்திலும் சான்றுகள் கிடைப்பதால் சங்க கால சமூகம் இரும்பு காலத்தை ஒட்டியது எனக் கருத இடமுள்ளது. இனவரைவியல் வகுக்கும் போது கிடைக்கும் தரவுகளின் அடிப்படையில் கால வரையறையும் அதனை ஒட்டிய பண்பாடுகளையும் ஆவணப்படுத்த வேண்டும். சங்க இலக்கியத்தில் கல் திட்டை, கல் பதுக்கை போன்ற பெருங்கற்கால நினைவுச்சின்னங்கள் கிடைத்தாலும் அது அந்த காலத்தியது எனக் கருத இயலாது. பெருங்கற்காலத்தின் இறுதி காலத்தில் சங்க காலம் நிகழ்ந்திருக்கலாம் (ராஜன் 2004: 27) என க.ராஜன் குறிப்பிடுகிறார்.

ஆ).சங்க இலக்கியத்தில் காணப்படும் சடங்குகளில் மீவியல் தன்மை (limanal period) காணப்படுகின்றன. மீவியல் தன்மை கொண்ட பாடல்கள் அதில் பின்பற்றப்படும் சடங்குகள் ஒரு வேளை காலத்தால் முந்திய பாடல்களாக இருக்க வாய்ப்புள்ளது.

இ).ஒரு குறிப்பிட்ட சடங்கினை ஆராய்கிறபோது அதில் பின்பற்றப்பட்ட பலச் சடங்குகள் காணப்படுகின்றன. குறிப்பாக மணச்சடங்கில் தொன்மையான சிலம்புகழி நோன்பு முதலாக மாலை மாற்றிக்கொள்ளும் திருமணமும், உடன்போக்கு திருமணங்களும் காணப்படுகின்றன. சிலப்பதிகாரத்தில் காட்டப்படும் திருமணம் பிறப் பாண்பாட்டு ஏற்பினை அறியமுடிகிறது. மணச்சடங்கின் படிமலர்ச்சியையும் அறியமுடிகிறது.

அடிக்குறிப்பு

1. மலர்ந்த பொய்கை முகைந்த தாமரைத்
தண்டுறை யூரன் வரைக
எந்தையும் கொடுக்க வெனவேட் டேமே (ஐங்.6)

2. வரைய வந்த வாய்மைக் கேற்ப
நமர்கொடை நேர்ந்தன ராயினவருட
னேர்வர்கொல் வாழி தோழிநங் காதலர்
புதுவராகிய வரவு நின்
வதுவைநா ணொடுக்கமுங் காணுங் காலே (நற்.393)

3. எந்தையும் கொடீஇயர் வேண்டும். (குறுந்.5)

4. நும்மனைச் சிலம்பு கழீஇ யயரினும் /
எம்மனை வதுவை நன்மணங் கழிகென (ஐங்.99)

5. அகநானூறு 136.ஆம் பாடல் - மருதம்
மைப்பு அறப் புழுக்கின் நெய்க் கனி வெண் சோறு
வரையா வண்மையொடு புரையோர்ப் பேணி,
புள்ளுப் புணர்ந்து இனிய ஆக, தெள்ஒளி
அம் கண் இரு விசும்பு விளங்க, திங்கட்
சகடம் மண்டிய துகள் தீர் கூட்டத்து,
கடி நகர் புனைந்து, கடவுட் பேணி,
படு மண முழவொடு பரூஉப் பணை இமிழ,
வதுவை மண்ணிய மகளிர் விதுப்புற்று,
பூக்கணும் இமையார் நோக்குபு மறைய,
மென் பூ வாகைப் புன் புறக் கவட்டிலை,

பழங் கன்று கறித்த பயம்பு அமல் அறுகைத்
தழங்குகுரல் வானின் தலைப்பெயற்கு ஈன்ற
மண்ணு மணி அன்ன மாஇதழ்ப் பாவைத்
தண் நறு முகையொடு வெண் நூல் சூட்டி,
தூ உடைப் பொலிந்து மேவரத் துவன்றி,
மழை பட்டன்ன மணல் மலி பந்தர்,
இழை அணி சிறப்பின் பெயர் வியர்ப்பு ஆற்றி,
தமர் நமக்கு ஈத்த தலைநாள் இரவின்,
'உவர் நீங்கு கற்பின் எம் உயிர் உடம்படுவி!
முருங்காக் கலிங்கம் முழுவதும் வளைஇ,
பெரும் புழுக்குற்ற நின் பிறைநுதற் பொறி வியர்
உறு வளி ஆற்றச் சிறு வரை திற ' என
ஆர்வ நெஞ்சமொடு போர்வை வவ்வலின்,
உறை கழி வாளின் உருவு பெயர்ந்து இமைப்ப,
மறை திறன் அறியாள்ஆகி, ஒய்யென
நாணினள் இறைஞ்சியோளே பேணி,
பரூஉப் பகை ஆம்பற் குரூஉத் தொடை நீவி,
சுரும்பு இமிர் ஆய்மலர் வேய்ந்த
இரும் பல் கூந்தல் இருள் மறை ஒளதத்தே.

உணர்ப்புவயின் வாரா ஊடற்கண் தலைமகன் தன் நெஞ்சிற்குச் சொல்லியது.- விற்றூற்று மூதெயினனார்

6. அணங்கறி கழங்கின் கோட்டம் காட்டி
வெறியென உணர்ந்த உள்ளமொடு மறுயறுத்து
அன்னை அயரும் முருகுசு (நற்.47- நல்வெள்ளியன்)

7. அறுவை தோயும் ஒரு பெருங்குடி /
சிறுபை நாற்றிய பல்தலைச் செங்கோல் /
ஆகுவது அறியும் முதுவாய் வேல கூறுக மாதோ
நின் கழங்கின் திட்பம் (அகம்-195)

5.

முல்லை நிலவியல், ஏறுதழுவுதல் திருமணம் பண்பாடு

சங்க நூல்களில் கலித்தொகை காலத்தால் முதலில் அச்சு பதிப்பான நூலாகும். 1887 ஆம் ஆண்டு ஈழத்துப் புலமை மரபில் தோன்றிய சி.வை.தாமோதரம் பிள்ளை இந்நூலினைப் பதிப்பித்துள்ளார். கலித்தொகை காலத்தால் பழமையான நூலாகத் தமிழ்ச் சான்றோர்களால் கருதப்படுகிறது. சங்க இலக்கிய மரபினை நுண்ணிதின் உணர்வோர்க்கும் சங்க கால மொழி அமைப்பினை நன்கு அறிந்தவர்களும் இந்நூல் பிற சங்க நூல்களின் காலப் பழமைக்கு இணையான நூல் எனனும கருத்தினை முன் வைத்துள்ளனர். அந்தக் கருத்து வாதங்களை இங்கு எடுத்து ஆராய்வது இந்தக் கட்டுரையின் நோக்கங்களுக்குத் துணை செய்யும் என நம்புகிறேன்.

1.சங்க அகப் பாடல்கள், கூற்று அடிப்படையில் அமைந்தவை. கூற்று என்பது ஒருவர் கூறும் செய்தி, தகவலை அல்லது அனுபவத்தை முன்வைப்பதாக அமையும்.

2.தொல்காப்பியம், "நாடக வழக்கினும் உலகியல் வழக்கினும் பாடல் சான்ற புலனெறி வழக்கம் கலியே பரிபாட்டு ஆயிரு பாவினும் உரியதாகும் என்மனார் புலவர்" (தொல். பொருள். அகத்திணையியல் 53) என்னும் நூற்பாவை மேற்கோள் காட்டி, கலியும் பரியும் பிற்காலத்தவை என்பது பொருந்தாத வாதமாகும். மேலே கூறியது போல கலிப்பாக்களில் வரும் அகப்பாடல்கள் கூற்று (monolog) பாடல்கள் அல்ல மாறாக நாடக வழக்கு (dialog)

பாடல்களாகும். இப் பாடல்கள் இருவர் உரையாடுவது போல அமைந்தவை. சில வழக்குச் சொற்களும் தொன்மங்களும் இதில் பதிவாகியுள்ளன. அகநானூறு புறநானூறு போன்ற பிறத் தொகைப் பாடல்களின் மொழி அமைப்பினையும் இலக்கியம் மரபினையும் பெரிதும் ஒத்துள்ளன.

திணையைப் பொருத்த அளவில் அகத்திற்கு ஏழு திணைகளும் புறத்திற்கு ஏழு திணைகளாகத் தொல்காப்பியர் வகுத்துள்ளார். சங்கப் பாடல்களும் அவ்வாறே காணப்படுகின்றன. அகத்திணையில் கைக்கிளை பெருந்திணை போக மீதம் உள்ள ஐந்தும், அன்பின் ஐந்திணை என வழங்கப்படுகிறது. இந்த ஐந்து திணைகளுக்குப் பாலை நீங்கலாக மீதம் உள்ள நான்கு திணைகளுக்கு நிலம் வரையறை செய்யப்பட்டுள்ளன.

குறிஞ்சி, முல்லை, மருதம் நெய்தல் என்னும் இந்த நான்கு நிலத்தை இரு பெருங்கூறாகப் பகுத்துக் கொள்ளலாம் பாலை நிலம் தற்காலிகமாகத் தோன்றக்கூடிய நிலப்பரப்பாகும் Temporal landscape. சிலப்பதிகாரம்1 இதனைப் பதிவு செய்துள்ளது. பின் வரும் படத்தின் அடிப்படையில் குறிஞ்சி முல்லை பாலை என்பதை ஒரு நிலவியல் பகுதியாகக் கொண்டு ஆய்வு மேற்கொள்ளப்படவேண்டும். நிலம், தொழில், பண்பாடு வேறாக இருந்தாலும் சங்க காலத்திலே இவ்வமைப்புக் கலப்புப் பொருளாதார நிலையை (mixed economi) நோக்கி நகர்ந்துள்ளதை அறியமுடிகிறது. இக்கட்டுரை கலித்தொகையில் காணப்படும் முல்லைத்திணை சார்ந்த நில அமைப்பு, மக்கள் திருமணம், வழிபாடு, அரசுருவாக்கம், தொழில்பகிர்வு ஆகியவற்றை மானிடவியல் நோக்கில் முன்வைக்கிறது.

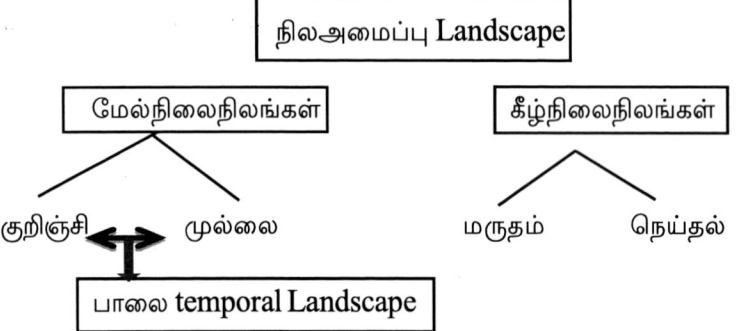

2. திணைச்சமூகமும் திணைப்பண்பாடும்

சங்ககாலச் சமூக அமைப்பு நிலபாகுபாட்டின் அடிப்படையில் வரையறுக்கப்பட்டுள்ளது. அதனைத் 'திணைச்சமூகம்' என்னும் சொல்லாடல் மூலம் குறிக்கிறோம். ஒருகுறிப்பிட்ட நிலவரையறைக்கு உட்பட்ட பகுதியில் வாழும் மக்களைத் திணைச்சமூகம் என்றும், அம்மக்களின் வழக்கங்களைத் திணைப்பண்பாடு என்றும் அழைக்கிறோம். இதற்கு இலக்கியத் தரவே அடிப்படையாக அமைகிறது. இவை தவிர நடுகற்கள் (hero stones), காசுகள் (coins) போன்ற பிறசான்றுகளும் உள்ளன. இன்று வரை கிடைத்த தரவுகளின் அடிப்படையில் திணைச்சமூகத்தின் பண்பாடுகளை ஓரளவு மீட்டுருவாக்கம் செய்யலாம். அதற்குச் சங்க இலக்கியப் பின் புலத்துடன் தற்கால பழங்குடிகளின் பண்பாடுக் கூறுகளை ஒப்பீட்டு ஆய்வு செய்வது மிக இன்றி அமையாதது.

3. நிலவியல் அமைப்பு land scape

முல்லை, காடுகளை ஒட்டியமைந்த மேய்ச்சல் நிலம் (pastorl land) ஆகும். சங்கப் பாடல்களில் முல்லை நிலம் தொடர்பான பல சான்றுகள் கிடைக்கின்றன. முல்லைநிலம் மேய்ச்சல் நிலமாக இருந்தாலும் சங்கப் பாடல்களில் காணப்படும் சான்றுகளின் அடிப்படையில் முல்லை நிலப்பரப்பு, சிறுவேளாண்மை மற்றும் மேய்ச்சல் நிலமாகக் (agro-pastoral land) காணப்படுகிறது. கலித்தொகையில் முல்லை நிலவியல் அமைப்பு விவரிப்புகள் காணப்படுகின்றன. பிடவம் முள்புதர் (முல்லைக்கலி 1) செங்காந்தள்பூ, காயாம்பூ, கோங்கின் முதிரா இளமுகை (முல்.கலி 17), கொன்றை, வெட்சி, பிடவம், முல்லை, கஞ்சாங்குல்லை, குறுந்தம், கோடல், பாங்கர் போன்ற பல மலர்கள் வளரக்கூடிய இடமாக முல்லைப்பகுதி அமைந்துள்ளது. அம் மலர்களை மாலையாகச் (ஆண் / பெண்) சூடுகின்றனர். கதிர் அறுக்கும் போது குறும்பூழ்ப் பறவை கடம்பின் மலர் போன்று இருந்து தன் குஞ்சுகளைத் தழுவி எடுத்துக்கொண்டு காட்டில் சென்று தங்கும் முல்லை நிலம் ஆகும். யானை போல கல் பாறை காணப்படுகிறது. நுங்கின் கண் போல் குறுகிய சுனை நீர் காட்சி அளிக்கிறது. மாமரங்கள், அருகன்புல் போன்ற தாவரங்கள் காணப்படுகின்றன. பசு மாடுகளைப் போல எருமை மாடுகளையும் பிரதானமாக வளர்த்து வந்திருக்கவேண்டும் ஏனெனில் திருமணத்தின் போது பால் கறக்கும்

எருமை மாட்டினைச் சுற்றத்தாருடன் கொடுக்கப்படுகிறது. திருமணம் ஆன பெண்கள் எருமை மாட்டின் கொம்பினை வழிபட்டுள்ளனர். எருமை முல்லை மக்களின் சடங்கிலும் வழிபாட்டிலும் இருப்பதால் அது தொன்மையான கால்நடையாக்கமாக (domestication) இருந்திருக்க வேண்டும். மேலும் தினைப்புனம் என்னும் சொற்சேர்க்கை சங்கப் பாடல்களில் இரு இடங்களில் பதிவாகியுள்ளன. அவை இரண்டும் குறிஞ்சித் திணைப் பாடலாகும். இவைத் தவிர, தினை என்னும் சொல் 73 இடங்களில் பதிவாகியுள்ளன. கலித்தொகையில் இரு பதிவுகள். கலி.53:22 (குறிஞ்சி; முதிர் சிறுதினை), கலி.108:3 (முல்லை; தினைக் கால்), குறிஞ்சியில் ஒன்றும் முல்லையில் மற்றொன்றும் இடம் பெற்றுள்ளது. கலப்புப் பொருளாதார அமைப்பும், குறிஞ்சி, முல்லை பாலை மூன்றும் ஒத்த நிலப்பகுதியாகப் பார்க்க இடம் தருகிறது. தினை போல் வரகும் முல்லை நிலத்திற்கு உரியது. வரகு சங்கப் பாடலகளில் 29 இடங்களில் பதிவாகியுள்ளன. தொகைப்பாடல்களில்11 பதிவுகளில் 7பதிவுகள் முல்லைத் திணையிலும் 4 பதிவுகள் பாலைத் திணையிலும் காணப்படுகின்றன.

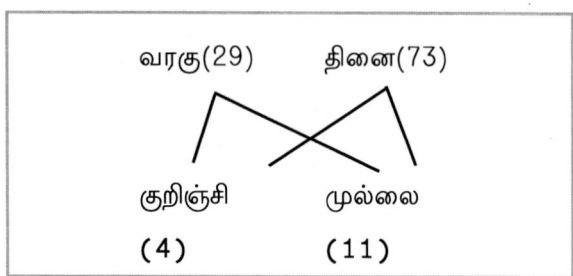

4.திருமணம்

மனித இனம் தன்னுடைய பால் சார்ந்த உந்துதலை ஒரு நிறுவன அமைப்பிற்குள் நிறைவு செய்து கொள்ள ஏற்படுத்திய முறையே திருமணமாகும். உயர் பாலூட்டிகளிடமும் பிற கீழ் இன விலங்குகளிடமும் பாலுறவு, ஓர் உயிரியல் செயலாக மட்டுமே நிகழ்கிறது. ஆனால் மனிதர்கள் அடிப்படையில் சமுதாய × பண்பாட்டு விலங்காதலால் அவ்வுயிரியல் செயலைத் 'திருமணம்' என்னும் நிறுவன செயலாக்கி அவர்கள் தம் உள-உயிரியல்

உந்துதல்களை நிறைவு செய்து கொள்கின்றனர். மணமுறைகளில் அகமணம் புறமணம் என இரு வகை மணமுறைகள் காணப்படுகின்றன.

4.1.மணம்முறைகள்

அகமணம் (endogamy): இந்திய சூழலில் சாதி என்பது ஓர் அகமணக் குழுவாகும். ஒரு சாதியைச் சேர்ந்தவர்கள் அவர் தம் சாதிக்குள் மட்டும் திருமணம் செய்துகொள்வது அகமணமுறை ஆகும். பழங்குடிச் சமுதாயம் ஒவ்வொன்றும் ஓர் அகமணச் சமுதாயம் ஆகும். அகமணம் என்பது ஒரு குறிப்பிட்ட நிலப்பரப்பைச் சார்ந்தும் அமைகிறது. இது நிலப்பரப்பு சார்ந்த அகமணம் (territorial endogamy) எனவும், சில சமூகத்தினர் அவர்கள் வாழும் ஊருக்குள் மட்டுமே மணம் செய்துகொள்ளவேண்டும் என்ற முறையைக் கொண்டுள்ளனர் இது சிற்றூர் அகமணம் (village endogamy) எனவும் அழைக்கப்படுகிறது. புறமணம் (exogamy) என்பது அகமண முறைக்கு நேர்மாறானது. அதாவது ஒருவர் அவர் சார்ந்த குழுவுக்குள் திருமணம் செய்து கொள்ளாமல் வேற்றுக் குழுவினருடன் மட்டுமே திருமணம் செய்து கொள்ளும்முறை புறமணம்முறை ஆகும். (பக்தவத்சலபாரதி 2003:390).

4.2.மணத்துணையைத் தேடுமுறை

ஓர் ஆணும் பெண்ணும் திருமணம் என்னும் நிகழ்வுமூலம் இணைவதற்கு மணமக்கள் இருவரின் தனிப்பட்ட ஒப்புதல், மணமக்களின் குடும்பத்தாரின் ஒப்புதல், இவ்விரு குடும்பத்தாரின் உறவினர் ஒப்புதல் போன்றவைப் பொதுவாகத் தேவைப்படுகின்றன. மணத்துணையைத் தேர்ந்தெடுக்கும் முறை உலகம் முழுவது எட்டு வகைகள் காணப்படுவதாக மானிடவியலாளர்கள் வரையறுத்துள்ளனர்.

சங்க காலம், நிலவியல் (திணை) சார்ந்த அமைப்புகள் பாடல்களில் வெளிப்படுகின்றன, மேலும் நிலவியல் சார்ந்த தனித்தப் பண்பாடுகளும் திருமண முறைகளையும் கொண்டுள்ளன. முல்லை நிலம் (pastoral landscape) சார்ந்த திருமணம்முறைகள், மூன்று வகைகளாகக் காணப்படுகின்றன. அவை காதல் (களவு) திருமணம் , பெற்றோர் பார்த்து மணமுடிக்கும்முறை, ஏறுதழுவுதல் மூலம் மணத்துணையைத் தேர்வு செய்யும்முறை ஆகிய மூன்று வகைகள்

காணப்படுகின்றன. இவற்றில் பெரும்பாலான திருமணங்கள் காதலுடன் ஏறுதழுவுதல் மூலம் நடைபெறும் திருமணங்களே மிகுதியாகக் காணப்படுகின்றன.

(அ).களவின் மூலம் திருமணம் செய்யும் முறை

சங்க காலங்களில் பெரும்பாலும் களவு மணம் நடந்தேறியுள்ளன. முல்லை மலரினைத் தலையில் சூடுவது மண ஏற்பின் அடையாளமாகக் கருதப்பட்டுள்ளது. மகள் மறைமுகமாக ஓர் ஆடவனுடன் பழகுவதை அறிந்த பெற்றோர் நெருப்பினைத் தொட்டது போல் உள்ளம் பதறி விரைவாக அந்த ஆடவனையே தனது மகளுக்கு மணம் முடித்துள்ளனர். செவிலித்தாய் தன் மகளின் மண ஏற்பினைக் கூந்தலில் மறைத்துவைத்திருந்த முல்லை மலரினைத் தலையினை வாரிக்கட்டும் போது அறிந்துகொள்கிறாள் (அன்னை முன் வீழ்ந்தன்று அப்பூ) செவிலித் தாயினையும் அன்னை என்றே அழைத்துள்ளனர். இது ஒரு சமூக மேம்பாடாகவும் பழங்குடித் தன்மையும் பெற்றுள்ளதை அறிய முடிகிறது.

(ஆ).பெற்றோர் பார்த்து மணமுடிக்கும் முறை

பெற்றோர் மற்றும் சுற்றத்தார் சேர்ந்து மகளுக்குத் (வதுவை) திருமணம் செய்துவைத்துள்ளனர். எமர் என் பெயரால் வதுவை அயர்வர் (முல்லைக்கலி-14). இருமுறை திருமணம் செய்து கொள்ளும் வழக்கம் இல்லை. இரு மணம் நிகழ்தல் இயல்பும் அல்ல (முல்.கலி.14). திருமணம் உள்ளத்தாலும் உடலாலும் ஒத்து நிகழ்ந்துள்ளது. திருமணத்தின் போது மணப்பெண்ணுக்குப் பால் கறக்கும் ஒரு எருமை மாட்டினைக் கொடுத்து, சுற்றத்தார்களும் பெற்றோரும் சேர்ந்து (arranged marriage) திருமணம் நடத்தியுள்ளனர். பொதுவன் (மாடு அடக்கு ஆயர்) மாடு அடக்கியதும் தந்தையோடு தமையன்மார் எல்லாரும் சேர்ந்து பொதுவனுக்கு மணம் செய்ய முடிவு எடுக்கின்றனர் (முல்.கலி.7). பெண் கொடுக்கும் உரிமை ஆண்களிடம் இருந்துள்ளதை அறியமுடிகிறது.

(c).ஏறுதழுவுதல் மூலம் மணத்துணையைத் தேர்வு செய்யும் முறை (marriage by trail)

முல்லைக்கலி பாடல்களில் ஏறுதழுவுதல் மூலம் நடந்த திருமணங்களைப் பாடல் விவரிக்கிறது. பாடல்களை உற்றுநோக்கும்

போது களவின்மூலம் அறிந்த பெண்ணினை ஏறுதழுவுதல் மூலம் மணந்துகொள்கின்றனர். ஏறு தழுவினார்க்குக் கொடுத்தற்கு நல்ல பெண்கள் திரண்டனர். இதனை ‘மகட்கொடை’ என அழைக்கப்படுகிறது. (கலி.101) குறிப்பாக முல்லைக்கலியில்

எல்லா இஃதொன்று கூறிகுறும்பிவர்
புல்லினத்தார்க்கும் குடஞ்சுட்டவர்க்கு மெங்
கொல்லேறு கோடல் குறையெனக் கோவினத்தார்
பல்லேறு பெய்தார் தொழூஉ (கலி.107)

ஆட்டிடையர், பால்கொடுக்கும் பசுவினத்தார், கோவினத்தார் (கோவினத்தார் அனைத்தையும் குறிக்கின்ற அதிகாரம் பெற்றோராக இருக்கலாம்) என்னும் முப்பிரிவு உடையவர் மணஉறவுக்கு தடை இல்லை. இது அகமணமுறை பெற்று இருந்துள்ளது.

முன்பழந்தமிழ் பாடல்களில் பிறதிணையிலிருந்து வரும் ஆடவர் களவு மணம் மேற்கொண்ட சான்றுகள் நிறைய கிடைக்கின்றன. (குறுந்.40, குறுந்.167) பிறதிணையிலிருந்து வேறோர் திணையைச் சார்ந்த பெண்ணைத் திருமணம் செய்துள்ளதை அறியமுடிகிறது. இது ஒருவகையில் புறமணமுறையைக் குறிக்கிறது. கலித்தொகையில் தன்நிலம் சார்ந்த பழக்கவழக்கம் உடைய, மணமகனை ஒரு சடங்கின்மூலம் அடையாளம் காணுகின்றனர். இதனை நிலவியல் சார்ந்த அகமணம் (territorial exdogamy) எனலாம். ஏறுதழுவுதல் ஏதோ ஒரு வீரவிளையாட்டுப் போலத் தோன்றினாலும் அது புறமணமுறைத் தடைசெய்யும் வகையில் அமைந்துள்ளது. அதே வேளையில் தேர்வுத் திருமணம் (marriage by trail) என்னும் திருமணமுறை இவர்களிடம் காணப்படுகின்றன. சான்றாக; கொல்லேறு கோடல்

ஆயர்மகனாயின், ஆய்மகள்நீயாயின்
நின்வெய்ய னாயின், அவன் வெய்யை நீ ஆயின்
அன்னை நோதக்கதோ இல்லைமன் நின் நெஞ்சம்
அன்னை நெஞ்சாகப் பெறின் (முல்லைக்கலி 7)

அவனோர் ஆயர்மகன் நீயோர் ஆயர்மகள் அவன் உன்னை விரும்புகிறான் நீயும் அவனை விரும்புகின்றாய் அன்னை நொந்து கொள்வதற்கு இதில் எதுவும் இல்லை என்பதும்,

ஆயர் எமரானால் ஆய்த்தியேம் யாம் மிகக்
காயாம்பூங் கண்ணிக் கருந்துவர் ஆடையை
மேயும்நிரை முன்னர்க் கோல் ஊன்றி நின்றாய் ஓர்
ஆயனை அல்லை பிறவோ (முல்லைக்கலி 8)

எங்களவர்கள் ஆயர், நாங்கள் ஆய்த்தியர் இது எங்கள் மரபு, காயாம்பூ கண்ணியும் கருந்துவர் ஆடையும் உடையவனாக மேய்ந்து கொண்டிருக்கும் ஆநிரை முன்னர் கோலுன்றி நிற்கின்றாயே நீயோர் ஆயனன்றி வேறு யாரோ? என்பதும் அகமணமுறையை உறுதி செய்கின்றன. இருந்தும் முல்லைநிலம் மேய்ச்சல் சார்ந்த மக்களுக்குள்ளும் சமூகப் படிநிலைகள் (social hierarchical) இருந்துள்ளன என்பதற்கான சான்றுகள் கிடைக்கின்றன. முதுகுடி மன்னர் சமுதாயத்தில் மகட்கொடை வழங்கும் உரிமை ஆண்களிடம் இருந்துள்ளது. இக்குடியில் திருமண உறவு ஒரு குறிப்பிட்ட சமுதாயத்துடன் மட்டுமே இருந்துள்ளது. (மாதையன் 2004:67) பகை அஞ்சாத புல்லினத்து ஆயர் மகனை நீ ஆயின் குடம் சுட்டும் நல்லினத்து ஆயர் எமர் (கலி.113) என்னும் பதிவுகள் முல்லைநிலத்தில், மேய்ச்சல் சார்ந்த மக்களுக்குள்ளும் சமூகப் படிநிலைகள் இருந்துள்ளதை இவ்வேறுபட்ட சொல்லாடல் உணர்த்துகிறது. ஆடு மேய்ப்பவர்களுக்கும் மாடு மேய்ப்பவர்களுக்கும் இடையிலான சமூகப் படிநிலை இருந்துள்ளது. காளை மாட்டை அடக்குபவரையே இப்பெண் மணந்துகொள்வாள் என்னும் முறைமை இருந்துள்ளது. அந்நிலையில் பிற திணைக்குடிகளில் இருந்து வரும் ஆடவர் இதனை அடக்க இயலாது. ஆடு மாடுகளுடன் வளர்ந்து வரும் இவர்கள் காளைகளை அடக்குவதில் பிற திணைக்குடிகளைக் காட்டிலும் திறன்பெற்றவர்களாக இருக்க வாய்ப்புள்ளது. மாலை அணிந்த ஆயர் மகளிர் வரிசையாக நின்றுள்ளனர். இளம் ஆயர் இனப் பெண்கள் பரண் மேல் நின்று காளை அடக்குவதைப் பார்த்து ஆராவாரம் செய்துள்ளனர். பகைக்கு அஞ்சாப் புல்லினத்து ஆயர் மகன், குடம் சுட்டும் நல்லினத்து ஆயர் எமர் ஆகவே உன்னுடன் பேசுவதில் குற்றம் இல்லை (முல்.கலி.13) என்பது பிற சமூகத்துடன் அல்லது பிற இனக்குழுவுடன் பழகுவது பேசுவது குற்றமாகக் கருதப்பட்டிருக்கவேண்டும்.

4.3.ஏறுதழுவுதல் (bull baiting / fighting)

ஏறுதழுவுதல் என்பது தமிழர்களின் வீர விளையாட்டுகளில் ஒன்றாகத் திகழ்ந்தாலும் அது ஒருவகையில் திருமணச் சடங்கின் தொடக்கமாகக் கருத இடமுள்ளது. சங்கப் பாடல்களில் ஏறுதழுவுதல் குறித்துப் பல பதிவுகள் காணப்படுகின்றன. முல்லைக் கலியில் பல சான்றுகள் கிடைக்கின்றன. ஏறுதழுவுதலின் அமைப்பினைப் பின் வருமாறு பிரிக்கலாம். முதலில் அரசனையும் தெய்வத்தையும் வணங்கியுள்ளனர், மாடுகள் மிரளுவதற்காகப் புகை மூட்டப்படுகிறது, பல்வேறு வகையான மாடுகள் தொழுவத்தில் (தொழுவம் என்பது இங்கு பொது இடத்தைக் குறிக்கிறது) விடப்படுகின்றன. ஆயர் இளைஞர்கள் முல்லை மலரினை அணிந்து காளையினை அடக்கியுள்ளனர். மாடுகள் அடக்கும் போது பறை போன்ற பிற இசைக்கருவிகளும் இசைக்கப்பட்டுள்ளன. ஏறுதழுவியபின் மாடுகள் மேச்சலுக்கு அனுப்பியுள்ளனர், ஆண்கள் மணம் உறுதி செய்யப்பட்ட பெண்களுடன் குரவை என்னும் ஒருவகை ஆட்டத்தைப் பாடலுடன் ஆடி, இறுதியாக அரசனையும் தெய்வத்தையும் வாழ்த்திப் பாடியுள்ளனர்.

ஏறுதழுவுதலுக்கு வந்த மாடுகளின் அடையாளங்கள் மிகத்தெளிவாகக் காணப்படுகின்றன, பலராமனைப் போல் வெள்ளைநிறக் காளை, அவன் மார்பில் அணிந்த சிவந்த மாலையைப் போல் சிவப்பு மறு விளங்கும் வெள்ளை நிறக் காளை, சிவபிரான் போல் சிவப்புநிறக் காளை, சிவபிரானின் நீல மணிக் கழுத்துப் போல கபிலை நிறக் கழுத்தினையுடைய காளை, ஆயிரம் கண் இந்திரனைப் போல் பல புள்ளிகளுடன் விளங்கும் காளை. முருகனைப் போல் இளம்சிவப்பு காளை, இது போல் பல காளைகளைக் களத்தில் இறக்கியுள்ளனர். முருகன் அணிந்த வெள்ளை ஆடை போல் வெள்ளை கால்களை உடைய காளை, திருமாலைப்போல் கரிய நிறமுடைய காளை, திருமாலின் சங்கு போல் நெற்றியில் சங்கு வெள்ளைச் சுட்டியுடன் விளங்கிய கரிய காளை.(முல்லைக்கலி 5) இவ்வாறு பல வகையான காளை மாடுகள் ஏறுதழுவலுக்கு விடப்பட்டன என முல்லைக்கலி குறிப்பிடுகிறது. இதில் நெற்றியில் சங்கின் வடிவில் வெள்ளை நிறத்தில் உள்ள கரிய காளை, முருகனின் ஆடையைப் போல் துய்மையான வெள்ளை நிற

கால்களை உடைய காளை போன்ற அங்க அடைளம் உம்பளச்சேரி மாட்டினமாக இருக்கலாம். தமிழ் நாட்டில் பலவகையான பகுதி சார் நாட்டின மாடுகள் (regional indigenous cattle) உள்ளன. அவை உம்பளச்சேரி மாடுகள் (நாகை, தஞ்சை, கடலூர்), தென்பாண்டி மாடுகள் (திருநெல்வேலி, கன்னியகுமரி), புலிக்குளம் (புதுக்கோட்டை, மதுரை), காங்கேயம் (கொங்கு மண்டலப் பகுதி), மணப்பாறை (திருச்சிப் பகுதி) ஆலம்பாடி(சேலம் மற்றும் மேற்கு பகுதி), தேனி மலைமாடு (கம்பம் தேனி போன்ற மேற்குபகுதி), செம்மறை என்னும் பர்கூர் இன மாடு (ஜவ்வாது மலை, தருமபுரிப் பகுதி) ஆகியவைத் தமிழ்நாட்டின மாடுகளாக அடையாளம் காணப்பட்டுள்ளன. இந்த மாட்டினங்களில் உம்பளச்சேரி மாட்டினத்திற்குத் தனித்த அங்க அடையாளங்கள் உள்ளன. இம் மாட்டினத்திற்கு அரச இலை போல் வெண்மையான நெற்றிச் சுட்டியும் வெண்மைநிற வெடி வாலும், வெண்மைநிற நான்கு கால்களும் இதன் அடையளங்களில் பிரதானமானவை. நெற்றி வெள்ளை குறித்து ஒரு கதையும் மக்களிடம் நிலவுகிறது.3 சங்கப் பாடலில் காணப்படும் சங்கின் வடிவிலும் நிறத்தில் ஒத்த நெற்றிச் சுட்டியுடன் காணப்படும் காளையும், நான்கு கால்களில் வெள்ளைநிறமுடைய காளையும், உடலில் புள்ளிகளை உடைய காளையும் இன்று வழங்கப்படும் உம்பளச்சேரி மாட்டினமாகக் கொள்ள இடமுள்ளது. சங்க இலக்கியத்தில் பதிவான செகிலை (செவலை), காரி போன்ற சொற்கள் இன்றும் பழங்குடி மக்களிடம் மாட்டினைக் குறிக்க வழங்கப்படுகின்றன.

மாடுபிடிக்கும் போது கொம்பினைப் பற்றி மார்புடன் தழுவிக் கொண்டனர். சிலர் கழுத்தில் இறுகப் பற்றிக் கிடந்தனர், சிலர் திமில் முறியும்படி தழுவியுள்ளனர். தோளுக்குள் கழுத்தைப் புகவிட்டுப் பிடித்துள்ளனர், கொம்புகள் மார்பில் குத்தியுள்ளது. மாடு கொம்பினால் குத்தி துளைத்துள்ளது. அதிலிருந்து வரும் இரத்தம் பிசு பிசுப்புத் தன்மை ஆதலால் மணலை அல்லி கைகளில் தடவிய பின் மீண்டும் ஏறு தழுவினர். ஏறு தழுவும் போது மாடு குத்திய வாயிற்றிலிருந்து குடல் சரிந்து விழுந்துள்ளது. (முல்.கலி.6) போன்ற குறிப்புக்கள் கலித்தொகையில் பதிவாகியுள்ளன. முல்லைக் கலியில் மாடுகளைக் குறிப்பிடும் போது பல வகையான தொன்மக் குறிப்புக்கள் காணப்படுகின்றன.

5. ஆயர் இன இயல்பு (ஆண் / பெண்)

ஆயர் இனத்தைப் பற்றி இன வரைவு எழுதுவதற்கு சங்கப் பாடல்களில் காணப்படாத பல அரிய தகவல்கள் முல்லைக்கலியில் கிடைக்கின்றன.

5.1. ஆய்த்தியர்

ஆயர் இன பெண்கள் ஏறுதழுவும் ஆண்களையே விரும்பியுள்ளனர். மோர் விற்கும் போது ஆய்ச்சியர் இவளுடைய கணவன் கொல்லும் இயல்புடைய ஏற்றினைத் தழுவினான் என ஊரார் புகழ்ந்து பேசுவதைக் கேட்பதை விரும்பும் இயல்புடையவர். குரவை கூத்து ஆடும்போது தம் காதலனுடன் கைகோத்து ஆடியுள்ளனர். கூந்தல் அழுக்கில்லாமல் கழுவப் பெற்றுள்ளது (முல்.கலி-8). புனத்தில் ஆடு மாடு மேய்க்கும் தமையன்மார்களுக்கு ஆயர் இன பெண்கள் உணவு எடுத்து சென்றுள்ளனர்.(முல்.கலி.8) ஆயர் பெண்கள் மயிர் சாந்து பூசி கூந்தலை அலங்கரித்துள்ளனர். பூத்தொழில் உடைய நீல ஆடையினை அணிந்துள்ளனர். நீலம் என்பது கருமையாக இருக்கலாம். (முல்.கலி-15). சேரிக்கிழவன் மகள் என்னும் சொல்லாடல் ஊரின் ஆயர்குல தலைவரின் மகள் எனப் பொருள்பட வந்துள்ளது. புலைத்தி என்னும் இனக்குழு ஆயர் இனத்துடன் வாழ்ந்துள்ளதை அறியமுடிகிறது. ஆயர் சமூகமும் ஒரு கூட்டு சமூக அமைப்பாக (symbiosis) இருந்திருக்கவேண்டும். ஊர் மன்றத்தில் குரவை ஆடி மகிழ்ந்துள்ளனர். ஆயர் பெண்கள் கரும்பு போன்ற தோளை உடையவர்கள், தோளில் கரும்பு வரைந்துள்ளனர். கரிய கூந்தலை உடையவர்கள். (முல்லைக்கலி-2) மென்மையான தோள் அழகான அகன்ற கண்கள் (முல்லைக்கலி-3) அகன்ற பாறையில் தோழிகளும் பெண்களும் ஆய்ச்சியர்களும் விளையாடியுள்ளனர். முல்லை, குறுந்தம் ஆகிய மலர்களால் தலையை அலங்காரம் செய்துள்ளனர்.

5.2. ஆயர் - பொதுவன் இடையர் வரலாற்றுக் குறிப்புக்கள்

ஆயர் இன ஆண்கள் ஏற்றினைக் கண்டு அஞ்சுவது இல்லை. பொதுவன் என்னும் சொல் சங்க இலக்கியத்திலும் பல இடங்களில் பதிவாகியுள்ளன. ஆயர் இளைஞர்களே காளைகளைத் தழுவி அல்லது அடக்கியுள்ளனர். இவர்கள் பொதுவன் என்னும் சொல்லால்

குறிக்கப்பெற்றுள்ளனர். ஆடு மேய்ப்பவர் (shepherds) மாடு மேய்ப்பவர் (cowherds) இவர்களை இடையர் என்னும் சொல் குறிக்கிறது. மேலும் சிறுவேளாண்மைக்கும் மேய்ச்சல் நிலத்திற்கும் இடைப்பட்ட பகுதியில் வாழ்ந்தவர்களாக இருந்திருக்கவேண்டும் என்றும் (prepallava index p.611) (shepherds, cowherds. The same as idaiyra they were common to the agricultural as well as the pastoral land (agro&pastoral land)) மேலும் poduvar tribe was conquered by karikalan.. perhaps the poduvar defeated by karikalan were some such tribe in the northen part of Tamilaham என prepallava index குறிப்பிட்டுள்ளது. ஆனால் இப்பகுதி புதுக்கோட்டையிலிருந்து மதுரை வரை உள்ள இடைபட்ட பகுதியாக இருக்கவேண்டும். நில அமைப்பில் யானை போல் கல்பாறை உள்ளது என்பது யானை மலையைக் குறிக்கிறது. முல்லைக்கலியில் காணப்படும் ஏறுதழுவுதல் இன்னும் அலங்கநல்லூர், அவணியாபுரம் பாலமேடு போன்ற மதுரை சுற்றுவட்டாரப் பகுதியில் இன்றும் தொடர்வதால் சங்க காலத்திலும் இப்பகுதியிலே இவ்வகையான வீரவிளையாட்டுகள் நடைபெற்று இருக்க வேண்டும். மேலும் சிலப்பதிகாரம் மதுரைக் காண்டத்தில் காட்டுப் பாதைகளைக் கடந்து முல்லைநிலப்பரப்பில் வந்து கண்ணகியும் கோவலனும் தங்கும் பகுதி ஆயர்கள் வாழும் பகுதி என்பதனை ஆய்ச்சியர் குரவையில் இடம்பெற்றுள்ளது. கரிகாலன் என்னும் சோழ மன்னன் உறையூர் பகுதியில் ஆண்டு வந்தவன் என்பது அவன் தன் தலைநகரினை உறையூரிலிருந்து காவிரிப்பூம்பட்டினத்திற்கு மாற்றியுள்ளான் என்பதையும் சங்க பாடல்கள் வழி அறியமுடிகிறது. இந்நிலையில் ஆயர் பழங்குடிகளுக்கும் கரிகாலனுக்கும் இடையே சிறுபோர் மூண்டிருக்கலாம் அதனைப் பட்டினப்பாலை 281ஆம் அடி விளக்குகிறது. கரிகாலன் வட தமிழகத்தில் உள்ள ஆயர் பழங்குயிடம் போர்புரிந்தான் என prepallava index இல் ந.சுப்பிரமணியன் கூறுவது பொருத்தமாகத் தோன்றவில்லை. கல்லா பொதுவன் / மாயப் பொதுவன் (பாடல்-12), பொதுவன் மாடு மேய்க்கும் போது குறுந்தம்பூ சூடியுள்ளனர் ஆயர் இனப் பெண்கள் அணிகலன் அணிந்துள்ளனர்.

6.திருமணச் சடங்கு

மனித சமூகத்தில் திருமணம் என்பது ஒரு நிறுவன அமைப்பாக மாறியுள்ளது. தொல் சமூக அமைப்பிலும் இன்றைய சமூக அமைப்பிலும் திருமணம் ஒரு சடங்கின் மூலம் நிகழ்த்தப்படுகிறது. பிற திணைகளில் காணப்பட்டாத சில தனிப் பழக்க வழக்கங்கள் முல்லைத்திணையில் காணப்படுகின்றன. திருமணச்சடங்கின் போது வீட்டை அழகுப்படுத்தியுள்ளனர். புதுமணல் பரப்பி, செம்மண்ணால் பூசியுள்ளனர் (முல்.கலி.14). புதிய மலர்களைக் கொண்டு திருமணம் நடத்தியுள்ளனர். திருமணத்தின் போது எருமை மட்டின் கொம்பினை வழிபட்டுள்ளனர். திருமணத்தில் பெண் வீட்டார் மணமகன் வீட்டாருக்கு மணப்பரிசாகப் பால் கறக்கும் எருமையை வழங்கியுள்ளனர். மண மகட்கொடை வழங்கும் உரிமை ஆண்களிடம் இருந்துள்ளது. தந்தையோடு தமையன்மார் எல்லாரும் சேர்ந்து பொதுவனுக்கு மணம் செய்ய முடிவு எடுத்துத் திருமணம் செய்துள்ளனர். (முல்கலி.7-35) முல்லை நிலவியல் சார்ந்த பகுதியில் நடக்கும் திருமண அமைப்பினைச் சங்கப் பாடல்கள் விவரிக்கிறது. (அகநானூறு 394). திருமண நாள் அன்று செம்மறி ஆட்டின் பாலில் விளைந்த தயிர், வரகு அரிசி, ஈசல் ஆகியவற்றைச் சமைத்து இனிய [illegible]ான சோற்றைப் பசுவெண்ணெய் சேர்த்து சாப்பிட்டுள்ளனர். மணமகன் உண்பதற்குப் பால்சோறு மணமகள் தொட்டுக் கொடுப்பது வழக்கமாக இருந்துள்ளது. புதிய உண்கலம் கொண்டு வருதல் மூலம் மணமகன் வீட்டில் சமைக்கும் உரிமையை மணமகள் பெறுகிறாள். திருமணச் சடங்கின் மூலம் வீட்டுப் பொறுப்பு ஏற்கப்படுகிறது. அதன் அறிகுறியாகவும் உரிமையின் பொருட்டும் மணமகள், மணமகனுக்கு உணவு சமைத்துத் தருகின்றாள். பாணன் (திருமணத்திற்குப் பின்னும் கணவன் மனைவி இடையே தூதாகச் செல்ல ஒரு நபர் செயல்பட்டுள்ளார். பாணர் / பாணன் எனச் சங்கப்பாடல்கள் சுட்டிக்காட்டியுள்ளன. போருக்குச் சென்றுள்ள கணவனிடம் தூதாக மனைவி சில செய்திகளைச் சொல்லி அனுப்பியுள்ளாள்) நினக்கு யாம் பாணரும் அல்லேம் (ஐங்.480) என்னும் சான்றுகளால் அறியமுடிகிறது.

7.வழிபாடும் பழக்கவழக்கமும்

வழிபாடு என்பது ஒரு மரபாகும் (Cult). "ஒரு குறிப்பிட்ட விலங்கு, தாவரம், (அல்லது குலக்குறி), இயற்கைபொருள், ஆவி, முன்னோர் முனிவர், தெய்வம் ஆகிய எந்த ஒன்றின் ஆற்றல் மீது கொண்டுள்ள அனைத்துவகையான நம்பிக்கைகளும், சடங்குகளும், வழிபாடு சார்ந்தது" (பக்தவத்சல பாரதி 2002:215).

இலைகள் நீங்கி மரங்களில் வலை போன்ற நிழலில் தங்கினர். காட்டில் உறையும் தெய்வத்தை வழிபட்டுத் தம் கடன்களைச் செலுத்தினர். நீர் துறையிலும் ஆலமத்தின் கீழும் பழைய வலியினையுடைய மராமரத்தின் கீழும் உறையும் தெய்வத்தை வணங்கினர் (மாடு அடக்கும் முன் சடங்கும் செய்கின்றனர்) (முல்லைகலி.101). காட்டில் உறைகின்ற தெய்வமாகிய கொற்றவை. மாயோன் மேய காடுறை உலகம் (தொல்.பொருள்.) இங்கு முரண்பாடாகத் தோன்றினாலும் இதில் அடிப்படை மனித பரிமாற்றம் பற்றிய கருத்து வெளிப்படுவதாக அமைந்துள்ளது. மேலும் காமன் என்னும் கடவுளை வழிபட்டுள்ளனர். காமனுக்குப் பால் கொடுக்கும் வழக்கம் முல்லை நில மக்களிடம் இருந்துள்ளது. இது பற்றி நச்சினார்க்கினியர் உரையில் குறித்துள்ளார். காமன் மாயோன் மகன் ஆதலினால் அவனும் அந்நிலத்திற்குத் தெய்வம் ஆவான் என்றும் மேலும் இருவர் என்னும் சொல்லுக்குப் பொருள் கூறுகையில் திருமகளும் பூமகளும் என்றும் நச்சினார்க்கியர் தம் உரையில் சுட்டுவது கவனத்திற்கு உரியதாகிறது (முல்லை.கலி.9).

காவடி எடுக்கும் பழக்கம் முல்லை நிலமக்களிடம் இருந்துள்ளது. (உறிக்கா - காமரம், காவடி), நெல்லொடு நாழிகொண்ட நறு வீ முல்லை அரும்பு அவிழ் அலரி தூஉய் கைதொழுது பெருமுது பெண்டிர் விரிச்சி நிற்ப (முல்லை.8-11), மடவரல் மகளிர் பிடகைப் பெய்த செவ்வி அரும்பின் பைங்கால் பித்திகத்து அவ்இதழ் அவிழ் பதம் கமழ பொழுது அறிந்து இரும்பு செய் விளக்கின் ஈர்ந்திரிக் கொளீஇ நெல்லும் மலரும் தூஉய் கைதொழுது என நெடுநல்வாடை குறிப்பிடுகிறது. இவ்வாறு திருமாலினை வழிபட்டாலும் பெண் எருமையின் கொம்பை வீட்டினுள் நட்டு அதனைத் தெய்வமாக வணங்கும் வழக்கம்

திருமணத்தின் போது ஆயர்குல வழக்கமாக இருந்துள்ளது. இதனை வளமை வழிப்பாட்டின் (fertility worship) அடையளமாகக் கருத வாய்ப்புள்ளது.

தலையில் பால் தேய்க்கும் வழக்கமும் பல் வகை பூக்களைத் தலையில் சூடும் வழக்கம் இருந்துள்ளது. இளம் பாண்டில் தேர் ஊர (கலி.109) இளம் எருதுகளைப் பூட்டிய கொல்லர் வண்டி பற்றிய குறிப்பும் உள்ளது. கானவர், குன்றகச் சிறுகுடிக் கிளையுடன் 'கள்' குடித்து, மகிழ்ந்து தொண்டகச் சிறுபறை முழக்கி, குரவை ஆடியுள்ளனர். (திருமுருக.194, மலை-318-27), தேறல் அருந்தி, வேங்கை மரநிழலில் குரவையாடினர் (புறம்.129). ஏறுதழூவிய பின் மகளிரும் மைந்தரும் ஆடும் குரவை பழங்குடி மக்களின் சடங்கு எனலாம். சிலப்பதிகாரத்தில் காணும் ஆரய்ச்சிக் குரவை சமயத்துடன் தொடர்பு கொண்டு மாறுதல் பெற்றுள்ளது. (சுப்பிரமணியன் 1993:30).

பலநிறத்தை உடைய நெல் வைத்திருந்தனர் (வரிகூழ்) பல வகையான நெல் அதனை வைத்துக் கொள்வதற்குத் தனியாக பனை ஓலையால் செய்த பெட்டியினைப் பயன்படுத்தியுள்ளனர். பனை ஓலையால் செய்த பெட்டி (வட்டி எனப்படும் கடகப் பெட்டி) இடையில் வைத்து ஒருகையால் அனைத்துக் கொண்டு சென்றுள்ளனர். இன்றும் மீன் விற்கும் மீனவப் பெண்கள் இவ்வகையான வழக்கத்தை இன்றும் கொண்டுள்ளனர்.

போர்க் குணம் அமைந்த காளைக்கும் பால் கறக்கும் பசுவிற்கும் பிறந்த காளை கன்றினை வண்டிப் பூட்டி பழக்கியுள்ளனர்(முல்.கலி.9).

தேள்கடிக்கு மருந்து கொடுத்துள்ளனர். (முல்.கலி.10). காளை மாட்டினை பாம்பு கடித்துள்ளது, அதனால் அது வலிதாங்க முடியாமல் கத்தும் எனப் பாடல் பதிவு உள்ளது. பொதுவன் என்னும் ஆயன் பெற்றோர் கட்டிய இல்லத்தில் வாழ்ந்து பிறகு திருமணம் முடிந்ததும் புதிய இல்லத்தினைக் கட்டிக்கொள்ளும் வழக்கம் உடையவராக இருக்கவேண்டும். இன்றும் பழங்குடிகளிடம் இவ்வகையான வழக்கம் நிலவுகிறது. தாங்கள் வசிக்கும் வீட்டினை அவர்களே கட்டிக்கொள்கின்றனர். குழந்தைகள், இளம்பெண்கள் மணலில் சிற்றில் கட்டி விளையாடும் பழக்கம் உடையவர்களாக இருந்துள்ளனர். (முல்.கலி.11).

நகை குறித்து என்ற சொல்லாடல் பயன்படுத்துவதன் மூலம் கிண்டல் கேலிகள் நிறைந்த சமூக அமைப்பாக இருந்திருக்கவேண்டும். பெற்றோர்களுக்குத் தெரியாமல் கள் குடித்துள்ளனர். (மெய்கூர- உடம்பில் தோன்றும் மிகை) பெற்றோர் அறிந்ததனால் ஏற்படும் நாணத்தல் உடம்பில் நடுக்கம் ஏற்பட்டுள்ளது(முல்லைக்கலி15).

மாடு : பெண் எருமை பிடிக்கவருகின்றவரைக் கீழே தள்ளிவிட்டு எகிறி ஓடும், தலையீற்றுப் பசு தன் கன்றைப் பிடிப்பவரைச் சினத்துடன் பாயும், காளை மாடு பெருமழையில் கட்டப்பட்டு இருக்கும்போது தலையைச் சாய்த்து அசையாமல் நிற்கும், மாடு மேயும் இடத்திற்குச் சென்று பால் கறந்துள்ளர். (முல்.கலி.16). பசுமாடுகளின் கறவைக்குத் தனி இடம் வைத்திருந்தனர், கறவை முடிந்ததும் கன்றுகள் கயிற்றால் பிணைக்கப்பட்டு வீட்டின் அருகில் கட்டியுள்ளனர். (முல்.கலி.11). போன்ற அரிய ஆயர் இன மக்களின் பண்பாட்டுக் குறிப்புக்கள் சங்கப் பாடல்களில் பதிவு செய்யப்பட்டுள்ளன.

8.அரசுஉருவாக்கம்

கால்நடை கவர்ந்து செல்வதற்கும் பரிமாற்றத்திற்கும் எளிமையானது. அதன் காரணமாகவே தொல்காப்பியரின் புறத்திணையில் ஆநிரை கவர்தல் என்னும் துறை பேசப்பட்டுள்ளது. இந்தப் பின்புலத்தில் அணுகினால் வேளாண்மைக்கும் அரசு உருக்கத்திற்கும் அடிப்படையாக இம்மேய்ச்சல் நிலம் அமைந்திருத்தலை உணரலாம். பசு, கோ என்று அழைக்கப்பட்டது அந்தப் பசு கூட்டத்தின் தலைவன் கோன் என அழைக்கப்பட்டுள்ளான்

இலக்கிய மானிடவியல் நோக்கு ❁ 101

அவனே குறுந்நில மன்னனாக மாற்றம் பெறுகின்றான். இவ்வகையான முல்லைதிணைக் குடியிலிருந்தே அரசுருவாக்க நிகழ்ந்துள்ளது என்பதற்கான சான்றுகளாகப் பாண்டியன் அரசனின் முனோர்கள் நல்லினத்து ஆயர்குடியில் தோன்றியவன் என்பதை, 'தென்னவன், தொல்லிசை நட்டகுடியோடு தோன்றிய நல்லினத்தாயர் (முல்.கலி 104:4-6), வீவில் குடிப்பின் இருங்குடி யாயரும் (முல்.கலி 105) ஆகிய உதாரணங்களைக் கொண்டு இராமச்சந்திரதீட்சிதர் சுட்டிக்காட்டியுள்ளார்4.மேலும் சீறூர் மன்னரின் முல்லைநிலச் சமுதாயம் இனக்குழுச் சமுதாய எச்சங்கள் நிலவிய சமுதாயம் எனப் பேரா.மாதையன் (2004:56) குறிப்பிடுவது எண்ணத்தக்கது.

9. தொழில், பகிர்வுமுறை

பசுக் கூட்டங்களையும் கன்றுகளையும் காட்டில் மேய்க்கும் வழக்கமும் ஆண்கள் பால் விற்கும் (பால் நொடை இடையன், நற்.142) வழக்கமும் ஆயர்களிடம் இருந்துள்ளது. ஆயர் குலப்பெண்கள் அதிகாலை பறவைகளின் ஒலிகேட்டு மத்தால் தயிரைக் கடைதலை மேற்கொள்வார்கள். அப்படி எடுக்கப்பட்ட வெண்ணெய் தனியாகவும் மோர் தனியாகவும் பிரிக்கும் தொழிலை மேற்கொண்டிருந்தனர். நெருப்புக் கண்டுபிடிப்புப் போல பால் தயிர் மோர் வெண்ணெய், நெய் கண்டுபிடிப்பும் மிக முக்கியமான ஒன்றாகும். நெய்யினை உருவாக்கும் விதம் வேறு திணைப்பாடல்களில் இல்லை. வெண்ணெய் நெய் உவமையாக வந்துள்ளன. வெண்ணெய், நெய் போன்றவைக் கோயில்களுக்கும் அரண்மனைக்கும் கொடுக்கும் உரிமை பெற்றவர்களாக ஆயர்கள் காணப்படுகின்றார்கள். சிலப்பதிகாரத்தில் மாதரி என்னும் ஆயர்குல முதியவள் *இன்று நெய்முறை யாம்* (சிலம்பு. ஆய்ச்சியர் குரவை) என்னும் கூற்றினால் உணரலாம்.

நாள்மோர் என்னும் புதியதாக உருவாக்கப்பட்ட மோரினைப் பெண்கள் சுமந்து சென்று விற்றுள்ளனர். மோர் வீற்று வரும் ஆய்ச்சியர் கரிய மேனியைப் பெற்றிருந்தனர். காதில் குழை அணிந்திருந்தனர். (பனைத்தோள்) என வர்ணிக்கப்பட்டுள்ளது. உடல் வலிமையாகவும், கூந்தல் நீளமாகவும் அமைந்திருந்தது. ஆயர் மகள் மோரினை விலைக்கு விற்க செல்பவர்கள் (அளை விலை உணவின் ஆய்ச்சியர். சிலம்பு.13. 3-4, ஆய்மகள் அளை விலை உணவின் -

பெரும்.162-163). செறி வளை ஆய்ச்சியர் (சிலம்பு.13.7) நெருக்கமாக வளையல் அணிந்திருந்தனர். மோர் விற்கும் போது மோர் பானையை ஒரு சும்மாடு வைத்து எடுத்து வந்துள்ளனர் (முல்.கலி.9). **சும்மாடு**-மோர் பானை சுமை பாரம் அழுத்தாமல் இருக்க வட்டமாகச் சுருட்டி வைத்துக் கொள்ளும் துணி cloth pad] (க்ரியா அகராதி பக்.603). நெல் வைக்கும் அழகான வட்டி வைத்திருந்தனர், மோர் விற்பதோடு மாங்காய் ஊறுகாயும் வைத்திருந்தனர் (கலி.109).மோரின் மூலமாகப் பெற்ற பொருளைத் தன் சுற்றத்துடன் உண்ணும்முறை இருந்துள்ளது. (கிளை உடன் அருந்தி.பெரும்.163) இடையர்கள் வீட்டில் பசுந்தினையோடு பாலும் கிடைக்கும் (பெரும்.166-169). பால் விற்கப்பட்டது (நற்.142), மலர்கள் விற்கப்பட்டுள்ளது (நற்.97), மூங்கிலில் தீக்கடைக்கோலால் தீ உண்டாக்கி அம்மூங்கிலில் துளைபோட்டு குழல் ஊதும் வழக்கம் இருந்துள்ளது. ஆயர்கள் குழலின் மூலமாகப் பாலைப் பண்ணும், யாழின் மூலமாகக் குறிஞ்சிப்பண்ணும் இசைக்கத் தெரிந்திருந்தனர். பால் கறக்கும் கலன்கள், உறி, நெருப்பு உண்டாக்கும் தோல்பை அதனுடன் சூட்டுக் கோல் வைத்திருந்தினர் (சுடுபடை சுருக்கிய தோல் முல்.கலி.6-1).

திமில் உடைய காளை மாடுகள் பல இன மாடுகள் களம் புகுந்துள்ளன. காளை மாடுகள் போர் வீரர்களைப் போல காணப்பட்டன. (முல்.கலி 6:16). உழலை மாட்டுத் தொழுவம் முதலிய வற்றில் மாடுகள் புகாமல் தடுப்பதற்கு வாயிலின்கண் இரு பக்கத்திலும் உழலை (கழிகளை) இழுத்துப் போடும்படி துளையிட்டு நிறுத்தியுள்ள மரம்.

ஏறு தழுவியவர்களைத் தலையில் முல்லை மாலை அணிந்திருந்தனர்.(முல்.கலி.7:6) குறும்பு என்பது பாலைநிலம் ஆகும், கானகத்துச் சிற்றூர் இப்பகுதியில் புல்லினத்தார் ஆடுகளை மேய்த்துள்ளனர். கொல் ஏறு கோடல் என்பது மாடுபிடிப்பதாகும். புல்லினத்து ஆயன் / ஆயர் × ஆட்டு இடையர் என்றும் நல்லினத்தார்× பசு இடையர் என்றும் நச்சினார்க்கினியர் குறிப்பிடுகின்றார். கோவினத்தார்- ஒரு பதிவு மட்டும் காணப்படுகிறது.

10.தொகுப்பாக

கீழடி அகழ்வாய்வில் கண்டறியப்பட்ட தொல் எலும்புகளை ஆய்வு செய்த புனே டெக்கான் கல்லூரி ஆராய்ச்சி நிறுவனம் வெளியிட்ட அறிக்கையில் விலங்குகளின் 70 வகையான எலும்புத் துண்டுகளின் மாதிரிகள் தன்மைக்கேற்ப வகைப்படுத்தப்பட்டதில் இவை திமிலுள்ள காளை, எருமை, வெள்ளாடு, கலைமான், காட்டுப்பன்றி, மற்றும் மயில் ஆகிய உயிரினங்களுக்கு உரியவை என அடையாளாம் காணப்பட்டுள்ளன. (கீழடி வைகை நதிக்கரையில் சங்க கால நகர நாகரிகம் 2019: 9).

முல்லைக் கலியில் காட்டப்படும் பகுதிகள் புதுக்கோட்டையி இருந்து மதுரை வரை உள்ள இடைபட்ட பகுதியாக இருக்கவேண்டும். நில அமைப்பில் யானை போல் கல்பாறை உள்ளது என்பது யானை மலையைக் குறிக்கிறது. அது போல் முல்லைக்கலியின் பாடல்களில் பாண்டிய மன்னனை வாழ்த்துப்பாடும் மரபு உள்ளது. அதனால் கலித்தொகைக் காட்சிகள் மதுரைப்பகுதியைச் சேர்ந்த பகுதி என வரையறுக்க இடமுள்ளது. மேலும் கரிகாலன் ஆயர் இடையே நடைபெற்ற போர் புதுக்கோட்டைக்குத் தெற்கே அமைந்திருக்க

வேண்டும் என நிலவியல் சார்ந்த மீட்டுவாக்கத்திற்கு இடமுள்ளது. கண்ணன் முல்லை நிலத்து ஆயரின் தெய்வமாகச் சிலப்பதிகாரம் குரவை ஆடிப் போற்றப்படுகின்றான். அது போன்ற தொன்மம் இங்கு இல்லை. அந்த நம்பிக்கை வேரூன்றி வலுப்பெறுவதற்கு முன்பே இந்நூல் எழுதப்பெற்று இருக்கவேண்டும்.

சங்கப் பாடல்களில் காணப்பட்ட அகமணமுறை, புறமணமுறை இரண்டும் காணப்படுகின்றன. சங்கப் பாடல்களில் பேசப்பட்ட ஆயர் இன வரைவு பிற இந்திய பழங்குடிகளிடமும் நூயர் போன்ற ஆப்பிரிக்க மேய்ச்சல் பழங்குடிகளிடமும் ஒப்பு நோக்கி ஆராயப்படவேண்டும்.

அடிக்குறிப்பு

1. முல்லையும் குறிஞ்சியும் முறைமையின் திரிந்து
நல் இயல்பு இழந்து நடுங்கு துயர் உறுத்துப்
பாலை என்பதோர் படிவம் கொள்ளும்
(சிலப்பதிகாரம் காடுகாண் காதை 64-66)

2. வள்ளுருள் நேமியான் வாய்வைத்த வளைபோல்
தெள்ளிதின் விளங்கும் சுரிநெற்றிக் காரியும் (முல்.கலி.5)

3. கதை- ஒரு முறை காட்டில் ஒரு முனிவர் தவம் செய்து வருகிறார். மேய்ச்சலுக்கு போன உம்பளச்சேரி இன மாடு ஒன்று பசியில் இருந்த முனிவருக்குப் பசி போக்க பால் சுரந்து கொடுத்து வந்துள்ளது. அதனால் அந்த முனிவர் மனம் மகிழ்ந்து உன்னுடைய வம்சாவளி தழைக்க வேண்டும் என மண்ணை எடுத்து நெற்றியில் பூசியுள்ளார் அன்றிலிருந்து அவ்வின மாட்டிற்கு நெற்றிச் சுட்டி காணப்படுவதாக ஒரு கதை வழங்கப்படுகிறது. இது பிற்கால கதையாகும் ஏனெனில் சங்கப் பாடல்களில் வரும் மாட்டினத்திற்கு உம்பளச்சேரி மாட்டினத்தின் அடையாளங்களை காணமுடிகின்றன.

4. The evolution of the status of the tribal chief to the head of the kingdom is then clearly seen in the regions of the mullai and the marudam. The king is designated among other names by ko or

kon meaning a cowherd. To the latter cattle was wealth, and the division of property among the sons was the division of the heads of cattle belonging to the family. We know that one from of wealth in earliest time was cattle. Therefore, by the term kon is meant chief, whose wealth was cattle. Wherein the origin of the dynasty of the pandya kings can probably be traced to the headship of the a:yar tribe. The same circumstances favored the evolution of the institution of monarchy in the agricultural region. (Ramachandra Dikshitar, 1930 :178-179)

6.
தொல்குடிகளின் வழிபாட்டு மரபுகள்

1. சிலப்பதிகாரம் எனும் பனுவல்

தமிழ் இலக்கிய வரலாற்றிலும் தமிழ்ச் சமூக வழக்காறுகளிலும் இடம்பெற்ற கதைப்பொருள் சிலப்பதிகாரம். இது தமிழ்ச் சமூகத்தின் அடையாளத் தொன்மமாகத் திகழ்கிறது. சங்க இலக்கியங்கள் காதல், போர் ஆகிய அகத்திணை, புறத்திணை பொருள்களை மையமாகக் கொண்டு பாடப்பட்டவை. சிலப்பதிகாரம் அதற்குச் சில நூறாண்டுகளுக்குப் பின் தோன்றியது. இதனில் தமிழர்களின் பண்பாட்டை வெளிப்படுத்தும் வாழ்க்கைக் கூறுகள், பல உள்ளன. நகர வாழ்க்கை, கலைப்பயிற்சி, சமயத்தத்துவச் சொற்போர், ஊழ், பொய்புரட்டு ஆகிய மனித வாழ்க்கை நடத்தைகள் இக்காப்பியத்தில் இடம்பெற்றுள்ளன.

தமிழ்ப் பண்பாட்டிலிருந்து பிற பண்பாட்டு மரபிற்குத் திருமண வாழ்க்கைமுறை மாறியுள்ளது. கோவலன், கண்ணகி இருவரும் பெற்றோர் மணவணி காண மகிழ்ந்து மாமுது பார்ப்பான் மறைவழிக் காட்டிடத் தீவலம் செய்து மணம்புரிந்துள்ளனர். வடக்கத்திய பழக்க வழக்கங்கள் மற்றும் பண்பாடுகள் தமிழரின் வாழ்க்கை முறையோடு கலந்துள்ளன. இவ்வகையான பண்பாட்டு மாற்றம் சங்க காலத்திலும் அதற்குப் பின்னும் நிகழ்ந்துள்ளது. குறிப்பாக, மேட்டுக்குடிச் சமூகங்களிடம் இப்பண்பாடுகள் மிகுதியாக ஈர்க்கப்பட்டிருந்தன. இயற்கைதெய்வங்கள் மறைந்து வச்சிரப்படை, ஐராவதம், பலதேவன், சாதவாகனன், அருகன், சந்திரன், சூரியன் போன்றவைகளும், சிவன், முருகன், திருமால் போன்ற சைவ, வைணவ சமய மரபுகளும் சமணம் பௌத்தம், போன்ற சமயங்களும்,

இலக்கிய மானிடவியல் நோக்கு

மணிமேகலா தெய்வம், ஏழு கன்னிகள், பத்தினி தெய்வம், போன்ற வழிபாட்டு மரபுகளும் சிலப்பதிகாரத்தில் காணப்படுகின்றன. எயினர், ஆயர், குன்றக்குறவர் போன்ற தொல்குடிச் சமூகங்களின் வாழ்க்கைமுறை, பழக்கவழக்கம் சமயநம்பிக்கை போன்றவைகளைப் பதிவுசெய்துள்ள ஆவணமாகச் சிலப்பதிகாரம் திகழ்கிறது.

செவ்வியல் இலக்கியமாகவும் தமிழில் தோன்றிய முதல் காப்பியமாகவும் திகழும் சிலப்பதிகாரத்தை மானிடவியல் கோட்பாட்டு அடிப்படையில் சிலப்பதிகாரதில் காணப்படும் நான்கு வகையான சமூகப் பொருளாதார வாழ்க்கை முறையினை இனவரைவியல் நோக்கில் காணவேண்டிய தேவையுள்ளது.

2. பண்பாட்டு மானிடவியல் நோக்கில் சிலப்பதிகாரம்

சிலப்பதிகாரம் முழுமையும் பண்பாட்டை வெளிப்படுத்தும் தமிழ்ச் சமூகப் பண்பாட்டு நூல் ஆதலால் பண்பாட்டு மானிடவியல் அடிப்படையில் அணுகலாம். பண்பாட்டை ஆய்வுப் பரப்பாக எடுத்துக் கொண்டு ஆய்வு செய்து வரும் பண்பாட்டு மானிடவியல் இதன் உட்பிரிவாக இனவரைவியல் இனக்குழு ஒப்பாய்வியல் ஆகியவை விளங்குகின்றன. தொடக்க காலம் முதல் இன்றுவரை இனக்குழுக்கள் அல்லது பழங்குடிகளிடம் நேரடியாகக் களஆய்வு செய்து அந்தத் தரவுகளை முறைப்படுத்தி, தனிவரைவாக அல்லது ஆய்வு அறிக்கையாகவோ தனிநூலாகவோ எழுதப்பட்டன. அதில் பின்பற்றப்படும் ஆய்வு முறைகளைக் கொண்டு இலக்கியத் தரவின் வழி பண்பாட்டை வெளிப்படுத்தும் ஆய்வுமுறை வளர்ந்துள்ளது.

மனிதனுடைய வரலாற்றைத் தொடக்க காலம் முதல் இன்று வரை மனிதனின் செயல்முறைகள் நாளுக்கு நாள் மாறிக்கொண்டு வருகிறது. இதை மனிதனின் உணவு ஈட்டும் திறனில் ஏற்பட்ட மாறுதல்களைக் கொண்டு அறியமுடியும் (டுர்காட் 1750 நூல் The Historical Progess of the Human mind) என டுர்காட் குறிப்பிடுகிறார்.

மனித வாழ்க்கைப் பொருளாதாரம் (Subsistence Economy)			
1. வேட்டை வாழ்வியல்	2. ஆயர் வாழ்வியல்	3. வேளாண் வாழ்வியல்	4. வணிக வாழ்வியல்

சிலப்பதிகாரத்தில் இந்த மூன்று விதமான வாழ்க்கைமுறையும் காணப்படுகின்றன. வேட்டை வாழ்க்கையினை எயினர், குன்றக்குறவர் ஆகிய குடியினைச் சுட்டலாம், ஆயர் வாழ்க்கை ஆய்ச்சியர் குரவை என்னும் பகுதியிலும் அதற்கு முன் பின் பகுதிகளிலும் அவர்களின் வாழ்க்கைமுறை படம்பிடித்துக் காட்டப்படுகின்றன. வேளாண் வாழ்க்கை என்பது நாகரீக வாழ்க்கை ஆகும். கோவலன், கண்ணகி, அரச குடும்பங்களின் வாழ்க்கை ஆகியவை வேளாண் வாழ்க்கைக்கு அடுத்த நிலைகளான வணிகக்குடி வாழ்வியலுக்குச் சான்றாகச் சுட்டலாம்.

3. வழிபாட்டுமுறைகள்

சிலப்பதிகாரத்தில் பலவகையான வழிபாட்டுமுறைகள் காணப்படுகின்றன. குறிப்பாக வைதீக மரபு, சமண மரபு, தொல்குடிமரபான எயினர், ஆயர் ஆகியோர்களின் வழிபாட்டுமரபுகளும் காணப்படுகின்றன.

3.1. எயினர்

எயினர் வழிபாட்டு மரபு வேட்டுவரியில் இடம்பெற்றுள்ளது. எயினர்குடி சிலப்பதிகாரத்தில் காணப்படும் தொன்மையான குடிகளுள் ஒன்று. இவர்கள் வழிப்பறி செய்தும் வேட்டைத் தொழிலை மேற்கொண்டும் வாழும் வாழ்க்கையை உடையவர்கள். தொல்குடியான எயினர் குடியில் உள்ள இளம்பெண்ணைக் கொற்றவை போல் அலங்கரித்து வழிபட்டுள்ளனர். சிறிய வெள்ளை நிறப் பாம்பின் குட்டி போல் கயிற்றைத் தன் நீளமான கூந்தலில் சுற்றியும், பன்றியின் பல்லினை நெற்றியில் பிறைபோல சூட்டியும், வலிய புலியின் பல்லை எடுத்துத் தாலிபோலவும், புள்ளிகளும் வரிகளும் கலந்துள்ள புலியின் தோலை மேகலையாகவும், கையில் வில்லும், முறுக்கிய கொம்புகளையுடைய மானின் மேல் அப்பெண்ணை ஏற்றிக் கொற்றவையாக அலங்கரித்துள்ளனர். கையில் மதனப்பாவை, கிளி, சிறுமயிரினையுடைய அழகிய சிறகை உடைய காட்டுக்கோழி, நீலநிறம்பொருந்திய மயில், பந்து, கழங்கு ஆகியவை அவள் கையில் கொடுத்து வணங்குகின்றனர். வண்ணக்குழம்பு, பொற்பொடியும், குளிர்ந்த மணமுள்ள சந்தனம், புழுக்கப்பட எள்ளுண்டை,

நிணத்துடன்கூடிய சோறு, மலர்கள், புகை, விரும்பிய மணப்பொருள்களும் ஆகிய இவற்றை பணிசெய்யும் மறப்பெண்கள் தாங்கி நிற்பர் (வேட்டுவவரி:22-44) எனச் சிலப்பதிகாரம் குறிப்பிடுகிறது.

வழிப்பறி செய்யும் போது பறை கொட்டியுள்ளனர். சூறை கொள்ளும்போது சின்னம் என்னும் இசைக் கருவியை ஊதியுள்ளனர். இந்த இசைக் கருவிகளைக் கொற்றவைக்கு வழிபாடு செய்யும்போதும் இதனுடன் கொம்பு, குழல், மணி ஆகிய இசைக் கருவிகளை இசைத்து வணங்கியுள்ளனர். எயினர் கூட்டுவழிபாட்டு மரபும் கூட்டமாக உண்ணும் பழக்கம் உடையவர்கள்.

3.1.1.சாமியாடல்

சிலப்பதிகாரம் வேட்டுவ வரியில் ஒரு பெண், தெய்வம் உற்று உரைக்கும் காட்சி உள்ளது. தெய்வம் உறுதல் அல்லது சாமியாடுதல் ஷாமானிசத்தின் கூறாக அறியமுடிகிறது. "ஷமானிசம் என்பது பழைய கற்காலத்தில் (upper palaeolithic) தோன்றியது. இதன் காலம் ஏறக்குறைய 25,000 ஆண்டுகளுக்கு முற்பட்ட காலத்திற்குரியதாகும். வேட்டைச் சமூகங்களில் ஷாமானிசம் ஒரு தனித்த நிகழ்வாக வளர்ந்துவிட்டது" (பக்தவத்சலபாரதி 2010:37) இன்றும் தென்னாப்பிரிக்கப் பழங்குடிகளிடம் ஆண்கள் தெய்வம் உற்று ஆடும் வழக்கம் உள்ளது. தெய்வ பரவசநிலையினை அடைதல். இது சங்கப் பாடல்களில் வரும் வேலன் வெறியாட்டுடன் தொடர்புபடுத்திக் காணலாம். தந்தை வழிச் சமூகத்தில் ஆணும் தாய்வழிச் சமூகத்தில் பெண்ணும் தெய்வம் உற்று ஆடுகின்றனர். இன்றும் சில தாய்த் தெய்வக் கோயில்களில் ஆடும் ஆண்கள் பெண்வேடம் அணிந்து ஆடுவது ஒப்பு நோக்கத்தக்கது.

முழங்குவாய்ச் சாலினி✸
தெய்வ முற்று மெய்ம்மயிர் நிறுத்துக்
கையெடுத் தோச்சிக் கானவர் வியப்ப
இடுமுள் வேலி எயினர்கூட் டுண்ணும்
நடுவூர் மன்றத் தடிபெயர்த் தாடி (வேட்டுவ வரி:7-11)

(✸ சாலினி என்பது சாமிஆடும் பெண்ணைக்குறிக்கும் சொல் இது சங்க இலக்கியத்தில் வழங்கப்பட்டுள்ளது. மதுரைக்காஞ்சியில் 610.)

சாமியாடும் போது வாயிலிருந்து ஒலி ஏழுப்புவது இன்றும் காணப்படுகிறது. தொல்குடி எயினரிடமும் இவ்வழக்கம் இருந்துள்ளது. சாலினி முழங்கும் வாயை உடையவள், தெய்வம் உற்று மெய்ம்மயிர் நிறுத்தி, கை எடுத்து வணங்கி, நடுவூர் மன்றத்தில் அடி பெயர்ந்து ஆடினாள் என்று பாடலில் வருகிறது. சாமியாடுதலுடன் வாக்கு சொல்லுதலும் காணப்படுகிறது. இதுவும் தொன்மையான வழக்கமாக இருந்தாலும் சங்கப்பாடல்களில் தெய்வமேறுவது மட்டும் இடம்பெற்றுள்ளது. வாக்குரைத்தல் எதிர்காலத்தைக் குறித்துச் சொல்லுதல். கண்ணகியைப் பார்த்து சாலினி அவளின் எதிர்காலம் பற்றிச் சொல்லப்படுகிறது. "தெய்வமேறி வாக்குரைத்தலின் போது சாலினி தொடங்கி, இன்றுள்ள சாமியாடிகள் வரை ஒரு வகையான மருள்நிலைக்குச் செல்கின்றனர். இந்த மருள்நிலையானது ஒருவகை நனவுநிலைப்பிறழ்வு (altered state of consciousness) எனலாம். இந்த நனவுநிலைப் பிறழ்வானது பெண்களுக்குச் சற்று வேகமாக வருவது இயல்பு என்பது இனவரைவியல் தரவுகள் மூலம் பெறப்படும் ஒப்பியல் முடிவாகும் (வின்கெல்மன் 1977:395) வேட்டுவ வரி காட்டும் தமிழ் மரபும் மனித குலத்தின் புராதன முறைகளுக்கு இணையானதாக இருப்பதை இங்கு ஒப்பிட்டுக் காணமுடிகிறது". (பக்தவத்சல பாரதி :2010:39)

3.2.ஆயர்

ஆயர்கள் குரவை என்னும் கூத்தினை நிகழ்த்துகின்றனர். குறிப்பாகத் தீய நிமித்தம்2 ஏற்படும்போது கண்ணன் பலராமன் நம்பினை போன்ற தொன்மத் தெய்வத்தைப் போற்றி வணங்கிக் கூட்டமாகப் பாடி ஆடும் வகையைச் சார்ந்தது. கறவை கன்றுகளின் துயர்நீங்க, ஆயர்ப்படியில் மாயவனிடன் தம்முன் ஆடிய வாலசரிதை நாடங்களில் பிஞ்ஞையோடு ஆடிய குரவை ஆடுவோம் எனக் கூட்டமாக இக்குரவை நிகழ்த்தப்படுகிறது. கண்ணனின் தொன்மங்கள் மிகுதியான அளவில் சொல்லப்பட்டுள்ளன. 'ஆவின் கன்றின் மேல் ஏறிக் கனியை உதிர்த்தவன், பாம்பைக் கயிறாகக் கடல்கடைந்த மாயவன், குருந்த மரத்தை ஒடித்த மாயவன், பெண்களின் ஆடைகளை ஒளித்துக்கொண்டவன், கோவர்த்தனம் என்னும் மலையைத் தூக்கி குடையாகப் பிடித்தவன். மூன்று உலகத்தையும் இரண்டு அடியில் அளந்தவன், தம்பியுடன் காட்டிற்குச் சென்றவன்,

தொல் இலங்கையை அழித்தவன், பஞ்சவர்களுக்குத் தூது நடந்தவன் எனக் கண்ணன் தொன்மம் மிகுதியாக ஆயர் குடியில் காணப்படுகின்றன.

[எயினர்களின் வழிபாட்டு முறையில் இதுபோன்ற தொன்மத்தோடு தொடர்புடைய தெய்வங்கள் காணப்படவில்லை. கொற்றவையை வணங்கும்போது சில தொன்மம் பெண் தெய்வதோடு பொருத்திக் காட்டப்பட்டுள்ளது. இந்நிகழ்ச்சியை இளங்கோவடிகளின் உள்ளத்தின் வெளிப்பாடாகவே கொள்ளவேண்டும். கதை போக்கினை நகர்த்திச் செல்லும் போது படைப்பாளனின் மனவுணர்வும் வெளிப்படுவது இயல்பு. கதையின் முடிவு இளங்கோவடிகளுக்கு நன்கு தெரியுமாதலால் பின் நிகழப்போகும் சில நிகழ்ச்சிகளை முன்கூட்டியே சொல்லிச்செல்கிறார். அந்த அடிப்படையில் இளங்கோவடிகளின் கல்விப் பயிற்சியின் விளைவாகச் சில இடங்களில் வைதீகத்தையும் சில இடங்களில் சமணத்தையும் காப்பியத்திற்கு இடம்பெறச் செய்திருக்கிறார்.]

ஆயர்களின் வாழ்க்கை முறையினைக் காணும்போது ஆகாத்தோம்பி ஆப்பயன் அளிக்கும்/ கோவலர் வாழ்க்கையோர் கொடும்பாடு இல்லை [அடைக்கலக் காதை:120-121] பசுக்களைப் பிணி முதலியவற்றின்னின்றும் காப்பாற்றிப் புல், நீர் முதலிய அளித்துப் பேணி அப்பசுவின் பயனை யாவர்க்கும் கொடுக்கின்ற இடையர்களுடைய வாழ்க்கையில் ஒரு சிறுதும் தீமை இல்லை என்பது அவர்களின் பொருளாதார நிலையைக் காட்டுகிறது. ஆய்ச்சியர் குரவையில் கண்ணன் பற்றிய தொன்மமும் கண்ணனின் வழிபாட்டு மரபும் காணப்பட்டாலும் இயக்கி என்னும் பெண் தெய்வத்தை மாதிரி என்னும் ஆய முதுமகள் பால் கொடுத்து வழிபட்டுள்ளார். அறம்புரி நெஞ்சின் அறவோர் பல்கிய / புறஞ்சிறை மூதூர்ப் பூக்கண் இயக்கிக்குப் பால்மடை கொடுத்து [அடைக்கலக்காதை:115-117]. இயக்கி ஒரு பெண் தெய்வம்; பாண்டி நாட்டில் **இசக்கி** என வழங்குவதாகும். ஆரியங்கனை எனவும் கூறுவர், ஆரியங்கனை கணவர் இருக்கும் பொழுதே துறவு பூண்ட தவப்பெண் என்னும் குறிப்பு உரையில் காணப்படுகிறது. **யக்ஷி** என்னும் சமணத் தெய்வம் எனவும் கருதப்படுகிறது.

3.2.1. ஆயர்களின் பொருள்சார் பண்பாடு

கோவலர்கள் வைக்கோலால் தீயை மூட்டக் கற்றிருந்தனர். உணவு சமைக்க அதற்கெனத் தனியான கலன்கள் வைத்திருந்தனர். பல வகையான காய்கறிகளைச் சமைக்க அறிந்திருந்தனர். பனை மரத்தின் ஓலையில் பாய்போல் முடைந்து அதனைக் கீழே அமர்வதற்கும் (**தாலப் புல்லின் வால்வெண் தோட்டு கைவல் மகடூஉக் கவின்பெறப் புனைந்த செய்வினைத் தவிசு**) சிலம்பு.கொலை:35-37) உணவு உண்பதற்கு முன் கை, கால்களைக் கழுவியுள்ளனர். கை, கால்களைக் கழுவ மண்ணால் செய்யப்பட்ட தட்டைப் பயன்படுத்தியுள்ளனர். (**கடிமலர் அங்கையில் காதலன் அடிநீர் சுடுமண் மண்டையில் தொழுதனள் மாற்றி**) (சிலம்பு.கொலை-39-40). கொழுந்தாக உள்ள வாழை இலையில் உணவு உண்ணும் பழக்கம் உடையவர்களாக இருந்துள்ளனர். (குமரிவாழை குருத்தகம் விரித்து), உணவு உண்ட பின் வெற்றிலைப் பாக்கு பயன்படுத்தியுள்ளனர் (அம்மென் திரையலோடு அடைக்காய் ஈத்து) இதற்கு முக்கியமான காரணம் அவர்கள் வீடுகள் அமைத்து வாழ்க்கை நடத்தியுள்ளனர். தொகை நூல்களில் இல்லம் என்னும் பொருளில் நான்கு இடத்தில் மட்டும் வந்துள்ளது. **பூவல் ஊட்டிய புனைமாண் பந்தர்க் காவல் சிற்றில் கடிமனைப் படுத்து** (சிலம்பு.கொலை:5-6) செம்மண்ணால் பூசப்பட்ட காவலை உடைய புதிய மனை என்கிறது அடியார்க்கு நல்லார் உரை. இதுபோல் அரச பரத்தையும் வெற்றிலைப் பாக்கு பயன்படுத்தியுள்ளனர். அதற்காகப் பொன்னால் செய்த பெட்டியும், அதனுடன் அரசன் கொடுத்த ஒரு குறுவாளும் வைத்திருந்தனர். (**தமனிய அடைப்பையும் கூர்நுனை வாளும் தம் கோமகன் கொடுப்ப**) -(சிலம்பு.ஊர்காண்:128-129)

3.2.2. ஆயர் நம்பிக்கைகள்

ஆயர்களின் வாழ்க்கை அவர்களின் நம்பிக்கை அவர்கள் சார்ந்த பொருள்கள் இடம் பெற்றுள்ளன. குடத்தில் பால் உறையாததும், காளை மாடுகள் கண்களில் கண்ணீர் வருவதும், வெண்ணெய் உருகாத நிலையும், ஆட்டுக் குட்டிகள் துள்ளி ஓடாமல் துவண்டு கிடப்பதும், பசு மெய் நடுங்கி நின்று அரற்றுவதும்,

பசுக்களின் கழுத்தில் கட்டும் மணி அறுந்து நிலத்தில் வீழ்வதும் தீய சகுணமாக நம்பினர். அதுபோல் எருது வந்து முட்டுவதும் தீய சகுணமாகும் கோவலன் மதுரை நோக்கிச் செல்லும் போது ஓர் எருது வந்து முட்டுகிறது. இது தீய நிமித்தம் எனக் கோவலன் அறியவில்லை என இளங்கோவடிகள் சுட்டிச்செல்கிறார்.

3.3.வேளாண் வாழ்க்கையும் வணிக வாழ்க்கையும்

ஒரு படைப்பாளன் தன் படைக்கும் படைப்புகளில் மக்களின் பல்வேறு வகையான வாழ்க்கைமுறைகளையும், மிக நுட்பமாக அவர்களின் பண்பாட்டினையும் பதிவு செய்வதே ஓர் இலக்கியத்தின் வெற்றியாக அமைகிறது. வேளாண் வாழ்க்கை நாகரீக பெற்ற வாழ்க்கை என்னும் பொருளில் கையாளப்படுகிறது. சிலப்பதிகாரத்தில் காணப்படும் முதன்மைப் பாத்திரங்களான கோவலன், கண்ணகி, மாதவி, கோப்பெரும்தேவி, பாண்டியன், சேரன் செங்குட்டுவன், போன்றவர்களும் அவர்களுக்குத் துணையாய் வாழும் சில குடிகளும் வேளாண் வாழ்க்கைக்குச் சான்றாகக் காட்டலாம். இவர்களின் வாழ்க்கைமுறை தனித்தனியே எடுத்து ஆராயப்படவேண்டும். கோவலன் கண்ணகியைப் பிரிந்து வாழும் காலத்தில் கண்ணகியின் தோழி தேவந்தி அவள் வாழ்ந்த கால நம்பிக்கை ஒன்றை சொல்வதாகக் காட்டப்பட்டுள்ளது. பூம்புகார்க்கு அருகில் உள்ள காமவேள் கோட்டத்தில் சோம குண்டம், சூரிய குண்டம் என்னும் குளம் உள்ளதாகவும் அதில் மூழ்கி எழும்போதும் பாவங்கள் இருப்பின் நீங்கி மீண்டும் கணவனுடன் சேர்ந்து வாழ்வாய் என்னும் நம்பிக்கை சுட்டப்படுகிறது. வேளாண் வாழ்க்கையில் பெண்கள் மிகுந்த அடிமையாக இருந்துள்ளனர். குறிப்பாகக் கண்ணகி கோவலனுக்குக் கூறும் சொற்களை இங்குச் சுட்டலாம். கோவலனின் கருத்தை கண்ணகி மனதால்கூட மாற்ற நினைக்காத உள்ளம் உடையவள் எனக் காட்டப்பட்டுள்ளது. கோப்பெரும்தேவி என்னும் பாண்டியனின் பட்டத்தரசி உடன் இருக்கும்போதே அவையில் பிறபெண்களின் நடனநிகழ்ச்சிகளைக் கண்டு களிப்பதாகக் காட்டப்பட்டுள்ளது.

உற்பத்தி மிகுதியாக ஆகும் போது அவை பண்டமாற்றாகவோ, அல்லது விற்பனை பொருளாகவோ மாற்றம் அடைகிறது. அது வளர்ச்சி நிலையினைக் குறிக்கிறது. சங்க காலத்தில்

பூம்புகார், கொற்கை போன்ற இடங்கள் வணிக மையமாக இருந்துள்ளன. அவ்வாழ்க்கை தொடர்பாகச் சில மனிதகுழுக்கள் செயல்பட்டுள்ளனர். அவர்கள் பிற்காலங்களில் வணிகர் என்றும் சாத்து என்றும் அழைக்கப்பட்டுள்ளனர். சிலம்பில் வரும் கோவலன் கண்ணகி இருவர் குடும்பமும் வணிகர்களாக தம் வாழ்க்கை முறையினை வாழ்ந்தவர்கள். இவர்களின் வாழ்க்கை முறையினை மேலும் ஆராயவேண்டியுள்ளது.

4.குடும்பத்தின் வகைகள்

குடும்பம் என்னும் அமைப்பு மிக பழமையானதாகும். சங்க இலக்கியங்களில் தமிழர்களின் குடும்ப அமைப்புக்கள் பதிவாகியுள்ளன. உலகம் முழுவதும் இரு வகைக் குடும்பங்கள் உள்ளன. அவை 1.மணவழிக் குடும்பம் conjugal family இருவரும் மணவாழ்வு மேற்கொள்ளும் போது தொடங்குவது. இதன்விரிவு தனிக்குடும்பம் (nuclear family) 2.விரிந்த குடும்பம் (extended family) 2.1.நேர்வழி விரிந்த குடும்பம் (lineally extended family) குடிவழி நேராக வரும் பாட்டன் பாட்டி பெற்றோர், மக்கள் பேரன், பேத்தி ஆகியோர் இடம்பெறுவர். 2.2.கிளைவழி விரிந்த குடும்பம் (Laterally extended family) சிற்றப்பா, சிற்றன்னை,பெரியப்பா, அத்தை, போன்ற கிளைவழி. குடும்பம் என்னும் சமூக அங்கீகாரத்தைப் பெற சமுதாயம் ஏற்றுக்கொண்ட திருமணமுறைப்படி மணம்செய்து கொள்ளவேண்டும். ஓர் ஆணும் ஒரு பெண்ணும் கணவன் மனைவி என்ற உறவை ஏற்படுத்திக்கொள்ளும் பொழுதுதான் அவர்கள் ஒரு குடும்பமாக அமைகிறார்கள். கணவன் மனைவி- ஒரு கூரையில் உணவு உண்டு வாழ்ந்தாலும் பிரிந்து தனித்தனியே உண்டு வாழ்ந்தாலும் கணவன் மனைவி என்னும் பிணைப்பால் அது ஒரு குடும்பம் ஆகும். ஒரே வீட்டில் ஓர் ஆண், ஒரு பெண் காதலர்களாக அல்ல வேறு வகையான உறவு பெற்று உண்டு வாழ்ந்தாலும் சமுதாயம் ஏற்றுக் கொள்ளாத வரை குடும்ப அமைப்பை ஏற்படுத்த முடியாது. (பக்தவத்சல பாரதி 2003: 351-352). குடும்பம் என்னும் அங்கீகாரம் அந்தந்தச் சமுதாயத்தின் அகவயக் கருத்தாக்கத்தின் மூலம் அளிக்கப்படுகிறது என மானிடவியல் அறிஞர்கள் வரையறை செய்துள்ளனர். சிலப்பதிகாரத்தில் கோவலன் கண்ணகி திருமணத்தில் சமூகத்தின் அகவயமான அங்கீகாரம் வழங்கப்பட்டதின்

இலக்கிய மானிடவியல் நோக்கு ✤ 115

அடையாளமாக அவர்களின் திருமண நிகழ்ச்சியை இளங்கோவடிகள் விளக்கியுள்ளார்.

கோவலன் மற்றும் கண்ணகியின் பெற்றோர் ஒரு நல்ல நாளில் மணவணி காண விரும்பினர். யானையின் பிடரியில் அழகான பெண்களை அமரச்செய்து புகார் நகரத்திற்கு மணச்செய்தியை அறிவித்தனர். மண நிகழ்ச்சியை அறிவித்தல் முறையான சமூக அங்கீகாரம் பெறும் திருமணத்தின் முதல் பணியாகும் அது இன்றளவும் வழக்கில் உள்ளது. (சிலப்பதிகாரம் மங்கல வாழ்த்துப் பாடல்)

கோவலனைத் திருமணம் முடிந்த சில நாட்களில் தனி இல்லத்தில் கண்ணகியுடன் தங்கவைத்துள்ளனர். பெற்றோரோடு இல்லாமல் தனியாக வாழ்க்கைத் தொடங்கப்படுகிறது. சங்க மரபு போல கண்ணகியுடன் ஒரு தோழி உள்ளாள். மாதவியின் குடும்ப அமைப்புத் தாய்வழிக்கிளை விரிந்த குடும்பமாகும். சித்திராபதி, மாதவி, தோழி சுதமதி, மகள் மணிமேகலை கூட்டுக்குடும்ப வகையைச் சார்ந்தது. ஆயர் குடும்ப அமைப்பிலும் மாதிரி ஐயை என இரு மகளிர் மட்டுமே காணப்படுகின்றனர். இவர்களின் கணவர் பற்றி எந்தக் குறிப்பும் இல்லை.

ஆயர் வாழ்வில் காட்சி அளித்த சிறிய இல்லம், வேளாண் வாழ்க்கையில் எழுநிலை மாடங்களாகக் காணப்படுகின்றன. ஐவகை மன்றம், கட்டடக் கலையில் மிகுந்த வளர்ந்த சமூக அமைப்பாகப் பூம்புகார் பகுதியின் வேளாண் வாழ்க்கை அமைந்துள்ளது.

திருமணம் ஒரே இரத்த உறவில் நடைபெற வில்லை இது உலகம் முழுவதும் உள்ள ஒரு பொதுப்பண்பாக உள்ளது. அது சிலப்பதிகாரத்தில் பதிவுச் செய்யப்பட்டுள்ளது. கோவலனும் கண்ணகியும் புகாரை விட்டுப் புறப்பட்டு கவுந்தியடிகள் தங்கியுள்ள ஒரு பொழிலை அடைகின்றனர். அப்போது அங்கு வந்த புதிய பரத்தைத் தன்மையுடையாள் ஒருத்தியும், பயனில சொல்லும் விடனொருவனும் *காமனும் தேவியும் போல் காட்சி அளிக்கும் இவர்கள் யார்* எனக் கவுந்தியடிகளிடம் வினவுகின்றனர். இவர்கள் என்னுடைய மக்கள், காமனும் தேவியும் அல்ல, மானிட யாக்கை காண் என்கிறார்கள். நூல்களையும் கற்று அதன்பயனையும் அறிந்தவரே ஒரு

வயிற்றி உடன்பிறந்தோர் கொழுநனும் மனைவியுமாய்க் கூடிவாழக் கடவதென்று நீர் கற்ற நூல்களில் சொல்லிக்கிடப்பதும் உண்டோ, உண்டாகில் சொல்லும் என்றார் என்க (அடியார்க்கு நல்லார் உரை 2013: 284) என அடியார்க்கு நல்லார் உரையிலும் காணப்படுகிறது. இதிலிருந்து மிகத் தொன்மைக்காலத்திலே (Parallel cousin) ஒரே நேர்வழி ரத்த உறவில் திருமணம் நடைபெறவில்லை என்பதை அறியமுடிகிறது. கிளை வழி ரத்த உறவிலே (Cross cousin) திருமணங்கள் நடந்துள்ளன.

5. உயிர்ப்பலி

மனிதனை மனிதன் கொலைச் செய்தல் வரலாற்றுக்கு முற்பட்ட காலத்திலே தொடங்கிவிட்டது. இனக்குழு நிலையில் பொருளுக்காகப் பிறரின் தலையை வேட்டையாடுதலும் தொல்குடிகளிடம் காணப்படும் மிகத் தொன்மையான ஒரு பழக்கமாகும்.

“இட்டுத்தலை எண்ணும் எயினர் அல்லது
சுட்டுத் தலை போகாத் தொல்குடி”
(சிலம்பு வேட்டுவ வரி:20-21)

சிலப்பதிகாரம் வேட்டுவ வரியில் எயினர்கள் பகைவர் தலையை அறுத்துப் பலி பீடத்தில் இடும் பழக்கம் கொண்டவர்கள். (பக்தவச்சல பாரதி: 2010:33). பிறர் தலையை அறுத்துக் கொள்வது நிலவுடைமை சமூதாயத்தின் முற்பகுதியில் அல்லது வீரயுகக் காலத்தில் மன்னர்களுக்காக மறவர்கள் தன் தலையை வெட்டிக்கொள்ளும் (Self Scarification) போக்கு நிலவியுள்ளன.

மருவூர் மருங்கின் மறங்கொள் வீரரும்
பட்டின மருங்கின் படைகெழு மாக்களும்
முந்தச் சென்று முழுப்பலி பீடிகை
(இந்திரவிழவூர் எடுத்த காதை 76-78)

மருவூர்ப் பாக்கத்தில் உள்ள மறத்தினைக் கொண்ட வீரரும் பட்டினப்பாக்கத்திலுள்ள படைக்கலமுடைய வீரரும் முற்படச் சென்று பெரிய பலிபீடத்தில் வெவ்விய திறலையுடைய எம் அரசற்கு உறும் இடையூற்றை ஒழித்து வெற்றி தருக வெனத் தம்மைப் பலியாகக் கொடுத்தவர்.

"ஆர்அமர் அழுவத்துச்
சூர்த்துக் கடைசிவந்த சுடுனோக்குக் கருந்தலை
வெற்றி வேந்தன் கொற்றம் கொள்கவென
நற்பலி பீடிகை நலம்கொள வைத்துஆங்கு
உயிர்ப்பலி உண்ணும் உருமுக்குரல் முழக்கத்து
மயிர்க்கண் முரசொடு வான்பலி ஊட்டி "

(இந்திர விழவூர் எடுத்த காதை:83-88)

அரிய அமர்க்களப் பரப்பில் அச்சத்தைச் செய்து சுடுங்கொள்ளி போல் கடைசிவந்த பார்வையுடன் தனது பசுந்தலையை வேந்தன் வெற்றி கொள்க என்று நல்ல பலி பீடத்தில் நன்மை பொருந்த வைத்து. அப்பொழுதே உயிர்ப்பலி உண்ணும் இடியின் குரல்போலும் முழக்கத்தையுடை மயிர்சீவாத தோலால் போர்த்த வீரமுரசத்தால் உயிராகிய சிறந்த பலியை உண்பிக்க.

உயிர்ப்பலி யுண்ணும் உருமுக்குரல் முழுக்கத்து
மயிர்க்கண் முரசமொடு மாதிரம் அதிர

(கால்கோட்காதை:195-196)

உயிர்ப்பலி நடக்கும் போது மயிர்நீக்காத தோலால் முரசம் செய்து ஆதில் அதிர செய்துள்ளனர். தண்டனை முறைகளில் எழு செங்கல்லைத் தலையில் ஏற்றும் வழக்கம் இருந்துள்ளது. இது பரத்தையர்கள் கூத்தில் பிழைசெய்தால் அவர்களுக்கு இத்தண்டனை வழங்கியுள்ளனர். இது பற்றிய குறிப்பு மணிமேகலையிலும் பதிவாகியுள்ளது. சுடுமண் ஏறாவடு நீங்கு சிறப்பின் (ஊர்காண்:146) *மற்றவன் தன்னால் மணிமே கலைதனைப் பொற்றேர்க் கொண்டு போதேனாகில் சுடுமணேற்றி யாங்குஞ் சூழ் போகி வடுவொடு வாழ மடந்தையர் தம்மோடுஅனையேன்ஆகி யாங்கக் கூத்தியர், மனையகம் புகாஅ மரபினள்* என, மணிமேகலையில் சித்திராபதி வஞ்சினங் கூறுதலானும் அறிக (சிலம்பு :உரை; அடியார்க்கு நல்லார்.)

6.கள் குடிக்கும் வழக்கம்

உணவின் ஒரு பகுதியாக கள் இருந்துள்ளது. ஆண் பெண் எனப் பாகுபாடு இல்லை. சங்கப் பாடல்களில் வரும் அரசர் புலவர் போர்வீரகள் என்னும் பகுப்பினைக் கடந்து அரச பரத்தை அல்லது காமக்கிழத்தியர் அரசனோடு மிக நெருக்கமாக இருந்துள்ளனர்.

அழகிய இனிய தெளிவைப் பருகினராய்ப் பின்னும் மயங்கி (செம்பொன் வள்ளத்துச் சிலதியர் ஏந்திய அம்தீந் தேறல் மாந்தினர் மயங்கி - ஊர்காண்:132-133). வளைந்த வளையல் அணிந்த தோளின் கண்ணும் மார்பின் கண்ணும் படிந்து சேறாடுகின்ற கோலத்தோடு அழகுபெறத் தோன்றி மிகுந்த மயக்கம் தரும் கள்ளை உண்டு தொலைத்ததனால் உண்டான இசைவொடும் பழகிப் போதாத பாடலும். வெங்கள் தொலைச்சிய விருந்திற் பாணியும் -(நாடுகாண்:131) கள்நொடை யாட்டியர் (இந்திரவிழவூர் எடுத்த காதை:24) கள் விற்பர்வகள், போன்ற பதிவுகள் சங்கப் பாடல்களில் காணப்படுகின்றன.

7. பண்பாட்டு மாற்றம்

சங்கப் பாடல்களில் மீன், உப்பைக் கொடுத்து ஈடாக நெல்லினை வாங்கியுள்ளனர். பூம்புகார் ஒரு வணிகப் பட்டினமாக இருப்பதால் சிலப்பதிகாரத்தில் கள், தயிர், மீன், வெள்ளை உப்பு, இறைச்சி ஆகியவை விலைக்கு விற்கப்பட்டுள்ளன. சங்கப் பாடலில் வரும் வேளாண் சமூகத்திற்கும் சிலப்பதிகாரத்தில் வரும் வேளாண் சமூகத்திற்கும் நிறைய வேறுபாடுகள் காணப்படுகின்றன. திங்கள் சகடம் (உரோகிணி) சேர்ந்திருக்கும் ஒரு நல்ல நாளில், விடியற்காலை, பறவைகளின் நிமித்தம் அறிந்து அதன்பின் திருமண நிகழ்ச்சி நடந்துள்ளது. வாகை இலை, அருகன்புல், ஆகியவைக் கட்டிய ஒரு வெண்ணூல் சூட்டும் வழக்கம் இருந்துள்ளது. சிலப்பதிகாரக் காலத்தில் திங்கள் உரோகிணி சேர்ந்திருக்கும் நாள் பார்த்துள்ளனர். இந்த இரண்டு காலத்திலும் வானியலோடு தொடர்புடைய நம்பிக்கை வெளிப்படுவது கிரேக்கம், சீனம், ஆரியம் ஆகிய இவற்றில் எதன் தொடர்பு என அறிதற்கில்லை. தமிழர்களிடம் வானியல் தொடர்பான சிந்தனை இருந்துள்ளது. ஆனால் இங்கேயே உருவானது என்பதற்கான வலுவான சான்றுகள் இல்லை. மாமுது பார்ப்பான் மறைவழி காட்டிட தீ வலம் செய்து என்னும் நிகழ்வு தமிழர்களிடம் காணப்படாதது. ஆரியச் சிந்தனை தமிழகத்தில் பெற்றச் செல்வாக்கும் செல்வ வளமுள்ள குடிகளிடம் ஆரிய மரபுவழிச் சடங்குகளை மக்கள் பின்பற்ற தொடங்கியுள்ளனர் என்பதையே இந்தச் செய்தி உணர்த்துகின்றது.

இலக்கிய மானிடவியல் நோக்கு ✼ 119

பண்பாடு இயற்கையாக உருவாவதில்லை ஏதேனும் ஒரு நிகழ்வின் தொடர்ச்சியின் காரணம் பற்றிச் சடங்காகவோ பிறநிலைகளாக உருவாகின்றன. இதற்குப் புறநிலை தாக்கம் மிக இன்றியமையாதது. மூன்று விதமான சமூக வாழ்க்கை முறைகள் சிலப்பதிகாரதில் காணப்படுகிறது. மேலும் கோட்பாட்டு நிலையில் இத்தரவினை ஆய்வு செய்யவேண்டியுள்ளது. காலத்தால் பழமையான இக்காப்பியத்திற்குப் பல்கலைக் கழகங்களில் தனி இருக்கைக்கள் உருவாக்கி பல வகையான ஆய்வுகள் செய்தல் வேண்டும்.

7
சங்க இலக்கியத்தில் நகர அமைப்பு

உலகில் உள்ள மிகத் தொன்மையான நாகரிகங்களைக் கொண்ட இனங்களில் தமிழ் இனமும் ஒன்று. பன்னெடுங் காலத்திற்கு முன்பிருந்தே மொழி அடிப்படையில் தமிழ்நாடு தமிழகம் என்னும் சொல்லாக்கம் வழக்கில் இருந்துள்ளது.

வடவேங்கடம் தென்குமரி / ஆயிடைத் தமிழ்கூறும் நல்லுலகம் (தொல்காப்பியப் பாயிரம்), வையக வரைப்பின் தமிழகம் (புறம்168-18) **இமிழ் கடல் வேலியைத் தமிழ் நாடாக்கிய** (காட்சிக்காதை :165) என்ற சிலப்பதிகார வரியும், **நும்நாடு யாது எனின் தமிழ்நாடு என்க** (இளம்பூரணர் சொல்லதிகாரம் உரை), என்னும் தொல்காப்பியம் சொல்லதிகாரம் உரை எழுதிய (11ஆம் நூ.) இளம்பூரணர் உரையிலும் இவ்வாறு இடம் பெற்றுள்ளது.

சேர, சோழ, பாண்டிய என்னும் மூன்று முடியுடைய வேந்தர்கள் ஆண்டுவந்த தென்பகுதிகள் தமிழகம் என வழங்கபட்டு வந்துள்ளது. அசோகரின் (கி.மு.268-232) 2 மற்றும் 13வது பாறைச் சாசனம் இந்தியாவின் தென் பகுதியில் ஆட்சி செய்த சோழ பாண்டிய, சத்தியபுத்திர, கேரளபுத்திர மற்றும் தம்ப பண்ணி (இலங்கை) ஆகிய தம் எல்லை நாடுகளாகவும் நட்புறவோடு உள்ளன என அக்கல்வெட்டுக் குறிப்பிடுகிறது.

கி.மு. 3ஆம் நூற்றாண்டில் வாழ்ந்த “காரவேலனின் ஹத்திக்கும்பா” கல்வெட்டு 113 ஆண்டுகளாக கலிங்க நாட்டிற்கு பகையாக நிலவிவந்த “திரமிளதேச சங்கதாசுவை தோற்கடித்து

விட்டதாக அக்கல்வெட்டுக் குறிப்பிடுவதால் தமிழ் வழங்கக் கூடிய நிலப்பகுதி ஒருங்கிணைந்து இருந்தது என்பது புலனாகிறது.

இவ்வாறு வரலாற்று வழி வந்த தமிழகம் தன்னுள் நீண்ட நெடிய இலக்கிய வரலாற்றைக் கொண்டு விளங்குகிறது. அவற்றுள் காலத்தால் பழமையான இலக்கண இலக்கியமாகத் தொல்காப்பியமும் சங்க இலக்கியமும் ஆகும். தமிழ் மொழியின் இலக்கணமான தொல்காப்பியம் அரசியல் நிலப்பரப்புகளான சேர, சோழ பாண்டிய நில எல்லைகளை உள்ளடக்கிய மொழியான தமிழுக்குத் தொல்காப்பியர் இலக்கணம் வகுத்துள்ளார் . முடியுடை மூவேந்தர்கள் பற்றிய குறிப்புக்கள் தொல்காப்பியத்தில் இடம்பெற்றுள்ளன.

அதுபோல் சங்க இலக்கியம் என வழங்கப்படும் எட்டுத் தொகையும் பத்துப்பாட்டும் தொல்காப்பியம் குறிப்பிடும் அரசியல் நில எல்லைக்களைக் குறிப்பிடுகிறது. ஆட்சி செய்த முடியுடை மூவேந்தர்களையும் குறுநிலமன்னர்களையும் (chieftain) பதிவு செய்துள்ளது.

சிறு நிலஎல்லை, குறுநில எல்லை பேர் எல்லைகளை ஆண்டு வந்த அரசர்கள் வழங்கிய மொழி தமிழ் ஆதலால் அன்று வழங்கப்பட்ட இலக்கியங்கள் தமிழகம், தமிழ்நாடு ஆகிய சொற்றொடர்களைப் பயன்படுத்தியுள்ளன என்பதனை வரலாற்று வழி அறிந்துகொள்வது அவசியமாகிறது.

தமிழ் அரசு (A)

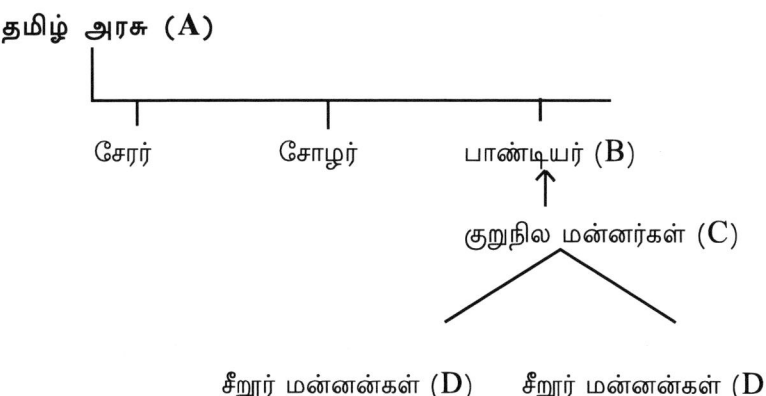

வ.எ.இலக்கியம்	நில எல்லை	அரசு	பாடிய புலவர்
1. பொரு	சோழநாடு	கரிகால் பெருவளத்தான்	முடதாமக் கண்ணியார்
2. பட்டின.	சோழநாடு	திருமாவளவன்	கடியலூர் உருத்திரங்கண்ணனார்
3. சிறுபா.	ஓய்மாநாடு	நல்லியங்கோடன்	நல்லூர் நத்தத்தனார்
4. பெரும்.	தொண்டைநாடு	திரையன்	கடியலூர் உருத்திரங்கண்ணனார்
5. மலைப்.	நவிர மலை	நன்னன்	கௌசிகனார்
6. மதுரைக்.	பாண்டிய நாடு		மாங்குடி

பத்துப்பாட்டில் திருமுருகாற்றுப்படையைத் தவிர பாட்டுடைத் தலைவனாகப் பெரும்பாலும் முடியுடை வேந்தர்களும், சிறுபான்மையாகச் சில குறுநில மன்னர்களும் இருந்துள்ளனர். அகப் பாடல்கள் எனக் கருதப்படும் பட்டினப்பாலை, நெடுநல்வாடை, முல்லைப்பாட்டு பெரும்பான்மையும் அரசியல் நடவடிக்கைகளையே மிகுதியாகப் பேசுகிறது.

பட்டினப்பாலை, பத்துப்பாட்டில் அகப்பொருளைக் கூறும் நான்கு நூல்களுள் (பட்டினப்பாலை, குறிஞ்சிப்பாட்டு, முல்லைப்பாட்டு, நெடுநல்வாடை) பட்டினப்பாலையும் ஒன்று முடியுடை வேந்தனான கரிகால்பெருவளத்தானின் தலைநகரான காவிரிப்பூம்பட்டினத்தைச் சிறப்பித்துக் கூறுகிறது. "குறிஞ்சி, முல்லை, பாலை, மருதம், நெய்தல் என்னும் அகனைந்து திணை ஒழுக்கத்தில் இடைநின்ற பாலை ஒழுக்கத்தை உணர்த்துவதற்குப் புகுந்த நல்லிசைப் புலவரான உருத்திரங் கண்ணனார் இப்பாட்டிற்குப் பட்டினப்பாலை எனப் பெயர் குறித்தருளினார்" (மறைமலையடிகள் 2001:30).

பாடுபொருள்

தன் மனைவியை விட்டுப் பிரிந்து பொருள்தேடச் செல்லத் தொடங்கிய தலைவன் ஒருவன் தனது நெஞ்சை நோக்கித் தலைவியைப் பிரிந்து வாரேன் என்று செலவு அழுங்கிக் கூறும்

கூற்றாகச் சோழன் கரிகால் பெருவளத்தானைக் கடியலூர் உருத்திரங்கண்ணனார் பாடியது. இப்பாடல் 301அடிகளை உடையது.

பட்டினம் என்பது காவிரிப்பூம்பட்டினத்தைக் குறிக்கிறது. பாலை என்பது பிரிவு உணர்வினை வெளிப்படுத்துகிறது. பட்டினத்தைச் சிறப்பித்துக் கூறிய பாலைத்திணை ஆதலால் இப்பாடல் பட்டினப்பாலை எனப் பெயர் பெற்றது. இப்பாடலில் சோழ நாட்டு இயற்கை வளம், காவிரியின் சிறப்பு, கரிகாலன் போர்ச்சிறப்பு கொடைச் சிறப்பு காவிரிப்பூம்பட்டினத்துக் கடல் வாணிகம் பரதவர்களின் செயல்கள் வணிகர் வேளாளர் செயல்கள் கடைத்தெருவின் சிறப்பு முதலியன இடம்பெற்றுள்ளன.

பாடப்பட்டோர்

இப்பாடலைப் பாடியவர் கடியலூர் உருத்திரங்கண்ணனார் ஆவார். உருத்திரன் என்பது இவர் தந்தையார் பெயர், கண்ணன் என்பது இவரின் இயற்பெயராகும். ஆர் விகுதி உயர்வு பற்றியது எனப் புலவர்பெருமக்கள் குறிப்பிடுகிறார். *இவரது ஊர் கடியலூர் ஆகும் இது தொண்டை நாட்டுத் தென்பகுதியில் உள்ள கடுக்கலூராதல் கூடும்* என இராசமாணிக்கனார் குறிப்பிடுகிறார். (இராசமாணிக்கனார் 2012:635).

கடியலூர் உருத்திரங் கண்ணனார்	பட்டினப்பாலை	பெரும்பாணாற்றுப்படை	சமகாலம் ஆதல் வேண்டும்
	கரிகாலன்	திரையன்	

கரிகால் பெருவளத்தான்

பட்டினப்பாலையின் பாட்டுடைத் தலைவன் கரிகால் பெருவளத்தான் எனப் பொதுவாக அறியப்பட்டாலும், பொருநராற்றுப்படையின் பாடல் அடிகளில் கரிகால் வளவன் எனக் குறிப்பிடுகிறது. பட்டினப்பாலையில் கரிகாலன் என்னும் பெயர் இடம்பெறவில்லை. திருமாவளவன் (அடி.299) எனவும், இளமையில் சிறையிருந்து விடுதலைப் பெற்றவன் எனவும் குறிப்பிடுகிறது. பட்டினப்பாலையில் ஒளியர், அருவாளார், பொதுவர், இருங்கோவேள், தென்னவன் (பாண்டியன்), குடவர்

வடவர் ஆகியோர்களை வென்றான் (அடி.274-282) எனக் குறிப்பிடுகிறது. கரிகால்வளவன் வேறு திருமாவளவன் வேறு என்ற கருத்தும் அறிஞர்களிடம் உள்ளது. இதனை முதல் முதலில் முன்னெடுத்தவர் நாவலர் சோமசுந்தர பாரதியார் (பழந்தமிழ் வரலாறு ப.32.49).

பொருநராற்றுப்படை கரிகாலன் பெயரைக் கூறியுள்ளது. பட்டினப்பாலை திருமாவளவன் பெயரினைச் சுட்டியுள்ளது. கரிகாலன் தந்தை உருவப் பல்தேர் இளஞ்சேட் சென்னி எனப் பெருநராற்றுப்படைக் கூறுகிறது. பரணர் இளஞ்சேட்சென்னியை நேரில் கண்டுபாடியுள்ளார் (புறம்4, அகம்-125). *பெருவளக் கரிகால் முன்னிலைச் செல்லார்* எனப் பாடியுள்ளார். *பெருவளத்தையுடைய கரிகாலன் எனப் பொருள்படும் எனவே கரிகாலன் பெருவளவன் என்பது புலனாகிறது. பெருவளம் எனினும் மாவளவன் எனினும் பொருள் ஒன்றே திருமாவளவன் என்பது மிக்க மரியாதையுடைய விருதுபெயர் ஆகும்.* கரிகாலன் காவிரிக்கு உயர்ந்த கரைகளை கட்டினான். கரையின் சில பகுதிகள் கரிகாலக் கரை என ஆதித்த சோழன், முதற்பராந்தக சோழன் கல்வெட்டுகளின் மூலம் அறியலாம் (பிற்கால சோழர் சரித்திரம், பக்.85-86). நீர் வளம் பெருக்கி நிலவளம் உருவாக்கினமையால் பட்டினப்பாலை காடுகொன்று நாடு ஆக்கி / குளம் தொட்டு வளம்பெருக்கி (அடி.283-84) எனச் சங்கப் பாடல்கள் குறிக்கிறது.

காலம்

இலங்கையில், கயவாகுவின் ஆட்சிக் காலம் கி.பி. 114 முதல் 136 வரை நீடித்தது. அக்காலத்தில் செங்குட்டுவன் வாழ்ந்தான் என இராசமாணிக்கனார் கருதுகிறார். கயவாகுவின் பாட்டனார் வசபன் (கி.பி.67-111), இவன் காலத்தில் கரிகால் வளவன் வலிமைபெற்று விளங்கினான். கயவாகுவின் தந்தையான வங்கநாசிக திஸ்ஸன் காலத்தில் (கி.பி.111-114) கரிகாலன் இலங்கையின் மீது படையெடுத்துள்ளான். ஆக கரிகாலனின் காலம் இராசமாணிக்கனாரின் கூற்றுப்படி கி.பி.65 முதல் 115வரை இருந்திருக்கலாம் எனத் துணியலாம்.

ஆற்றங்கரை நாகரிகமும் கடற்கரை நாகரிகமும்

நாகரிகங்கள் ஆற்றங்கரையில் தொடங்கின என வரலாற்று ஆய்வாளர்கள் குறித்துள்ளனர். ஆற்றங்கரை நாகரிகங்களைப் போலவே கடற்கரையிலும் பிற்கால நாகரிகங்கள் வளர்ச்சியடைய தொடங்கின. கடற்கரை நாகரிகம் நகர நாகரிகமாக வளர்ச்சியடைந்தது. காவிரிப் பூம்பட்டினத்து கடற்கரை நாகரிகம் சங்க காலங்களில் மிக வளர்ச்சி அடைந்திருந்தது என்பது சங்க இலங்கியங்களின் வழி அறியமுடிகிறது. கடற்கரை, நகர அமைப்பு, கடல் கோளினால் அழிவுற்றது. அந்நிலையில் மக்கள் அங்கிருந்து மேடான நிலம் நோக்கி நகர்ந்துள்ளனர் என்பது வரலாற்றுநிலையில் அறியமுடிகிறது.

நகரமயமாதல்

ஒரு குறிப்பிட்ட பகுதியில் மரபான தொழில்கள் சற்று மாற்றம் அடைந்து வணிகத்தின் பொருட்டு மாற்றம் அடைகின்றபோது அப்பகுதியின் பொருளாதார அமைப்பு ஒரு புதிய பாதைக்குத் திரும்புகிறது. வாழ்வின் ஒரு பிரிவில் ஏற்படும் மாற்றம் பின்னர் தொடர்ச்சியாக வேறு பிரிவுகளிலும் மாற்றத்தை ஏற்படுத்திவிடும். பட்டினப்பாலையிலும் இந்நிலையினை உணரமுடிகிறது. மீன்பிடிக்கும் மீன்வர்கள் வணங்கும் சமய வழிபாடும், தழை ஆடைகளும் தொல் அடையாளங்களையே காட்டுகின்றன. அதே சமயம் பிற பகுதிகளில் வாழக்கூடிய வணிகர்கள் வேளாண்குடிகள் மாடங்களில் வாழ்கின்றனர். பட்டாடை உடுத்தியுள்ளனர். பெரும் சமயங்களைப் பின்பற்றியுள்ளனர். குறிப்பாகப் பௌத்தம் இங்கு மிகுதியாக வளர்ச்சி அடைந்திருந்தது.

காவிரி ஆற்றின் சிறப்பு (ஆற்றங்கரை நாகரிகம்)

காவிரி ஆறு உலகின் மீக நீண்ட ஆறுகளில் இதுவும் ஒன்று. கர்நாடகவின் வடமேற்குப் பகுதியான குடகில் தோன்றி கிழக்குப் பகுதியான சோழவள நாடு செழிப்புற்று ஈரோடு, கரூர், திருச்சி தஞ்சை, மயிலாடுதுறை, நாகப்பட்டினம் ஆகிய பகுதிகளை வளம்பெறச் செய்து சுமார் 600 கிலோ மிட்டர் ஓடி வருகிறது. ஓடி வருகின்ற இடங்களில் எல்லாம் செழிப்பான நில வளத்தைக் கொடுத்து மீதம் உள்ள நன்னீர் கடலில் கலந்து மீன் வளம் செழிப்புறச் செய்கிறது.

வான்பொய்ப்பினும் தான்பொய்யா
மலைத் தலைய கடல் காவிரி
புனல் பரந்து பொன் கொழிக்கும் (பட்டினப்பாலை
5-6) எனப் பட்டினப்பாலை பாடியுள்ளது.

கரும்பு ஆலைகள்

கரும்பு சாறு காய்ச்சுகின்ற கொட்டில்கள் பல இருந்தன. அவற்றைக் காய்ச்சும் பொழுது உண்டாகும் தீப் புகைப்பட்டுப் பக்கத்து வயல்களில் மலர்ந்த நெய்தல் பூக்கள் அழகு கெட்டு வாடுகின்றன.

கார்க் கரும்பின் கமழ் ஆலைத்
தீத் தெறுவின் கவின் வாடி
நீர்ச் செறுவின் நீள் நெய்தல் (பட்டினப்.10-12)

சங்கப்பாடல்களில் பல இடங்களில் கரும்பின் இயந்திரம் பற்றிய குறிப்புக்கள் காணப்படுகின்றன. பதிற்றுப்பத்து நூலிலும் கரும்பு இயந்திரம் தொடர்பான குறிப்புக்கள் காணப்படுகின்றன. எந்திரம் என்றே பதிவாகியுள்ளது. தீம்பிழி எந்திரம் (பதிற்று.19-23). கரும்பு வெட்டுவோருடைய அதனை ஆட்டிச் சாறு பிழியும் எந்திரம் என ஔவை துரைசாமிப்பிள்ளை உரையும் சுட்டுகிறது.

எருமைமாடுகள்

காய்த்த செந்நெல் கதிரை உண்டு, வயிறு பருத்த எருமைக் கன்றுகள் ஆங்காங்குள்ள நெல் கூடுகளின் நிழலில் உறங்கிக் கொண்டிருக்கும் பட்டினம் ஆகும்.

காய்ச் செந்நெல் கதிர் அருந்து
மோட்டு எருமை முழுக் குழவி
கூட்டு நிழல் துயில் வதியும் (பட்டின.13-15)

மரங்கள்

காவிரிப் பூம்பட்டினத்தில் பலவகையான மரங்கள் காணப்பட்டதைக் கடியலூர் உருத்திரங்கண்ணனார் பதிவு செய்துள்ளார். தென்னை, வாழை, பாக்கு, மஞ்சள், மா, பனைமரம், முதலிய மரங்களும் மஞ்சள் சேம்பு, இஞ்சி முதலிய செடிகளும் அடர்ந்து வளர்ந்திருக்கின்றன.

மக்கள் வாழ்க்கை முறை

காவிரிப்பூம்பட்டினத்து நகரத்தில் மக்கள் அகன்ற வீடுகள் கட்டடப்பட்டிருக்கின்றன. அவ்வீட்டு முற்றங்களில் உலர வைத்திருக்கும் நெல்லுக்குக் காவலாய்ப் பெண்கள் இருந்துள்ளனர். அப்பெண்கள் ஒளி விளங்கும் நெற்றியும், கள்ளம் அறியாத பார்வையும் திருந்திய அணிகலன்களும் உடையவர்கள். காய வைத்த நெல்லினைக் கவரும் கோழிகளை அப்பெண்கள் பொன்னால் செய்யப்பட்ட வளைந்த கனங்குழை எறிவதால் காற்றில் ஒலி எழுப்புகிறது. முற்றத்தில் கிடக்கும் பொன் குழை அணிகலன் சிறுவர் ஓட்டும் மூன்று சக்கர நடை வண்டியில் வழியை மாற்றுகிறது.

விலங்கு பகை அல்லது கலங்கு பகை அறியா
கொழும் பல் குடிச் செழும் பாக்கத்து
குறும்பல் ஊர் நெடுஞ் சோனாட்டு (பட்டின. 20-28)

விலங்கு பகை அல்லாது மனம் கலங்கும் பகை அறியாத பல குடிகள் வாழும் காவிரிப்பூம்பட்டினம். அதனுடன் பல ஊர்கள் இணைந்த பெரிய சோழநாடு என்னும் குறிப்பு உள்ளது.

வலிய தொழில் உடைய மீனவர்கள் கடல் இறால் மீனினைச் சுட்டு உண்ணும் வழக்கத்தினையும், வயல் ஆமையைப் புழுக்கி அதன் இறைச்சியை உண்ணும் வழக்கமும் அவர்களிடம் இருந்துள்ளன. காவிரிப் பூம்பட்டினத்து மீன் பிடிக்கும் பரதவர்கள், வலையைக் காயவைக்கும் மணலில் (பட்.83) வெண் கூதாளம் மலரை மாலையாகச் சூடி சினம் கொண்ட சுறா மீன் கொம்பினை நட்டுப் பெண்கள் தாழை மாலை சூட்டிக் கடல் தெய்வமாக வழிபட்டுள்ளனர். பவுர்ணமி நாள் அன்று கடலுக்கு ஆண்கள் செல்லாமல் கள்ளினை உண்டு தழை ஆடையினை உடுத்தி விளையாடி மகிழும் இயல்பினை உடையவர்கள்.

நெடுங்கால் மாடத்து ஒள் எரி நோக்கி
கொடுந் திமில் பரதவர் குரூஉச் சுடர் எண்ணவும்
(பட்டின.111-112)

காவிரிப்பூம்பட்டினத்து வேளாண்குடிகள் மருவூர்ப்பாக்கத்தில் கடற்கரைக்கு அண்மையில் உயர்ந்த மாடங்களைக் கொண்ட வளமனைகள் இருந்தன. அவற்றில் விளக்குகள் இரவுமுழுமையும்

எரிந்துகொண்டிருந்தன. விடியற் காலையில் கடலில் மீன் பிடிக்கச் சென்ற மீனவர்களுக்கு அவ்விளக்குகள் துணைபுரிந்தன.

1.படகுத்துறை

காவிரிப் பூம்பட்டினம் கழிசூழ் படப்பை எனச் சங்க இலக்கியங்களில் பல இடங்களில் குறிக்கப்படுகின்றன. உப்பங்கழிகள் (Back water) சூழ்ந்த பகுதி மிகுதியாக உள்ளன. வெள்ளிய உப்பினை விலை செய்து பின் நெல்லினை ஏற்றிக் கொண்டு வந்த வலிய படகுகள் வரிசையாகக் கட்டப்படும். அதனைக் கண்ணுறும்போது குதிரைகளைப் போல தறிகள் தோறும் கட்டப் பெற்றிருக்கும் உப்பங்கழிகள் சூழ்ந்த நெய்தல் நிலம் இதுவே படகுத்துறையாக இருந்திருக்க வேண்டும்.

பூம்புகார் ஒரு வணிக மையம் கடற்கரையுடன் இணைந்தப் பகுதி, கடலில் கப்பல்கள் நிற்பது யானைகள் அசைவது போல காட்சி அளிக்குமாம். கடல்நீர் உள்ளே வரும் Back water பகுதிகள் இங்கு மிகுதியாக உள்ளது. **கூம்பொடு, / மீப்பாய் களையாது மிசைப்பரந் தோண்டாது/ புகாஅர்ப் புகுந்த பெருங்கலம் தகாஅர் இடைப்புலப் பெருவழிச் சொரியும் / கடல்பல் தாரத்த நாடு கிழவோயே** (புறம்.30) எனப் புறநானூறு குறிப்பிடுகிறது. காவிரி ஆறு ஆழமாகவும் அகலமாகவும் இருந்துள்ளது. தற்போது ஆற்றின் அகலம் குறைந்துவிட்டது. கும்பகோணத்திற்கு மேல் உள்ள பகுதியில் காவிரி ஆற்றின் அகலம் இங்கு இல்லை. சங்க காலங்களுக்கு முன் இந்தக் காவிரி மிக அகலகமாகவும் ஆழமாகவும் ஓடியிருக்க வேண்டும். ஏனென்றால் திருவெண்காட்டில் ஓடும் ஓர் ஆற்றிற்குப் பழங்காவிரி என்றே பெயர் இது பெருந்தோட்டத்தின் வழியாகச் சென்று கடலில் கலக்குகிறது. ஆகவே இது ஒரு பெரிய ஆறாக ஓடியிருக்கவேண்டும் எனக் கடல் தொல்லியலார்கள் (oceanographers) நெய்தவாசலுக்கு நேராக ஓர் ஆறு உள்ளதாகக் குறிப்பிடுகின்றனர். இங்கு கி.மு.2ஆம் நூற்றாண்டு சான்றுகள் கிடைக்கிறது.

1.1.கரையப்பார் / கப்பக்கரப்பு

மீனவர்கள் குறிப்பிடும் கரையப்பார் பகுதி கவனத்தில் கொள்ளவேண்டும். பட்டினப்பாலைக்கு முந்தியே பழைய பூம்புகார்

கடலுக்குள் போயிருக்க வேண்டும். கரையப்பார் கி.மு.6ஆம் நூற்றாண்டு என்கிறார்கள். அங்கு தூண்டில் போட்டால், பெரிய மீன்கள் கிடைக்குமாம். அங்கே ஒரு கட்டிடம் இருக்கிறது அதில் பாசி படிந்திருப்பதால் பாசியினைத் தின்பதற்கும் இனப்பெருக்கத்திற் காகவும் மீன்கள் அங்கே வருகின்றன. முன்பெல்லாம் ஆண்டுக்கொரு முறை மீன் பிடிக்க ஏலம் விடுவார்கள் அழகம்மை கோயிலுக்கு அதில் வரும் பணம் செலவிடப்படும். 30-40ஆண்டுகளுக்கு முன்பே, அது பத்தாயிரத்திற்கு ஏலம் போகும் எனக் குறிப்பிடப்படுகிறது. வெயில்காலத்தில் அப்பகுதியில் கலசம் தெரிவதாக மீனவர்கள் கூறுவார்கள். ஆங்கே ஒரு கோயில் இருந்து மூழ்கியதாக நம்பப்படுகிறது. இது போன்ற கதைகள் மீனவர்களிடையே வழங்கப்படுகிறது. அங்கே எவ்வளவு ஆழம் என்றுகூட கூறுவார்கள் ஒரு கல்லினைக் கயிற்றில் கட்டி எத்தனைப் பாகம் போகிறதோ அதனை வைத்து அறுவப்பார்(அறுபது பாகம்), எழுவப்பார் (எழுவது பாகம்) என்பார்கள். அங்கே கட்டிடம் சிதைந்து இருக்கிறது என்பார்கள் மேலும் அந்த இடத்தைக் கப்பகரப்பு என்பார்கள். கப்பகரப்பு என்றால் கப்ப என்றால் கப்பல் கரப்பு என்றால் மறந்த எனப் பொருள். ஆக, கப்பல் மறந்த இடம் எனப் பொருள்படுகிறது. சிலப்பதிகாரம், மணிமேகலை குறிப்பிடும் கடல்கோள் (குமரிக்கோடும் கொடுங்கடல் கொள்ள) இது கி.மு.6ஆம் நூற்றாண்டாக இருக்கலாம் என NIO (National Institute of Oceanography) இயக்குநர் எஸ்.ஆர்.ராவ் குறிப்பிடுகிறார். இவர்தான் துவராகாப் பகுதியைக் கண்டுபிடித்தவர்.

2.காமவேள் கோட்டம்

பட்டினப்பாலை அடி 36 **உருகெழு திறல் உயர் கோட்டத்து** என்னும் அடி வலியான் உயர்ந்த தேவாலயம் என்றும் எல்லா தேவர்களையும் தன் மலர் அம்புகளால் மோகிக்கும் காமதேவன் கோட்டம் என ரா.இராகவையங்கார் (1951:42-43) குறிப்பிடுகிறார். வரியணிசுடர் வான்பொய்கை / இருகாமத்து இணையேரி (பட்டின.38-39) கோட்டமும் இணை ஏரியும் காவிரி கடலோடு கலக்கும் இடத்தில் உள்ளது. சிலப்பதிகாரம் கனாத்திறம் உரைத்த காதையில் கடலோடு காவிரி சென்றலைகும் முன்றில் / மடலவிழ் நெய்தலங் கானல் தடமுள/ சோமகுண்டம் சூரியகுண்டம்

துறைமுழ்கிக் / காமவேள் கோட்டம் தொழுதார் கணவரொடு / தாமின் புறுவர் உலகத்து தையலார் (சிலம்பு. கனாத்திறம் உரைத்த காதை 57-61) என நச்சினார்க்கினியர் தம் உரையில் சுட்டியுள்ளார். காமவேள் கோட்டத்தை அடுத்து முருகமர் பொய்கை உள்ளது. முருகமர் பொய்கை என்பது தெய்வத்தன்மை பொருந்திய பொய்கை என ரா.இராகவையங்கார் குறித்துள்ளார்.

3.வெண்கோயில் தவப்பள்ளி - பௌத்த விகாரம்

பட்டினப்பாலையில் குறிப்பிடும் பௌத்தவிகாரம், பல்வேறு சித்திரங்கள் ஓவியங்கள் தீட்டப்பெற்ற வெள்ளிய நிறத்து கோயில் எனக் குறிப்பிடுகிறது. ஆனால் உரைகளில் இது நேரடியாக சுட்டப்படவில்லை.

“வேறுபட்ட வினை ஓவத்து
வெண்கோயில் மாசூட்டும்
தண்கேணித் தகைமுற்றத்துப்
பகட்டு எருத்தின் பல் சாலைத் தவப்பள்ளி தாழ்காவின்
அவிர்சடை முனிவர் அங்கி வேட்கும்”

(பட்டின.49-54)

தவம் செய்யும் அமண் பள்ளி பௌத்தப் பள்ளிகளையும் என நச்சினார்க்கினியர் விளக்கியுள்ளார். இங்கு ஏழு தவப் பள்ளிகள் (இந்திர விகாரம்) இருந்ததாகச் சிலப்பதிகாரம், மணிமேகலை குறிப்பிடுகின்றன.

பணையைந் தோங்கிய பாசிலைப் போதி
அணிதிகழ் நீழல் அறவோன் திருமொழி
அந்தர சாரிகள் அறைந்தனர் சாற்றும்
இந்திர விகாரம் ஏழுடன் போகி (சிலம்பு 10:11-14)
இந்திர விகாரம் ஏழுடன் புக்காங்கு (சிலம்பு 27:92-93)
இந்திர விகாரம் ஏழும் ஏத்துதலின் (மணி.26:55)

பூம்புகாரில் பௌத்த விகாரம் இருந்தற்கான எண்ணற்ற சான்றுகள் கிடைத்துள்ளன. தென்னிந்தியவில் முதன்முதலாக இங்கே தான் புத்தவிகாரைக் கண்டுபிடிக்கப்பட்டுள்ளது.

கி.மு.3ஆம் நூற்றாண்டில் அசோகரின் உறவினரான மகிந்தன் (மகா இந்திரன்) என்பவர் இலங்கை செல்லும் முன் காவிரிப்பூம்பட்டினத்தில் தங்கி, அங்கு ஏழு புத்த விகாரங்களைக் கட்டினார். இதுவே மேலே குறிப்பிட்ட இலக்கியங்களில் பதிவாகியுள்ளது. "மகிந்தன் நிருமித்த விகாரம் சிதைந்த நிலையில் புகாரில் இருந்ததைச் சீன யாத்திரிகன் யுவாங் சுவாங் குறிப்பிட்டிருப்பதாக மு.இராகவையங்கார் தமது ஆராய்ச்சி தொகுதியில் குறித்துள்ளார்" (மு.இராகவையங்கார் 1938:224).

புத்ததத்த தேரர் குறிப்பிடும் செய்தி வெண்கோயில் என்பது தவப்பள்ளியைக் குறிப்பதாகக் கருதவேண்டியுள்ளது. இந்தப் பௌத்த பள்ளியைக் கணதாசர் என்பவரால் கட்டப்பட்டது. பள்ளிக் கட்டிடங்கள் பெரியனவாய், வெண்ணிறமாய் விளங்குகிறது என்று புத்ததத்த தேரர் எழுதிய அபிதம்மாவதாரம் என்னும் பாலி நூலில் குறிப்பிடுகிறார் (புலவர் நா.தியாகராசன் 2009:33).

பாலி மொழியில் எழுதிய காலம் கி.மு.2ஆம் நூற்றாண்டு ஆகும். சுமதி என்ற மாணவனின் வேண்டுகோளுக்கு இணங்க அபிதம்மாவதாரம் என்னும் நூலை எழுதினேன் என்றும் புத்தத்தேரர் எழுதிய மதுராந்த விலாசினி என்னும் நூலுக்கு உரை எழுதியுள்ளார். இதில் புத்த விகாரத்தைக் கட்டியவரின் பெயரான கணதாசர் குறிப்பிடப்பட்டுள்ளது.

(காவேரிப் பட்டணே ரம்மே நானாராமோ பஸோபிதே
கேலாஸ் ஸிகராகார பாஸ்த பதிமண்டிதே
காரிதே கணதாஸேன தஸ்ஸனீய மனோரமே)

இது தொடர்பாக மேலும் பௌத்தமும் தமிழும் மயிலை சீனி வேங்கடசாமி, கே.ஏ.நீலகணடசாஸ்திரி, தென்னிந்திய வரலாறு ஆகிய நூல்களில் குறிப்பிடப்பட்டுள்ளது. பல்லவனீச்சுரத்துகுப் பக்கத்தில் வெண்சுதைச் சிற்பம் கிடைத்துள்ளது. வண்ணம் பூசம்பட்ட உடைந்த உருவங்கள் கிடைத்துள்ளது மேலும் ஆய்வுக்குரியது. இந்த விகார் கடலில் இருந்து 4 கிலோமீட்டர் தொலைவில் உள்ளது. இதன் தென்புறம் மிக அருகில் காவிரி ஆறு உள்ளது.

பூம்புகாரின் அகழ்வாய்வு 200ஆண்டுகளுக்கு முன்பே ஆராயப்பட்டுள்ளது. அப்போது அறிவியல் அடிப்படையிலோ,

பூம்புகாரின் தொன்மையை மையமிட்டோ ஆராயப்படவில்லை. சுமார் 200 ஆண்டுகளுக்கு முன் சரபோஜி மன்னரிடம் துபாஷியாக இருந்த ஐயாவி ஐயர் தருமபுரம் அக்ரகாரத்தில் தங்கி இருந்தார். ஐயாவி ஐயர் ஏதோ தோண்டுகிறபோது தங்க காசுகள் கிடைத்துள்ளது. அதனைக் குழந்தைக்குத் தங்கத்தொட்டில் செய்யக்கொடுத்துள்ளார். ஆனால் அரண்மனையில் திருடியாதாக வழக்கு இவர்மேல் தொடரப்பட்டது. அதன்பின் இவர் கேரளப்பகுதிக்குச் சென்றுவிட்டார். மேலையூரில் கிடைத்த பாலமைத்ரேயர் சிலையின் காலம் கி.பி.8ஆம் நூற்றாண்டு, இங்கு (பூம்புகார்ப் பகுதியில்) 8ஆம் நூற்றாண்டு வரை பவுத்தம் இருந்தது எனத் தமிழறிஞர் சதாசிவப் பண்டாரத்தார் எழுதியுள்ளார்.

4.பண்டசாலை

பட்டினப்பாலையில் மிக இன்றியாமையாத பதிவு வணிகத் தொடர்புடைய குறிப்புக்கள் ஆகும்.

நீரினின்றும் நிலத்து ஏற்றவும்
நிலத்தினின்று நீர் பரப்பவும்
அளந்து அறியாப் பல பண்டம்
வரம்பு அறியாமை வந்து ஈண்டி (பட்டின.129-133)

வெளி நாடுகளில் இருந்து கொண்டுவந்த பொருள்கள் நீரிலிருந்து நிலத்தில் ஏற்றவும், பூம்புகார் பட்டினத்திலிருந்து வெளி நாடுகளுக்குச் செல்ல நிலத்திலிருந்து நீரில் உள்ள கப்பல்களில் ஏற்றவும் நிறைய பண்டங்கள் காத்து கிடந்தன. காவலை உடைய சுங்கச் சாவடியில் சோழ மன்னர் அடையாள முத்திரையான புலியை இலச்சினையாக இட்டுப் பின் அவற்றை வெளியே போக்கினர் எனச் சங்கப் பாடல்கள் குறிப்பிடுகிறது.

அங்காடி வீதியும் கொடியும்

குழல் இசைக்கவும் யாழ் ஒலிக்கவும், முழவு முழங்கவும், முரசம் ஒலிக்கவும் திருவிழா இடைவிடாமல் நடைபெறும் அங்காடி வீதி இருந்தது. அங்காடியில் பல வகையான கொடிகள் இருந்தன. முருகக் கடவுளின் சேவல் கொடியும், விற்பவர் என்ன பொருள் விற்கின்றார் என்பதை அறியும்பொருட்டு பல வகையான கொடிகள்

காணப்பட்டன. நல்ல ஆசிரியர் பெய்ப்பொருளைப் பிறருக்கு வழங்கும்பொருட்டு நாட்டிய அச்சம் தரும் கொடியும், மரக்கலங்களின் மேல் பறக்கும் கொடிகளும், கள் விற்பவர் அடையாளப்படுத்து கொடியும் இருந்தன எனப் பட்டினப்பாலைக் குறிப்பிடுகிறது.

நீரின் வந்த நிமிர்பரிப் புரவியும்
காலின் வந்த கருங்கறி மூடையும்
வடமலைப் பிறந்த மணியும் பொன்னும்
குடமலைப் பிறந்த ஆரமும் அகிலும்
தென்கடல் முத்துங் குணகடல் துகிரும்
கங்கை வாரியும் காவிரிப் பயனும்
ஈழத் துணவும் காழகத் தாக்கமும்
அரியவும் பெரியவும் நெரிய ஈண்டி
வளந்தலை மயங்கிய நனந்தலை (பட்டின.185-193)

குதிரைகள் மிகுதியாக இறக்குமதி செய்யப்பட்டன. சேரநாட்டு கடல்வழி மிளகும், வடபகுதியில் இருந்து மாணிக்க கற்களும் சாம்புநதம் என்னும் பொன்னும், பாண்டிய நாட்டு முத்துக்களும், குடகுமலை சந்தனக் கட்டைகளும் அகிற்கட்டைகளும் கீழ்த்திசைக் கடலிருந்து பவழம், கங்கைச் சமவெளியிலிருந்து வந்த பொருள்களும், கடாராத்து உண்டான பொருள்களும், சீனம் முதலிய நாடுகளிலிருந்து வந்த கருப்பூரம், பனிநீர், குங்குமம் முதலியன இறக்குமதி செய்யப்பட்டன. இங்குள்ள வணிகர் வாணிகத்தின் பொருட்டுப் பிற நாடுகளுக்குக் குடி ஏறியுள்ளனர்.

பூம்புகாரின் தொன்மை பல வழிகளில் நிறுவலாம், காசுகள், மணிகள், சுடுமண்பொம்மைகள் முதுமக்கள் தாழிகள் கருப்பு சிவப்பு பானை ஓடுகள் இவற்றோடு கூட நகர நாகரிகம் இருந்ததற்கான பல்வேறு சான்றுகள் கிடைக்கின்றன. இங்கு கிடைத்த மணிகளைப் போன்றே கொடுமணலில் நிறைய மணிகள் கிடைத்தன. இங்கிருந்து கிரேக்கம், ரோமன் போன்ற இடங்களுக்குச் சென்றுள்ளன என பேராசிரியர் கா.ராஜன் போன்றோர் குறிப்பிடுகின்றனர். கேரளாவிலிருந்து பூம்புகார் வருவதற்கு ஒரு வழி இருந்தது இதற்கு பெருவழி என்று பெயர் (அதியமான் பெருவழி என்றும் குறிப்பிடுவர்).

மொகஞ்சதாரோவில் கிடைத்த குறியீடு இங்கு, கிடைத்த ஒரு முதுமக்கள் தாழியில் கிடைத்தது. அதனுடன் கற்கோடரி கிடைத்தது அதில் பெயர் பொறித்துள்ளதாகக் கல்வெட்டு அறிஞர் ஐராவதம் மகாதேவன் இதனைக் கண்ணுற்று இது கி.மு. மூன்றாம் நூற்றாண்டு எனக் குறிப்பிட்டுள்ளார். சாதாரண மக்கள் பவுத்த மதத்தினைப் பின்பற்றியுள்ளனர். இங்கு கிடைத்த சுடுமண் பொம்மைகளுடன் களிமண்ணால் செய்த புத்தர் பாதம் கிடைத்தது. திருவடியை வணங்குவது பவுத்தத்திற்கு உரியது. திருக்குறளிலும் வருகிறது. சிலம்பிலும் வருகிறது. (அடிகள் முன்னர் யானடி வீழ்ந்தேன்- சிலம்பு மாதவி 2 கடிதம்). இலக்கியங்கள் பூம்புகார் பகுதியின் தொன்மையைப் பல இடங்களில் பேசுகின்றன. பல்வேறு பொருள்களும் கிடைத்த வண்ணம் உள்ளன. கீழடியைப் போன்று என்று சொல்வதைவிட உலகின் மிகப் பெரிய வணிக மையமாகத் திகழ்ந்த இந்தப் பகுதியைத் தமிழக அரசு மீண்டும் தொல்லியல் ஆய்வு செய்து தொன்மையை நிலை நாட்ட வேண்டும் அடுத்துவரும் கட்டுரை பூம்புகாரில் கிடைத்த தொல்பொருள் பற்றி பேசுகிறது. மக்களும் இதன் தொன்மை மேல் ஆர்வம் கொள்ள வேண்டும்.

8.

பூம்புகார் அகழாய்வும் பொருள்சார் பண்பாடும்

தொல்லியல் மானிடவில் நோக்கு

தமிழ் ஆய்வு வரலாற்றில் பல பிரபலமான அறிஞர்கள் தமிழ் உலகிற்கு அறிமுகமானாலும், சில அறிஞர்கள் பற்றி முறையான பதிவுகள் இல்லை என்பது வருந்தத்தக்கது. கல்விப்புலத்தில் உள்ள ஆய்வு அறிஞர்கள் மட்டும் வரலாற்றில் பதிவாகியும் அவர்களைப்பற்றி விவாதிக்கப்பட்டும் வருகின்றன. சில அறிஞர்கள் நுணுக்கமாகவும் பெரும் ஆய்வுக்கு அடிப்படையாகவும் இருக்கும் சில அறிஞர்கள் வெளியில் தெரியாத வேர்களாகவே உள்ளனர். அவர்களை வெளிக்கொணரும் வகையில் தமிழகத்தில் சில பணிகள் நடந்தாலும் குறிப்பாகப் பல்கலைக்கழகங்கள் கல்லூரிகளில் மேற்கொள்ளப்படும் திட்டக்கட்டுரைக்காகச் சில ஆய்வுகள் நடந்துள்ளன. சிலர் தாமே முன்வந்து சில அறிஞர்களின் ஆய்வு முறைகளை வெளிப்படுத்தியுள்ளனர். இருந்தும் முறையான ஆவணப்பதிவுகள் இல்லை.

பூம்புகாரின் வரலாற்று மற்றும் சமூகக் கலைப் பண்பாடுகளை மீட்டெடுப்பதற்கு அடிப்படையாக அமைந்த ஆய்வாளர், பூம்புகார் மண் மீது தணியாத தாகம் கொண்டு தன் வாழ்நாளை அந்த ஆய்வுக்காக அர்பணித்தவர், தமிழக ஆய்வு வரலாற்றில் சுட்டிக்கட்டடக்கூடிய அனைத்து தமிழ் அறிஞர்களுடனும் நெருக்கமான நட்பு வைத்திருந்தவர். பூம்புகாரினை மையமாகக் கொண்டு, சங்க இலக்கியங்களில் இயற்றப்பட்ட பல பாடல்கள் இம் மண்ணுக்குச் சொந்தமானது என்றும் அதனைத் தனி இலக்கிய வகைமையாகப் பூம்புகார் இலக்கியம் எனக் கொள்ளவேண்டும் என முதலில் முன்மொழிந்தவர். சீர்காழி வட்டம், பூம்புகார்ப் பகுதியைச் சேர்ந்த மேலப்பெரும்பள்ளம் புலவர் ந.தியாகராசனார் ஆவார். நான்

கல்லூரியில் இளங்கலை தமிழ் இலக்கியம் பயிலும் காலம் தொட்டு அவரை நன்கு அறிவேன்.

மனித நாகரீக வாழ்க்கைமுறையும் தொடக்காலங்களில் ஒத்தப்பண்புகளுடன் இருந்து பின் படிப்படியாக மாறுதல் அடைந்து வந்திருக்கிறது. வரலாற்றுக்கு முந்தைய காலங்களில் மனிதர்கள் கற்களை ஆயுதமாகப் பயன்படுத்தினர். அக்கருவியின் மூலம் வேட்டையாடி உணவுகளை உண்டனர். பழைய கற்காலம், புதிய கற்காலம் உலோக காலம் ஆகியவற்றில் உலகில் உள்ள மனித பண்பாடுகள் ஒத்த நிலையில் காணப்படுகின்றன. சான்றாக, பெருங்கற்கால காலப்பகுதியில் மனிதர்களை அல்லது இனக்குழு தலைவனின் இறப்புச் சடங்கும் அதன் நினைவுச் சின்னங்களும் (burial site), உலகம்முழுவதும் ஒத்த தன்மையுடன் திகழ்கிறது. பல்வேறு காலப்பகுதியில் மனித சமூகப் பண்பாடு ஒத்திருப்பதையும் வேறுபடுவதையும் பிரிப்பது மனிதசமூகம் பயன்படுத்திய பொருள்கள் ஆகும்.

மனித சமூகம் உருவாக்கும் பொருள்கள் வெறும் பயன்பாட்டுப் பொருள்களாக மட்டும் அல்லாமல் அக்காலத்திய சமூகப் பண்பாட்டு அடையாளமாகவும் தொல்வரலாற்றினை மீட்டுருவக்கம் செய்வதற்கும் அக்காலத்தில் எவ்வகையான பயன்பாட்டிற்குப் பயன்படுத்தினர் என்பது வெளிப்படுவதுடன் கலை அம்சம் வெளிப்படுத்துவதுடன் அதில் மனித சமூக எண்ணம் பிரதிபளிக்கிறது.

பொருள்சார் பண்பாடு (Material culture)

பொருள் பண்பாடு என்பது மக்களுக்கும் அவர்களால் உருவாக்கப்பட்ட அல்லது மாற்றத்துக்கு உள்ளாக்கப்பட்ட பொருள்களுக்கும் இடையிலான தொடர்புகள் குறித்த பல்துறை ஆய்வுப்புலம். முதல்முதலில் பொருள் பண்பாடு பற்றி கவனம் செலுத்திய மானிடவியல் அறிஞர் லூயி ஹென்றி மார்கன் ஆவார். அவர் 19ஆம் நூற்றாண்டின் இடைப்பகுதியில் இந்த ஆய்வை மேற்கொண்டார். அவருடைய முதன்மையான ஆய்வு உறவுமுறையும் சமூக அமைப்பும் என்பதாகும் இருந்தும் பொருள் பண்பாடு பற்றியும் ஆராய்ந்துள்ளார். குறிப்பாக ஒரு தொழில் நுட்பம்

எவ்வாறு ஒரு சமூகத்தின் பரிமாணத்திற்கு அடிப்படையாக அமைகிறது என்பதை ஆராய்ந்துள்ளார் (1877 Morgan L.H., Ancient Society). அதன்பின் ஃபிரான்சிஸ் போவாஸ் இந்த மானிடவியல் துறையும் பொருள்சார் பண்பாட்டு ஆய்வையும் ஒன்றிணைத்தார்.

பொருள்கள் வெறும் மனிதர்கள் பயன்படுத்திய பவுதிகப் பொருள் மட்டும் அன்று. பொருள்களின் உள்ளார்ந்த பொருண்மைகளும் அதன் பண்பாடும் தனித்த அடையாளம் அது சமூகத்தைப் புரிந்து கொள்வதற்கான சூழலை உருவாக்கும் எனக் கருதினார். எனவே அதனை மானிடவியல் பின்புலத்தில் பல ஆய்வுகளை மேற்கொண்டுள்ளனர். அதே சமகாலத்தில் பிரான்சில் எமிலி துர்கைம் சமூகத்தைப் புரிந்துகொள்வதில் பொருள் பண்பாட்டில் முக்கியத்துவம் குறித்து எழுதியுள்ளார். சமூகக் கூறுகளில் ஒன்றனைப் போல் பொருள்சார் பண்பாடும் ஒன்று மேலும் ஒரு சமுதாயத்தின் ஒற்றுமையை நிலைநாட்ட முக்கிய சக்தியாக விளங்குகிறது. (Clifford Geertz 1983).

20ஆம் நூற்றாண்டில் லெவிஸ்டிராஸ் பொருள்சார் பண்பாட்டை மானிடவியல் ஆய்வுகளில் இணைத்துக்கொண்டார். இவரைத்தொடர்ந்து இவரின் மாணவர் மாலினோஸ்கி பொருட்பண்பாட்டை ஆராய்ந்துள்ளார்.

பொருள்சார் பண்பாடு x பொருள்சாராப் பண்பாடு

பண்பாடினைப் பொருள்சார் பண்பாடு (material culture) என்றும் பொருள்சாராப் பண்பாடு (non-material culture) என்றும் இருவகையாகப் பிரிக்கப்படுகிறது. மக்கள் தங்கள் தேவைகளுக்காக உருவாக்கிக் கொள்ளும் அனைத்து வகையான பொருள்களும் பொருள்சார் பண்பாட்டில் அடங்கும். இயந்திரங்கள் கருவிகள், மரச்சாமான்கள் வீட்டுப்பொருள்கள் உடைகள், அணிகலன்கள், கட்டடங்கள் போன்ற எண்ணற்றப் பொருள்கள் பொருள்சார் பாண்பாட்டைச் சேர்ந்தவை (பக்தவத்சலபாரதி 2003:163).

பொருள்சாராப் பண்பாட்டில் பொருள் வடிவம் பெறாத அனைத்துக் கூறுகளும் இடம்பெறும் மனித சமூகத்தின் கருத்துக்கள் பழக்கவழக்கங்கள் நெறிமுறைகள் அழகியல் சிந்தனைகள், இசை, நடனம், உண்ணும்முறை, மந்திரங்கள், வழிபாட்டுமுறைகள்

நம்பிக்கைகள் போன்ற பொருள் வடிவம் பெறாத அனைத்தும் இதில் இடம் பெறுகிறது. இவைகள் மனத்தளவில் உணரக் கூடியது இதனை மானிடவியல் வழக்கில் (mentifacts) மனவடிவங்கள் என அழைக்கப்பெறுகிறது. (பக்தவத்சலபாரதி 2003:165). பொருள் சார் பண்பாடும் பொருள்சாராப் பண்பாடும் தனித்தனியானதன்று ஒன்றை ஒன்று சார்ந்தது. ஒவ்வொரு பொருளுக்குப் பின்னும் அதற்கென்ற பொருள்சாராப் பண்பாடு உண்டு. பொருள்சாராப் பண்பாட்டுக் கூறுகள் அந்தந்தப் பண்பாட்டின் புதைநிலைக் கருத்துக்களை மிகுதியாகக் கொண்டுள்ளது.

பொருள்கள் நம் உணர்வுகள் வாழும் களமாக உள்ளன. பொருள்களை வணங்கும் போக்குத் தமிழ்ச்சமூகத்தில் உள்ளது. நம்மைச் சுற்றியுள்ள பொருள்களில் நமது கருத்துக்கள் உணர்வுகள், மதிப்பீடுகள், விழுமியங்கள் ஆகியவற்றை ஏற்றி அவற்றோடு வெவ்வேறு நிலைகளில் உறவாடுகிறோம்.

பொருள்சார் பண்பாடானது சமூகவயமாக நிற்கிறது. (material culture is highly socialized) "பொருள்கள் மக்களின் சிந்தனை வெளிப்படுத்தும் ஊடகங்கள் என நினைக்கவேண்டும் என்கிறார் மானிடவியலாளர் மேரி டக்லஸ் 1979 பொருள்கள் வாழ்க்கைக்கு அடிப்படைத் தேவை என்னும் நிலை முதன்மையாக இருந்தாலும், மற்றப் பண்பாடுகளிலிருந்து நாம் வேறுபட்டு நிற்கிறோம் என்பதை வெளிப்படுத்துவதற்கும் அதனைக் காலம் காலமாக நிலைப்படுத்து வதற்கும் அப்பொருள் பல கருத்துநிலைகளை உட்கொண்டு நிற்கின்றன.

புற உலகில் பொருள்கள் ஜடப்பொருள்கள் என்னும் கருத்துநிலை உடைகிறது. பொருள்களும் அதன் இறுதி அழிவுநிலைவரை இயங்கிக் கொண்டிருக்கிறது. மேலும் பொருள்கள் புறப்பொருள்களின் மூலம் கட்டமைக்கப்பட்டாலும் அது மனத்தால் கட்டமைக்கப்படுகிறது (All things made by mental construction) மேலும் பண்பாட்டுக்குரியவை ஆகிவிடுகிறது.

பொருள்கள் பண்பாட்டைப் பிரதிபலிக்கின்றனவா அல்லது பண்பாடு அடிப்படையில் பொருள்கள் உருவாக்கப்படுகிறதா என்பதை வேறு பிரித்தறிய முடியாத நிலையில் ஒன்றிணைந்துள்ளது.

பொருள்சார் பண்பாட்டில் உட்பிரிவுகளாக art கலை பொருள்களையும் craft கைவினைப் பொருள்கள் என வகைப்படுத்துகின்றனர்.

இந்த இரண்டு நிலைகளில் புழங்கு பொருள்களை வகைப்படுத்துவதற்கு ஹென்றி கிளாசி (1982) இல் ஒரு முக்கியமான கருத்தமைவை முன்வைத்துள்ளார். மனிதர்களின் அன்றாட வாழ்க்கை சார்ந்த சமூக-பொருளாதாரச் செயல்பாடுகளுக்கு நேரடியாக உதவக்கூடியவை craft எனக் கொண்டுள்ளனர். அழகியல் சார்ந்த மகிழ்ச்சி தருகின்ற அலங்காரத் தன்மைகொண்டவற்றை art கலை என்னும் பிரிப்பிற்குள் அடக்கலாம். "உலகம் தழுவிய பல பண்பாடுகளில் art, craft என்ற பாகுபாடோ beauty utility என்ற பாகுபாடோ இல்லை என்கிறார் ஹென்றி கிளாசி. இது குறித்து விரிவான விவாதங்கள் 90களில் வலுபெற்றது"

பூம்புகார் அகழாய்வு

பூம்புகார் பகுதியில் மேற்கொண்ட தொல்லியல் துறை சார்ந்த அகழாய்வில் கிடைக்கப்பெற்ற பொருள்களைப் பல்வேறு பொருண்மையின் கீழ்ப்பிக்கலாம்.

1. சமயம் சார்ந்த பொருள்கள்

பூம்புகாரில் பல்வேறு விதமான சமயங்கள் இருந்ததற்கான சன்றுகள் கிடைக்கின்றன. சமணம், பௌத்தம், ஆசீவகம், சைவம், வைணவம் ஆகிய சமயங்கள் இங்கு பரவலாக இருந்துள்ளதை இலக்கியத்தின் வழியும் தொல்லியல் சான்றுகளின் வழியும் அறியமுடிகிறது.

1.1. அருகதேவன்

சித்தங்காத்திருப்பு என்னும் பகுதியில் ஒரு கோயில் சித்தன் என்றும், சித்தபர மேட்டி என்றும் எளிய மக்களால் வழங்கப்படுகிறது. சித்தன், பகவன், தரும முதல்வன் என்று சிலப்பதிகாரத்துள் நாடுகாண் காதையில் அருகன் திருப்புகழ் பாடுவது இக்கோயிலே ஆகும் எனப் புலவர் நா.தியாகராசனார் குறிப்பிட்டுள்ளார் (கு.சக்திவேல், சதீஸ் 2022:78).

1.2. சாயாவனம்

சாயாவனம் என்று இன்றும் இவ்வூர் இப்பகுதி மக்களால் வழங்கப்பட்டு வருகின்றது.

> "செந்நெலஞ் செறுவின் அன்னந் துஞ்சும்
> பூக்கெழு படப்பைச் சாய்க் காட்டன்ன" (நற்.73)

என நற்றிணையிலும்

> "நெடுங்கதிர்க் கழனித் தண் சாய்க் கானம்" (அகம்.220)

என அகநானூற்றிலும் சாயாவனம் பற்றிய குறிப்புக்கள் உள்ளன. மேலும் திருஞானசம்பந்தர் தம் தேவாரத்தில்,

> "தண்புகார்ச் சாய்க்காட்டெந் தலைவன்" (திருமுறை - 2),

என்றும்,

> "காவிரிப்பூம் பட்டினத்துச் சாய்க்காட்டெம் பரமேட்டி"

என்றும் கூறுவதால் சாய்க்காடு புகார் நகரத்தின் ஒரு பகுதி என அறியமுடிகிறது என்கிறார். மேலும் **பாரரக்கம் பயில் புகாரின் பல்லவனீச்சரம்** (திருமுறை-1) எனப்பாடியுள்ளார். இவ்வழி சாய்க்காட்டின் தொன்மை கருதின் சிலம்பு கூறும் **பிறவாயாக்கைப் பெரியோன் கோயில்** இதுவாகத்தான் இருத்தல் கூடும் என்கிறார் புலவர் நா.தியாகராசனார். (கு.சக்திவேல், கோ.சதீஸ் 2022:79).

3. சம்பாபதி அம்மன் கோயில்

சம்பாபதி கோவில் சுடுகாட்டுக்கு அருகில் இருந்துள்ளது. இந்தக் கோவிலுக்குக் குஞ்சரக் குடிகை (குச்சரக் குடிகை) என்னும் வேறும் பெயர் உண்டு. இங்குச் சம்பாபதி தெய்வம் வழிபடப்பட்டது என்னும் கதையும் நிலவுகிறது. சம்பாபதிக்குக் கன்னி, குமரி, முதியாள் என்ற வேறு பல பெயர்களும் உண்டு.

சுடுகாட்டுக்குத் தென்புறத்துச் சுவருக்குத் தென்புறத்தில் (நாளங்காடிக்கு வடக்குப் புறத்தில்) இருந்த உவவனம் என்னும் பௌத்த மடத்துக்கும் சம்பாபதி கோவிலுக்கும் ஒரு வழி இருந்தது. உவவனத்திற்கு மேற்குப் பக்கத்தில் கோட்டைச் சுவரைச்

இலக்கிய மானிடவியல் நோக்கு ❁ 141

சார்ந்து சிறுவாயில் இருந்தது. அந்த வாயில் வழியாக மேற்குப் பக்கம் சென்றால் சம்பாபதி கோவிலை அடையலாம். உவவனத்துக்குச் சென்ற சுதமதி என்பவள், உவவனத்திலிருந்து இந்த வாயில் வழியாகச் சக்கரவாளக் கோட்டமாகிய சம்பாபதிக் கோவிலுக்கு வந்தாள் என்று 'மணிமேகலை' கூறுவதிலிருந்து இதனை அறியலாம்.

'பெருந்தெரு ஒழித்துப் பெருவனஞ் சூழ்ந்த
திருந்தெயில் குடபால் சிறுபுழைபோகி
மிக்க மாதவர் விரும்பினர் உறையும்
சக்கர வாளக் கோட்டம் புக்காற்
கங்குல் கழியினும் கடுநவை எய்தாது'

என்றும், (சக்கரவாளக்கோட்டம் 21-25)

... . **பூம்பொழில்**
திருந்தெயிற் குடபால் சிறுபுழை போகி
மிக்கமா தெய்வம் வியந்தெடுத் துரைத்த
சக்கர வாளக் கோட்டத் தாங்கட்
பலர்புகத் திறந்த பகுவாய் வாயில்
உலக வறிவியின் ஒருபுடை யிருத்தலும்'

என்றும் மணிமேகலை (துயிலெழுப்பிய காதை 88-93) கூறுவதிலிருந்து பழைய தகவலை அறியமுடிகிறது.

சம்பாபதி கோவிலுக்குச் சுடுகாட்டுக் கோட்டம் என்றும் சக்கர வாளக் கோட்டம் என்றும் வேறு பெயர்கள் இருந்துள்ளது. சுடுகாட்டுக்குப் அருகில் இருந்ததால் சுடுகாட்டுக்கோட்டம் என்று பெயர் வந்தது.

'இடுபிணக் கோட்டத்து எயிற்புற மாதலிற்
சுடுகாட்டுக்கோட்ட மென்றலது உரையார்' என்று மணிமேகலை (சக்கரவாளக்கோட்டம் 203-204) கூறுகிறது.

சம்பாபதி கோவிலின் கோபுரவாயிலின் மேலே சக்கரவாளத்தின் சிற்ப உருவம் அமைக்கப்பட்டிருந்ததால், இந்தக் கோவிலுக்குச் சக்கரவாளக்கோட்டம் என்று பெயர் வந்தது என்று 'மணிமேகலை' சக்கரவாளக்கோட்ட முரைத்த காதையில் கூறுகிறது.

குஞ்சரக்குடிகை என்னும் சம்பாபதிக் கோவிலிலே இரண்டு செங்கற்றூண்களிலே கந்திற்பாவை (கந்து - தூண், பாவை - பதுவை)

என்னும் இரண்டு தெய்வங்களின் உருவங்கள் அமைந்திருந்தன. கந்திற்பாவைகளில் ஒன்றுக்குத் துவதிகன் என்றும் மற்றொன்றுக்கு ஓவியச்சேனன் (சித்திரச்சேனன்) என்றும் பெயர். இந்தச் தெய்வப் பாவைகள் கடந்தகால நிகழ்ச்சிகளையும் எதிர்கால நிகழ்ச்சிகளையும் நகரமக்களுக்குத் தெரிவித்ததாக நம்பப்பட்டது. சம்பாபதிக் கோவிலைச் சார்ந்த உலகவறவி என்னும் அம்பலம் இருந்தது. இங்குக் குருடர், செவிடர், முடவர், ஆதரவு இல்லாதார் முதலியவர்களுக்குப் பௌத்த மதத்தார் உடை, உணவு, உறையுள் கொடுத்துப் போற்றினார்கள் என்று மணிமேகலை நூல் கூறுகிறது.

சம்பாபதி தெய்வத்தின் திருவுருவம் ஒன்று, இப்போதைய காவிரிப்பூம்பட்டினத்தின் திருச்சாய்க்காட்டுக் கோவிலில் இருக்கிறது. இந்த உருவம், பிற்காலத்துச் சோழ அரசர் நாட்களில் பஞ்ச லோகத் தினால் செய்யப்பட்ட உருவம். அதே போல் திருவெண்காட்டுக் கோயிலிலும் சோழர்கால செப்புத்திருமேனிகளில் இந்தச் சம்பாபதி அம்மன் சிலையும் செய்யப்பாடு இன்றும் கோயிலில் உள்ளது. அதனை ஒத்த வடிவங்கள் தமிழகம் முழுவதும் காணப்படுகின்றன. ஆனால் அவை, வேறு பெயர்களில் வழங்கப்படுவதைக் காணலாம். செப்புத்திருமேனியாய் திருச்சாய்க்காட்டில் உள்ள சம்பாபதி சிலையை முதன்முதலாகப் புகைப்படம் எடுத்தவர் புலவர் நா.தியாகராசனார் ஆவார். அவர் எடுத்த புகைப்படத்தை என்னிடம் காட்டியதை நான் ஒரு படி படம் எடுத்துக் கொண்டேன். அப்படத்தையே இந்நூலில் இணைத்துள்ளேன். தமிழகத்தில் இன்று வழங்கும் மாரியம்மன் சிலையும் சம்பாபதி வடிவமும் ஒத்துள்ளதை அறியமுடிகிறது. சம்பாபதி வலது காலை மடித்த நிலையில் அமர்ந்த கோலத்தில் காட்சி தருகிறாள் பிற்காலத்தில் வடிக்கப்பட்ட மாரியம்மன் சிலைகளில் இடது காலை மடித்து அமர்ந்த கோலத்தில் காட்சி தரும்படி செய்யப்பட்டுள்ளது. நான்கு கைகள் அதில் வலது கையில் சூலம் உடுக்கையுடனும் இடது கையில் மழுபோன்ற ஆயுதமும் மற்றொரு கையில் கிண்ணம் போன்று உள்ளது. மேலும் மணிமேகலையில்

வெங்கதிர் வெம்மையின் விரிசிறையிழந்த
சம்பாதி இருந்த சம்பாதி வனமும்
தவாநீர்க் காவிரிப் பாவைதன் தாதை
கவேர னாங்கிருந்த கவேர வனமும்

என்கிறது (மணிமேகலை 3:53-56). இச்சம்பாபதி அம்மன் கோயில் சாய்க் காட்டுத் திருக்கோயிலின் வட புறத்தில் அமைந்துள்ளது எனவும், செங்கற்களால் கட்டிய இக்கோயில் இன்று சிதைந்த நிலையில் உள்ளதைப் புகைப்படத்துடன் எடுத்துக் காட்டியுள்ளார்.

தொல்பொருள் ஆய்வின் வழி இக்கோயிலின் கட்டடம் 11,12 ஆம் நூற்றாண்டைச் சார்ந்தது எனக் கணக்கிட்டுள்ளனர் என்கிறார். மணிமேகலையில் இச்சம்பாபதி அம்மன் குறித்த செய்திகள் விரிவாகக் கூறப் பெற்றுள்ளன. பிற்கால சோழர் காலத்தில் இக்கோயில் புணரமைக்கப்பட்டுள்ளது.

4.புத்தவிகாரம் / பௌத்த விகாரம்

பல்லவனீச்சரம் கோயிலுக்கு வடக்குப் பகுதியிலும், நகரத்தார் விடுதிக்குக் கிழக்குப் பகுதியில் பௌத்த விகாரை கண்டுபிடிக்கப்பட்டது. இக்கட்டடம் கி.பி.3,4 ஆம் நூற்றாண்டைச் சேர்ந்தது. இக்கட்டப் பகுதியில் பௌத்த மதம் சார்ந்த தொல்லியல் அடையாளங்களாகப் புத்தபகவானின் பாதம் பொறிக்கப்பட்ட வெள்ளைச் சலவைக்கல், தியான நிலையில் அமர்ந்த கோலத்தில் மூன்று அங்குலத்தில் புத்தரின் செப்புத்திருமேனி ஒன்று, முத்திரைவடிவில் செம்பிலான கை விரல்களோடு கூடிய உள்ளங்கைப் பகுதி எனப் பல பொருள்கள் கண்டெடுக்கப்பட்டன. இக்கட்டடத்திற்குத் தெற்குப் பகுதியில் மற்றொரு பௌத்தவிகாரை அகழ்ந்தெடுக்கப்பட்டது. இதன் காலம் கி.பி.- 6,7ஆம் நூற்றாண்டைச் சார்ந்ததாகலாம் எனக் கருதுகின்றனர்.

தமிழ்நாட்டில் புத்தம் பரவி இருந்தாலும் அதற்கான தொல்சான்றுகள் தொடர்ச்சியாகப் பூம்புகாரில் கிடைத்துள்ளது. சான்றாகப் புத்த விகாரத்தைக் குறிப்பிடலாம். தற்போது கண்டறிந்த புத்த விகாரம் பகுதியில் முத்தையன் என்பவரும், முத்துகிருஷ்ணன் என்பவரும் குடியிருந்தார்கள் அது கோயில் நிலம் ஆகும். புலவர்

தியாகராசனார் டிரஸ்டியாக இருந்ததால் அரசுக்குத் தெரிவித்து முறைப்படி அவர்களுக்கு வேறு இடம் கொடுக்கப்பட்டது. அதன்பின் தொல்லியல் துறை அதனை அகழ்வாய்வு செய்தது. இதனைக் கண்டறிய அடிப்படை காரணமாக இருந்தவர் புலவர் நா.தியாகராசனார் ஆவார்.

அசோகன் மகன் மகிந்தன் பூம்புகாரில் ஏழு புத்த விகாரம் கட்டியதாகக் குறிப்புகள் உள்ளன. ஆனால் ஒன்று தான் கிடைத்துள்ளது. இது போல் நாகப்பட்டினம் இலங்கையிலும் பவுத்த விகாரம் கட்டப்படிருந்தது. இதில் ஐந்து அறைகள் ஒரு வராண்டா (திண்ணை) ஒரு பெரிய அறை என்னும் அமைப்பினைக் கொண்டது. இது கி.மு.2ஆம் நூற்றாண்டிலிருந்து கி.பி. 8ஆம் நூற்றாண்டு வரை இருந்திருக்கலாம். என்னுடைய கருத்து முதலில் ஹீனாயானம் புவுத்தம் நிலவிய காலத்திலிருந்து, மகாயான பவுத்த காலம் வரை இது இருந்திருக்க வேண்டும். தியான நிலையில் புத்தர் சிலைகள் கிடைத்துள்ளன. அசோகன் மக்கள் மகிந்தன் மற்றும் சங்க மித்திரை இருவரும் இங்கிருந்து இலங்கைக்குப் போகின்றனர் என மயிலை. சீனி.வேங்கடசாமி குறிப்பிடுகின்றார். இலங்கையிலும் ஹீனாயானம் இருந்து அதன்பின் மகாயானமாக மாற்றம் அடைந்ததை அறியமுடிகிறது. இரு பிரிவினருக்கும் நடந்த போராட்டத்தில் ஹினாயான பவுத்த துறவிகள் இங்கு வந்து தங்கியுள்ளனர். அதன் பின் மகாயான பிரிவினர் இங்கு வந்து இந்த இந்திரவிகாரைத் தன்கட்டுப்பாட்டில் கொண்டுவந்திருக்கவேண்டும்.

மகிந்தன் நிருமித்த விகாரம் சிதைந்த நிலையில் புகாரில் இருந்ததை சீன யாத்திரிகன் யுவாங் சுவாங் குறிப்பிட்டுள்ளதாக மு.இராகவையங்கார் தமது ஆராய்ச்சித் தொகுதியில் குறிப்பிட்டுள்ளார் (மு.இராகவையங்கார் 1938: 224).

ஹீனாயானம் பாலி மொழியில் எழுதப்பட்டது. மகாயானம் சமஸ்கிருதத்தில் எழுதப்பட்டது. அமாரவதி நாகார்ஹுனா கொண்டா என்னும் பகுதியிலிருந்து சலவைக் கல்லால் (lime stone) ஆன புத்தர் பாதம் இங்கு கண்டறியப்பட்டு காட்சிக்கு வைக்கப்பட்டுள்ளது. கி.மு. 2ஆம் நூற்றாண்டிலிருந்து கி.பி.8ஆம் நூற்றாண்டு வரைக்குமான சான்றுகள் தொடர்ச்சியாகக் கிடைக்கின்றன. கி.பி.4ஆம் நூற்றாண்டில் மகாயான பிரிவு இங்கு வளர்ந்திருக்கலாம் எனக் கருதுகிறேன். இதனைப் பற்றி நா வானமாமலை மணிமேகலையில் பவுத்தம் என்னும் தலைப்பில் கட்டுரை ஒன்றினை எழுதியுள்ளார். ஆனால் மயிலை.சீனி வேங்கட சாமி தம் ஆய்வில் இங்கு ஹினாயான பவுத்தம் இருந்ததற்கான சான்றுகளை மிகத்தெளிவான கூறுகிறார். கி.பி. 8ஆம் நூற்றாண்டில் இருந்ததற்கு இன்னொரு சான்று தங்க முலாம் பூசப்பட்ட பால மைத்ரேயர் சிலை கண்டறியப்பட்டது. அழகான சிலை பவுத்த தெய்வமாக வழிபாட்டுப் பொருளாக இருந்துள்ளது. இது மகாயான பிரிவினைச் சேர்ந்தது அது இங்கே கிடைத்தது. தமிழ்நாட்டில் வேறு எங்கும் இது போன்ற புத்தவிகாரம் சுவடுகள் கிடைக்கவில்லை. 1994இல் தமிழ்நாட்டுத் தொல்லியல் துறை ***kaverpoompattnam Excavation*** **(p.143)** என்னும் நூலில் இந்தச் சிலை சென்னை அருங்காட்சியகத்தில் இருந்து தற்போது காணவில்லை, காணமல் போய்விட்டதாகத் தகவல் குறிப்பிடப்பட்டுள்ளது (காண்க இணைப்பு-1) அரசு விரைந்து ஆவணம் செய்யவேண்டும்.

5.சமணம் சார்ந்த இலகொளி சிலாத்தளம்

கோவலனும் கண்ணகியும் புகாரிலிருந்து மதுரைக்குச் செல்லும் வழியில் மணிவண்ணன் கோட்டத்தை வலஞ் செய்து கழிந்தும், அந்தர சாரிகள் அறைந்தனர் சாற்றும் இந்திரன் விகாரம் ஏழுடன் போகியும், முடிவில் சந்தி ஐந்தும் தம்முடன் கூடி தலை மயங்கிய வான்பெரு மன்றத்து உலக நோன்பின்கள் ஒருங்குடன் இட்ட இலகொளிச் சிலாதலம் தொழுது வலம் கொண்டும் சென்றனர்

என்கிறது சிலப்பதிகாரம். இவ்விடம், இன்றைய மேலையூர் - திருவெண்காடு செல்ல வடக்கில் ஒரு பாதையும், மற்றும் மேலையூர் இலஞ்சியந் திடல் பக்கமாக வட கிழக்கு மூலையில் ஒரு பாதையும், நெடுஞ்சாலையில் கிழக்கு மேற்காக நீண்ட பெருவழியும், திருமஞ்சன வீதி என்ற பெயரில் செங்கழுநீர் ஓடை நோக்கிக் காவிரிக் கரை வரை செல்லும் தென்புறத்து ஒரு பாதையுமாக ஐந்து பாதையாகக் கூடுகிற இடம் இது ஒன்றேயாகும்.

மெய்வகை உணர்ந்த விழுமியோர் குழீஇய
ஐவகை நின்ற அருகத் தானத்துச்
சந்தி ஐந்தும் தம்முடன் கூடி
வந்து தலைமயங்கிய வான்பெரு மன்றத்து

என்ற சிலப்பதிகார (10:17-20) அடிகளுக்கு இவ்விடம் பொருத்தமாக அமைந்துள்ளது என்கிறார். அன்றியும் அவ்விடத்தில் இரண்டு பெரும் கற்கள் நீண்ட உருவில் புதைக்கப்பட்டுள்ளன. அவற்றில் குறிகளும், சக்கர வடிவமும் பொறிக்கப்பட்டுள்ளதைக் காணமுடிகிறது எனவும், இதை காவிரிப்பூம் பட்டினத்தின் எல்லைத் தெய்வம் என மக்கள் கருதுவதாகவும் கூறுகின்றார்.

பொலம்பூம் பிண்டி நலங்கிளர் கொழுநிழல்
...
உலக நோம்பிகள் ஒருங்குடன் இட்ட
இலகொளிச் சிலாதலம் தொழுது வலங்கொண்டு
(சிலம்பு,10:21-25)

என இளங்கோவடிகள், கோவலனும் கண்ணகியும் சென்றதைக் கூறியுள்ள அந்த ஒளிகாலும் கற்பீடம் இதுவேயாகும் என்று உறுதியாகக் கூறியுள்ளர்.

இலக்கிய மானிடவியல் நோக்கு ❁ 147

இதன் கிழக்கே சிறு தொலைவில் புத்த விகாரம் இருப்பதைப் புதைபொருள் ஆய்வாளர் கண்டுபிடித்திருப்பது இக்கொள்கைக்கு வலு சேர்க்கிறது. மேலும், விகாரைக்குக் கிழக்கே சிறு தொலைவில் ராஜ நாராயணப் பெருமாள் கோயில் உள்ளது. இதை மணிவண்ணன் கோட்டமாகக் கருதினால் இளங்கோ கூற்றுப்படி அடுத்துக் கோவலன் கண்ணகி இல்லம் இருந்திருக்க வேண்டும் என்பது உறுதியாகிறது.

பல்மலர் அடுக்கிய நல்மரப் பந்தர்
இலவந்திகையின் எயிற்புறம் போகி
தாழ் பொழில் உடுத்த தண்பதப் பெருவழிக்
காவிரி வாயில் கடைமுகங் கழிந்து
(சிலம்பு, 10:30-33)

என்று குடதிசைக் கொண்டு கொழும் புனல் காவிரியின் வட பெருங் கோட்டு மலர்ப் பொழிலினுள் நுழைந்து மேற்கே சென்றதாக இளங்கோவடிகள் கூறுகின்றார். இவற்றை நோக்கின் கழாஅர் முன்றுறை அந்நாளைய நீராடு துறை என்றும், அதுவே காவிரி வாயில் என்றும், இதன் வடபால் அமைந்த இளைய மடம் என்னும் ஊரே இலவந்திகை என்றும் பூம்புகார் ஆய்வாளார் புலவர் நா.தியாகரராசனார் குறிப்பிட்டுள்ளார்.

2.அரசியல் சார்ந்த பொருள்கள்

2.1.நீர்பாசன மேலாண்மை / நீர்த்தேக்கப் பொறியியல்

1963-1964 இல் வாணகிரியில் திருமேனிப்பள்ளம் என்னும் இடத்தில் நீர்ப்பாசனத்திற்குப் பயன்பட்ட மதகு ஒன்று கண்டுபிடித்தார்கள். இதன் காலம் கி.பி. 1ஆம் அல்லது 2ஆம் நூற்றாண்டாக இருக்கலாம்.

வாணகிரியில் திருமேனிப் பள்ளம் என்னும் பகுதியில் அமைந்திருக்கும் இப்படகுத்துறை வித்தியாசமான (architecture) கட்டுமான அமைப்பைக் கொண்டது. இந்தப் படகுதுறை கரிகாலச் சோழன் காலத்தில் கட்டப்பட்டது. இதில்

வெளிவளைவு உள்வளைவுகளைக் கொண்டது. நீர் ஓட்டத்தைக் கட்டுப்படுத்தும் பொறியியல் நுட்பம் இதில் இருக்கிறது. மேலும் நீர் கீழ் மண்ணினை அரிக்காமல் இருப்பதற்காகக் கருங்கல்லால் ஒருகல்லில் கீழ் மற்றொரு கல் படிப்படியாக அமைக்கப் பட்டிருக்கிறது. இது முதல் நூற்றாண்டைச் சேர்ந்தது. கரிகால் சோழனின் நீர் மேலாணமையை இது வெளிப்படுத்துகிறது. மேலும் தமிழின் தொன்மையான கட்டுமான அமைப்புகளை வெளிப்படுத்துகிறது. அது கருத்துரு பெற்ற காலம் இன்னும் முன்னோக்கி செல்லும். இது நம்முடைய மரபோ அல்லது (adoptation) பிற நாடுகளிலிருந்து பெறப்பட்ட அறிவியல் நுட்பமா என ஆராய வேண்டும்.

2.2படகுத்துறை

படகுத்துறையின் கட்டடம் தரைமட்டத்திலிருந்து 1.20மீட்டர் ஆழத்தில் 3மீட்டர் அளவில் அமைந்துள்ளது. கற்களின் அளவு, பலநிலைகயில் காணப்படுகிறது. 61x40, 5x7, 7செ.மீட்டர் அளவிலான பெரிய கற்களாகும். படகுத்துறையின் நீளம் 18.28மீட்டர் அகலம் 7.62மீட்டர் உயரம் 1.71மீட்டர் நீள அகல, உயர அளவில் அமைந்துள்ளது. இது 1962-63இல் நடுவண் அரசு தொல்லியல் ஆய்வாளர்களால் கண்டுபிடிக்கப்பட்டது. இதனை அடுத்து 1995-96இல் தமிழ் நாடு தொல்லியல் ஆய்வுத்துறை மணிக்கிராமத்தில் கிளார் வெளிப்பகுதியில் ஒரு படகுத்துறையும் கண்டறிந்தனர். இது கடலில் இருந்து 1 மையில் தூரத்தில் இவ்வமைப்பு கிடைத்தது. தருமகுளம், மணிக்கிராமம், சாயவனம், வாணகிரி, மங்கைமடம் ஆகிய பகுதியிலும் கண்டறியப்பட்டன. சங்கப் பாடல்களிலும் பல சான்றுகள் கிடைக்கின்றன. சான்றாக, கூம்பொடு, / மீப்பாய் களையாது மிசைப்பரந் தோண்டாது/ புகாஅர்ப் புகுந்த பெருங்கலம் தகாஅர் இடைப்புலப் பெருவழிச் சொரியும் / கடல்பல் தாரத்த நாடு கிழ்வோயே (புறம்.30) எனப் புறநானூறு

பட்டினப்பாலை, சிலப்பதிகாரம் வரை இச்செய்தி இலக்கியத்தில் தொடர்ந்து பதிவுசெய்யப்பட்டு வந்துள்ளது.

சங்க காலங்களுக்கு முன் இந்த காவிரி மிக அகலகமாகவும் ஆழமாகவும் ஓடியிருக்கவேண்டும். ஏனென்றால் திருவெண்காட்டில் ஓடும் ஓர் ஆற்றிற்குப் பழங்காவிரி என்றே பெயர் இது பெருந்தோட்டத்தின் வழியாகச் சென்று கடலில் கலக்குகிறது. ஆகவே இது ஒரு பெரிய ஆறாக ஓடியிருக்கவேண்டும். கடல் தொல்லியலார்கள் நெய்தவாசலுக்கு நேராக ஒரு ஆறு உள்ளதாகக் குறிப்பிடுகிறார்கள். இங்கு கி.மு.2ஆம் நூற்றாண்டு சான்றுகள் கிடைக்கிறது.

2.3.வணிகம் சார்ந்த பொருள்கள்

பல்லவனீச்சுரத்திற்கு வடக்கிழக்கிலும் தருமகுளத்திற்கு வடபுறத்திலும் உள்ள வெள்ளையன் இருப்பு பகுதியில், கிரேக்க மன்னர் அகஸ்டஸ் தலைபொறிக்கப்பட்ட செப்புக் காசுகள் - உடைந்த ரோமானிய ஜாடிகள் - ரோமானியர் பயன்படுத்திய பாத்திர ஒடுகள் எனபன கிடைத்துள்ளன. இவை கி.பி. 1,2 ஆம் நூற்றாண்டைச் சார்ந்தவை எனக் கணிந்துள்ளனர்.

2.4.காசுகள்

புதைபொருள் ஆய்வில் பூம்புகாரைச் சுற்றி 5 மைல் தொலைவிலுள்ள நிலப்பரப்புகளில், செப்புக்காசுகள், பல்வகை வண்ணமணிகள், முதுமக்கள் தாழியின் உள்ளே சிறு சிறு பாத்திரங்கள் மீது இடப்பட்ட குறியீடுகள், பானையோட்டின் மேல் பொறிக்கப்பட்ட பெண் வடிவங்கள், சிவப்பு நிறப் பானையோட்டின் மீது பிராமி எழுத்துக்கள் என கி.மு. 3 ஆம் நூற்றாண்டிலிருந்து கி.பி. 6ஆம் நூற்றாண்டு வரை உள்ள பல வரலாற்றுத் தடயங்கள் கிடைத்துள்ளமை குறிப்பிடத்தக்கது.

3.தொல்வரலாற்றுக் கால எச்சங்கள்

3.1.சுடுமண் பொம்மைகள்

1951இல் இக்காலக்கட்டத்தில் அண்ணாமலைப் பல்கலைக் கழகத்தின், துணைவேந்தர் எஸ். ஜி. மணவாள ராமானுஜம் அவர்களால் காரிவிப்பூம்பட்டினம் கடலுள் மூழ்கியதைக் கண்டு

வெளிக்கொணரக் கடலகழாய்வு மேற்கொண்டார். அவருடைய முயற்சி முழுப்பலனை எட்டவில்லை. கடலில் அகழாய்வு மேற்கொள்ளாது நிலப்பகுதிகளில் தொல்லியல் ஆய்வினை மேற்கொண்டால் பயன் கிட்டும் என எண்ணி வரலாற்றுத் தடயங்களைக் கண்டறிய (1952-60) முயன்றுள்ளனர். பூம்புகாரைச் சுற்றியுள்ள வயல்பகுதி, திடல்பகுதி, குளக்கரைகள், ஆற்றின் கரையோரப் பகுதிகள்,

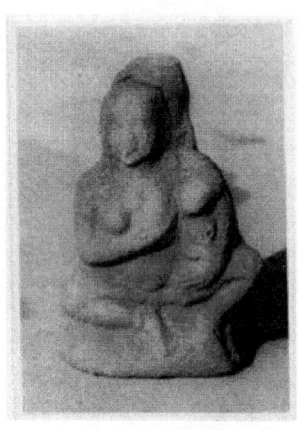

குடிமராமத்துச் செய்யும் (வீடுகட்டும்) இடங்கள் என அனைத்துப் பகுதிகளிலும் காலம் நேரம் பார்க்காது தொடர்ந்து கள ஆய்வினை செய்தனர். அதன் பயனாக நிலப்பரப்பின் மேல் சதுரவடிவக் காசுகளும், பலவகையான வண்ணமணிகளும், சுடுமண் பொம்மைகளும், முதுமக்கள் தாழிகளும் கிடைத்துள்ளன. மேலும், குடிமராமத்துச் செய்யும் இடங்களில் பூமியில் புதையுண்ட நிலையில் சிதைந்துள்ள சுவர்கள் சில பகுதிகளில் காணப்பட்டுள்ளன.

கருப்பு சிவப்பு பானை ஓடுகள்   **மணிகள்**

   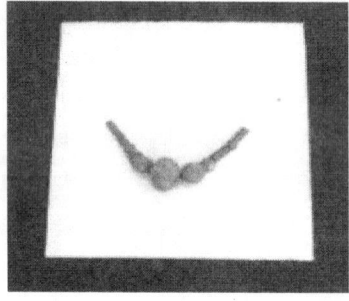

4. இரும்பு கால மக்கள் பயன்படுத்திய பொருள்கள்

4.1. முதுமக்கள் தாழிகள்

இந்த பொருள்களையும் இலக்கியப் பகுதிகளின் ஒப்பீட்டுடன் சங்க கால மக்களின் பண்பாட்டை மீட்டுருவாக்கம் செய்யவேண்டும்.

சங்கப் பாடல்களில் பட்டினப்பாலை, பொருநராற்றுப்படை, சிலப்பதிகாரம், மணிமேகலை, தொகைப்பாடல்கள் ஆகிய பகுதிகளில் பூம்புகாரின் அமைப்பு பற்றியும் வாணிகம் தொடர்பான செய்திகளும் விவரிக்கிறது.

'உப்பங்கழி வழியாக உள்நாட்டுப் பண்டங்களை ஓடங்களில் உதவியால் இடம் மாற்றுக்கொண்டனர் இது புகாரின் தொன்மை காட்சியை விளக்குகிறதுசு (தியாகராஜன் 2009:22).

இலக்கியம் காட்டும் உப்பங்கழியும் படகுத்துறையும் இந்திய நடுவண் தொல்பொருள் ஆய்வாளர்கள் கண்டறிந்துள்ளார்கள் இதற்கு அடிப்படைக் காரணமாக துணையாகவும் இருந்த ஆய்வுச்செம்மல் புலவர் ந.தியாகராஜன் ஐயா அவர்களாகும். இலக்கியத்திலிருந்து வரலாற்றுக் காலத்தை மீட்டெடுத்துள்ளார்.

கீழையூர் கிராமத்தில் மங்கை மடம் வயல் பகுதியில் படகுத்துறை கண்டறியப்பட்டது. இது கடற்கரைக்கு மிக அருகில் அமைந்திருக்கிறது மிகப்பெரிய செங்கல் கட்டுமானமாக அமைந்துள்ளது. நடுவில் நீர் ஓடும் பாதை (back water) நடுப்பகுதியில் மரத்தூண் புதைப்படுள்ளன. இந்த மரம் இலுப்பை மரத்தால் ஆனது. இது படகுகளைக் கட்டுவதற்கு பயன்பட்டுள்ளன. இது கி.மு. 3ஆம் நூற்றாண்டைச் சேர்ந்ததாகும்.

கி.பி. 2ஆம் நூற்றாண்டைச் சேர்ந்த சிலம்பு கேரள மாநிலம் கொல்லம் கடலில் கண்டெடுக்கப்பட்டது. இது தற்போது பூம்புகார் அகழ்வைப்பகத்தில் வைக்கப்பட்டுள்ளது. (இதன் வடிவம் சுற்றளவு 50 செ.மீ. நீளம், 17 1/20 செ.மீ அகலம், 14 செ.மீ, 305 கிராம் எடையைக் கொண்டது.)

சிலம்பின் முகப்பில் நடுவில் உயர்ந்த மேடாகவும் தலைப்பின்மேல் நான்கு இதழ்களுடைய மலர் போல் அமைந்துள்ளது. சுற்றி இரண்டு கோடுகள் வட்டமிட்டு அதன் நடுவில் பல புள்ளிகள் அமைக்கப்பெற்றுள்ளது. உள்ளே பரல்கள் போடுவதற்கு ஏற்ற வகையில் கூடாக அமைந்துள்ளது. (முத்துசாமி 2008:31)

மத்தக மணியோடு வயிரம் கட்டிய
பத்திக் கேவணம் பசும்பொன் குடைச்சூல்
சித்திரச் சிலம்பின் செய்தி எல்லாம் (சிலம்பு. 16:)

உரை: அச்சிலம்பு தலைசிறந்த மாணிக்கத்தோடு வயிரமும் வரிசைப்பட இழைக்கப்பட்டது. மணிகள் அழுத்தும் குழிகளை உடையது. பசிய பொன்னால் செய்யப்பெற்றது. உட்பரல்கள் உடையது. சித்திர வேலைப்பாடு கொண்டது. (சிலம்பொலி செல்லப்பன் 2000:256) என உரைகள் குறிப்பிடுகின்றன.

சிலம்புகழி நோன்பு என்னும் சடங்கு சங்க காலத்தில் நிலவிய சமூகப் பண்பாட்டு மரபாகும். திருமணத்தின் முன் திருமணத்தின் போது ஒரு சடங்கின் மூலம் அதை கழற்றப்படுகிறது. ஆக கிடைத்த தொல்பொருள்கள் வரலாற்று மற்றும் தொல்லியல் கட்டுப்பாட்டிலிருந்து சமூகப் பண்பாட்டு அடையளமாகத் திகழ்ந்ததை இலக்கியங்கள் மீட்டுருவாக்கம் செய்கிறது. மனித சமூகப் பண்பாடுகளைப் பதிவு செய்வதோடு மட்டும் அல்லாமல் காலம் கடந்து அக்கால பண்பாட்டு செயல்பாடுகளை இலக்கியம் வெளிப்படுத்துகிறது. அதற்கு அடிப்படையாக இருப்பது அவர்கள் பயன்படுத்திய பொருள்களே ஆகும். இந்தியத் தொல்லியல் துறை ஆய்வில் பூம்புகாரின் பழம் பெருமை வெளிப்படும் வகையில் பண்டைய நகர வரலாற்றுச் சுவடுகள் பல கிடைத்தன.

5.கடலகழாய்வு

பூம்புகாரில் நிலப்பகுதிகளில் மட்டுமல்லாது கடல் பகுதிகளிலும் பல தொன்மைச் சான்றுகள் காணப்பட்டன. கோவாவில் உள்ள இந்திய தேசியக் கடலகழாய்வுக் கழகம் National Institute of Oceanography (NIO) 1991ஆம் ஆண்டு ஆழ்கடல் அகழாய்வை மேற்கொண்டது. இவ்வாய்வில் மீனவர்களால் ‘கரையபார் எனக் குறிப்பிடப்படும் கடல் பகுதியில் கட்டடப்பகுதி ஒன்றும், கண்ணகிச் சிலைக்கு எதிர்ப்புறம் கடல் பகுதியில் கட்டடப்பகுதி ஒன்றும் கண்டுப்பிடிக்கப்பட்டன. வாணகிரிக்கு எதிர்த் திசையில் கடலில் ஏழு மீட்டர் ஆழத்தில் ஆய்வு செய்ததில், பெருங்கற்காலக் கறுப்பு, சிவப்புப் பானையோடுகளும் (black and red ware pots), சாம்பல் நிறப்பானை ஓடுகளும் கண்டெடுக்கப்பட்டன. இவற்றின் காலம் கி.மு. 3ஆம் நூற்றாண்டுக்கு மேல் இருக்கலாம் என வரையறுத்துள்ளனர்.

நெய்தவாசல் பகுதியில் அமைந்த வாய்க்காலின் நேர் கிழக்கே கடற்பகுதியில் பெரிய ஆறு ஓடியதற்கான தடயம் ஒன்று

கண்டுபிடிக்கப்பட்டது. இது பழைய காவிரி ஓடியதற்கானத் தடயமாகக் கருதுவர். 2001 -இல் இங்கிலாந்தின் புகழ்பெற்ற ஆழ்கடல் ஆராய்ச்சியாளர் கிரஹாம் ஹான் ஹாக் பூம்புகார் கரையபார் பகுதியை மீண்டும் ஆய்வு மேற்கொண்டார். இதில், மெசபொடோமியா, சுமோரிய நகர நாகரிகங்களை விட மிகப்பழமையானது என்றும், மொகஞ்சதோரா, ஹரப்பா நகர நாகரிகத்தை விட முந்தியது புகார் நகர நாகரிகம் என்றும் தக்கச் சான்றுகளுடன் உறுதி செய்துள்ளார்.

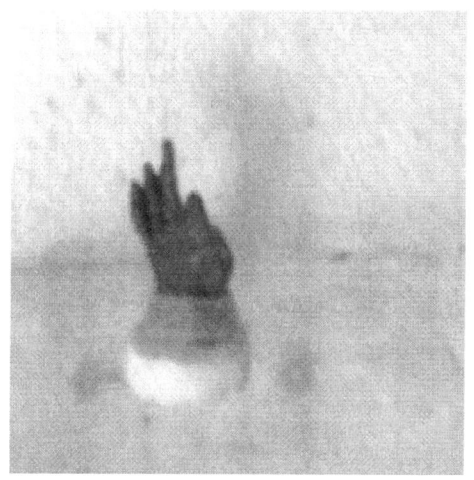

இது புத்தரின் கை உலோகத்தால் ஆனது. இப்படம் புத்த விகாரத்தில் உள்ள அருங்காட்சியகத்தில் எடுத்தது.

புத்தரின் பாதங்கள் இது லைம் ஸ்டோன் என்று அழைக்கப்படுகின்ற கல்லால் ஆனது. இது ஆந்திராப் பகுதியான கோல்கொண்டாவில் இருந்து வந்ததாகக் கருதப்படுகிறது.

சதுரவடிவக் காசுகள்

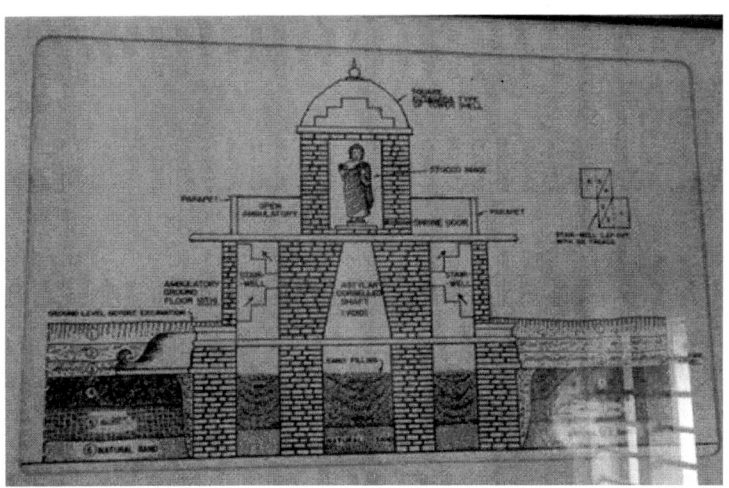

இது புத்த விகாரத்தின் மாதிரி தோற்றம் - புகைப்படம் சாயாவனம் அருங்காட்சியத்தில் எடுத்தது.

இது இன்றைய நிலை- அகழ்வாய்வு செய்யப்பட்ட பகுதி- இந்திய தொல்லியல் துறை.

இடது பூம்புகாரைக் கண்டறிய காரணமாக இருந்த புலவர் நா. தியாகராசனார். அருகில் அவருக்குத் துணையாய் தோள்கொடுத்தவர் பத்திக்கோட்டம் கட்டிய தாசில் பண்ணனை திரு இராஜசேகரன் ஐயா அவர்கள்.

இணைப்பு - 1

P143

APPENDIX

Note. The pit lined with bricks in which most of the above mentioned bone remains had been found, was in layer 2 which represented the closing stages of the main monastic period, and after a partial disuse was followed by the brick temple phase, further south of the earlier monastery, in the late Mahayana phase which should have continued into the early part of the Imperial Chola phase during which time, the gilded Maitreya bronze of great artistic merit, was found here, earlier to the excavations, datable to, about the late eighth century and now belonging to the Government Museum collections, Madras (from where it had been recently reported as 'missing'.)

The use of the cattle bones in a lined pit might either indicate that the pit was used as a dumping bin after the meat had been consumed by the monastic community or by the people residing here in the temporary phase of disuse of monastic activity. They do not appear to be suggesting sacrificial or other ritual use which was alien to Buddhism.

9

பண்பாட்டுச் சூழலியல் மானிடவியல் நோக்கில் அகநானூறு

பண்பாட்டுச் சூழலியல் மானிடவியல் நோக்கில் அகநானூறு என்னும் இக்கட்டுரை தமிழ்ச்செவ்வியல் இலக்கியமான அகநானூற்றில் காணப்படும் சூழல் சார்ந்த விடயங்களைச் சூழலியல் மானிடவியல் ஆய்வுமுறை கொண்டு ஆராய முற்படுகிறது. சூழல் மானிடவியலில் பல்வேறு துறைகளும் ஆய்வுமுறைகளும் இருந்த போதிலும் இக்கட்டுரை ஒரு சில ஆய்வு முறையினைப் பின்பற்றிச் சங்கப் பனுவலை விளக்கமுற்படுகிறது.

1.உலக எழுத்துமுறையும் இந்திய எழுத்துமுறையும்

உலகம் முழுவதும் எழுத்துக்களைக் கொண்டு ஆவணப்படுத்தும் முறை காணப்படுகிறது. அவரவர்கள் தாங்கள் வாழும் நாட்டின் சூழல், கிடைக்ககூடிய பொருள்களின் அடிப்படையில் எழுத்துமுறைகளை உருவாக்கியுள்ளனர். குறிப்பாக 1.சுமேரியா ஆப்பு வடிவ எழுத்துக்கள் (cuneiform letters), 2.எகிப்தில் காணப்படும் சித்திர எழுத்திலிருந்து - உருபன் எழுத்துமுறை (pictographic - logo graphics), 3.சீனாவில் காணப்படும் எழுத்துமுறை சித்திர எழுத்துமுறையிருந்து கருத்து எழுத்துமுறை (pictographic - ideographic) என உலகில் பல்வேறு வகையான எழுத்துமுறை உள்ளன.

இந்திய எழுத்துமுறையைப் பொருத்த வரை மூன்று விதமான எழுத்துமுறைகளைப் பின்பற்றியுள்ளனர் 1.சிந்துவெளிப் பண்பாட்டில் பயன்படுத்திய எழுத்துமுறை (கி.மு.3600) சிந்துவெளி

அழிவிற்குப்பின் பிராமி எழுத்துக்கள் தோன்றுவதற்குமுன் கரோஷ்டி என்னும் எழுத்துமுறை பின்பற்றப்பட்டுள்ளது. அசோகர் ஆட்சிக்கு முன்பிலிருந்தே பிராமி எழுத்துமுறை இந்தியா முழுவதும் பரவி இருந்துள்ளது. இன்று இந்தியாவில் வழங்கும் எழுத்துமுறைகள் பெரும்பாலும் பிராமியின் வளர்ச்சியே ஆகும்.

பழந்தமிழ்க் கல்வெட்டுக்கள் பிராமி எழுத்திலே அமைந்துள்ளது. பனை ஓலையில் எழுதப்பயன்படுத்தும்போது அது வட்டெழுத்தாக மாறியதாக ஒரு கருத்துள்ளது. வட்டெழுத்தே தமிழரின் தொன்மையான எழுத்து என்னும் கருத்தும் உண்டு. வட்டெழுத்து உருவான காலகட்டம் பல்லவர் காலமாதலால், அதில் கிரந்த எழுத்துக்கள் கலக்க ஆரம்பித்தன. தமிழ் வட்டெழுத்தும் பல்லவ கிரந்தமும் ஒருசேர வளர்ச்சி பெற்றன. கி.பி.5ஆம் நூற்றாண்டு முதல் கி.பி. 11ஆம் நூற்றாண்டு வரை வட்டெழுத்து பயன்பட்டது. கி.பி.5 முதல் கி.பி.7ஆம் நூற்றாண்டு வரை வட்டெழுத்து மட்டுமே வழக்கில் இருந்துள்ளது. இராஜராஜ சோழன் காலத்தில் தமிழ் எழுத்துக்கள் சிறிது மாற்றம் செய்யப்பட்டுள்ளன. சோழர் காலத்தின் கல்வெட்டுக்கள் மிக நேர்த்தியான அழகான எழுத்துக்களாகக் காணப்படுகின்றன.

2. பாண்மரபும் × புலவர் மரபும்

சங்க கால இலக்கியத்தைப் பார்க்கும்போது நம்மிடையே இருவகையான மரபுகள் இருந்துள்ளதை அறிஞர்கள் சுட்டிக் காட்டியுள்ளனர். குறிப்பாக தெ.பொ.மீனாட்சி சுந்தரனார் பாண்மரபு பற்றி மிக விரிவாகச் சுட்டிக்காட்டியுள்ளார். உலகம் முழுவதும் எழுத்துமுறை தோன்றுவதற்கு முன்பே வாய்மொழி இலக்கியங்கள் தோன்றிவிட்டன. வாய்மொழி இலக்கிய பாடல்களிலிருந்தே செறிவான சங்க இலக்கியங்கள் தோன்றியுள்ளன என்பதைப் பேராசிரியர் எஸ்.வையாபுரிப்பிள்ளை, தெ.பொ.மீனாட்சி சுந்தரனார், கலாநிதி க.கைலாசபதி ஆகியோர் சுட்டிக்காட்டியுள்ளனர்.

சங்க கால பாணர்கள் பற்றிய குறிப்புகளில் பாணர்கள் அரசர்களைப் புகழ்ந்து பாடியுள்ளனர், நெருக்கமான நண்பர்களைப் போல இருந்துள்ளனர் ஆனால் அவர்கள் எழுத்தினை அறிந்தனர் இல்லை. சங்க கால இலக்கியத்தில் பாணர்கள் இயற்றிய எழுதிய பாடல் என்பது ஒன்றும் கிடைக்கவில்லை. "பசியில் வந்த ஒரு பாணனுக்குத்

தன் வாளினை ஈடுவைத்து பொருள் வழங்கியதாகக் (புறம்.316) குறிப்பு கிடைக்கிறது" இரும்பு காலம் வரை அந்த மரபு தொடர்ந்து இருந்ததைக் குறிக்கிறது.

எழுத்து என்பது ஒரு சமூக மாற்றத்தைக் குறிக்கிறது. ஹென்றி லூயி மார்கன் சொல்வது போல ஒரு (technological shift) தொழில் நுட்ப மாற்றமே ஒரு சமூக மாற்றத்தை ஏற்படுத்தும். சங்க காலத்தில் இரும்பு கண்டுபிடிப்பதற்குப்பின் எழுத்துமரபு உருவாகி உள்ளது. எழுத்து மரபு சமூகத்தில் ஒரு புதிய மரபினை அதாவது பாண்மரபிலிருந்து புலவர் மரபினை உருவாக்கியுள்ளது எனலாம்.

3.செவ்வியல் இலக்கிய காலமும் இரும்பு பயன்பாடும்

தென்னிந்தியாவில் இரும்பின் பயன்பாடு கி.மு.8ஆம் நூற்றாண்டாக இருக்கலாம், இரும்பின் கண்டுபிடிப்பும் அதை ஒட்டி இரும்பின் பயன்பாடும் மக்கள் வழக்கத்தில் குறிப்பாக அரசியல் சூழல்களுக்கே பயன்படுத்தப்பட்டுள்ளது. அதனால் இரும்பின் பயன்பாடும் அரசு உருவாக்கமும் ஒன்றாக இணைந்து உருவாகி இருக்க வேண்டும். சங்க இலக்கியத்தில் இரும்பு பற்றிய குறிப்புக்கள் நிறைய கிடைக்கின்றன. சான்றாக, இருந்திரி கொளீஇ (நெடுநல்வாடை42), இரும்பு பயன்படுக்குங் கருங்கை கொல்லன் / விசைதெறி கூடமொடு பொரூஉம (புறம 170-15-16), இரும்பு வடித்தன்ன மடியாமென் தோல் / கருங்கை வினைஞர் காதலஞ் சிறாஅர் (பெரும்பாண். 22-23). அரசுக்கும், பொதுமக்களும் பயன்படுத்தும் பொருளாக இரும்பு மாறியுள்ள காலத்தில் சங்க இலக்கியம் எழுந்துள்ளது எனக் கொள்ளலாம்.

4.ஆவணப்படுத்தல் : மூன்று நிலைகள்

இரும்பின் பயன்பாட்டிற்குப் பிறகு பாறைக்கல்லிலும் ஓலையிலும், பானையிலும், உலோகத்திலும் (நாணயம்) ஆவணப்படுத்தல் உருவாகியுள்ளது. அரசு ஆவணங்கள் பெரும்பாலும் கற்களிலும் செப்புப் பட்டயத்திலும் ஆவணப்படுத்தப்பட்டுள்ளன. இலக்கியங்கள் பெரும்பாலும் பனை ஓலை ஏடுகளில் அதற்கு ஏற்ற தொழில்நுட்பத்துடன் பதிவு செய்துள்ளனர்.

சங்க கால நூல்களான தொல்காப்பியம் இறையனார் களவியல் உரை போன்ற இலக்கணங்களும், எட்டுத்தொகை, பத்துப்பாட்டு, காப்பியங்கள் போன்ற இலக்கியங்களும் கி.மு. 5ஆம் நூற்றாண்டிற்கும் கி.பி.6ஆம் நூற்றாண்டிற்கும் இடைப்பட்ட காலத்தில் பயன்படுத்தப்பட்ட எழுத்துமுறைகளைக் கொண்டு எழுதப்பட்டிருக்க வேண்டும். இதனை முதல்நிலை ஆவணப்படுத்தல் எனலாம்.

ஓலைச் சுவடிகள், குறைந்தது 300 ஆண்டுகள் வரை வாழும் தன்மைக் கொண்டவை. அதனால் அந்த இலக்கிய இலக்கணங்களைக் கற்போர் படி எடுத்துப் படித்துள்ளனர். இது தொடர்பான மேலும் தகவல்களுக்கு உ.வே.சாமிநாதையரின் என்சரித்திரத்திலும், மகா வித்துவான் மீனாட்சிசுந்தரம்பிள்ளை சரித்திரத்திலும் படித்து அறிந்து கொள்ளலாம். மூலப்பிரதியைப் படி எடுத்தலை இரண்டாம் நிலை ஆவணப்படுத்தல் என வரையறுக்கலாம். உரையாசிரியர் காலத்தில் இவ்வகையான போக்கு, பெருவழக்காக நிலவியுள்ளது. அதன்பின் அச்சுக்கு வரும் காலத்தினை மூன்றாம் நிலை ஆவணமாகக் கொள்ளலாம்.

5. தமிழ்ச் செவ்வியல் காலமும் இலக்கியமும்

உலகம் முழுவதும் தொன்மையான மொழிகளில் செவ்வியல் இலக்கியங்கள் உள்ளன. தொன்மையான மொழிகளில் தமிழும் ஒன்று என அறிஞர்கள் சுட்டிக் காட்டியுள்ளனர். செவ்வியல் காலம் என்பதைத் தமிழ்ச் சான்றோர்கள் சங்க காலம் என வழங்கி வந்தனர். சங்கம் வைத்து தமிழினை வளர்த்ததால் அப்பெயர் பெற்றது எனலாம். சமணம், பௌத்தம் ஆகிய மெய்யியல் பரவிய காலத்தில் பேராசிரியர் எஸ்.வையாபுரிப்பிள்ளை அவர்கள் குறிப்பிடுவது போல சங்கம் என்னும் சொல் தமிழ்ச்சங்கத்திற்கு வழங்கப்பட்டிருக்கலாம். ஆனால், தொல்காப்பியத்தில் நிலந்தரு திருவிற் பாண்டியன் அவையத்து என்றே வருகிறது. கூடல் என்பதும் சங்கம் என்னும் அமைப்பினைக் குறித்து வந்த சொல்லாக இருக்கலாம். சங்க இலக்கியங்கள் என்று அழைக்கப்படும் இலக்கியங்கள் எட்டுத்தொகையும், பத்துப்பாட்டும் ஆகும். இதன் காலம் கி.மு. நான்காம் நூற்றாண்டுகளில் இருந்து கி.பி. மூன்றாம் நூற்றாண்டு வரை இருக்கலாம். (Nilakanda Sastri K.A 1966:112-113) என நீலகண்ட சாஸ்திரி கருதுகிறார்.

மிகப் பழைய காலம் முதல் ஏறத்தாழக் கி.பி 300 வரையில் தமிழகம் சேர, சோழ, பாண்டியர் ஆட்சியில் இருந்தது என்பது தென்னிந்திய வரலாற்றால் தெளிவாகத் தெரிகின்றது. அப்பரந்துபட்ட காலத்தில் பாண்டியர் தமிழ்ச் சங்கத்தை வைத்துத் தமிழ் வளர்த்து வந்தனர் என்பது சங்க நூல்களால் தெளிவாக அறியமுடிகிறது. அதனால் இக்காலம் சங்ககாலம் என்று அறியப்படுகிறது.

சங்ககால இலக்கியம் தொல்காப்பியம், திருக்குறள், ஐங்குறுநூறு, குறுந்தொகை, நற்றிணை, அகநானூறு, கலித்தொகை, பதிற்றுப்பத்து, பரிபாடல், பத்துபாட்டு, சிலப்பதிகாரம், மணிமேகலை, என்பன. எட்டுத்தொகையும், பத்துப்பாட்டும், ஏறத்தாழ 2280 செய்யுட்களை உடையவை. இப்பாடல்களை ஏறத்தாழ 500 புலவர்கள் பாடியுள்ளனர். அவர்களுள் பெண்பாற் புலவர்கள் இருந்தனர். 102 செய்யுட்களுக்கு உரிய ஆசிரியர்களின் பெயர்கள் தெரியவில்லை. இந்நூல்களில் அகம், புறம், இன்பம், பொருள், வீடு, என அனைத்தையும் பற்றி விளக்குமாறு சங்ககால இலக்கியங்கள் அமைந்துள்ளன.

6.அகநானூறு

எட்டுத்தொகையில் அகம் என்னும் பெயரில் உள்ள நூல் அகநானூறு ஆகும். இது 400 பாடல்களைக் கொண்டுள்ளது. 158 புலவர்கள் பாடியுள்ளனர். இந்த நூலின் பாடல்கள் 13 அடி சிற்றெல்லையும் 31 அடிகள் பேரெல்லையும் கொண்டது. இதனைத் தொகுத்தவர் உருத்திரன்சண்மனார் தொகுக்கச் சொன்ன மன்னன் பாண்டியன் உக்கிரப்பெருவழுதி என்னும் அரசன் ஆவான்.

அகநானூறு என்னும் இலக்கியம் மூன்று பெரும் பிரிவுகளை உடையது. அவை 1.களிற்றுயானைநிரை (1-120 பாடல்வரை), 2.மணிமிடைப்பவளம் (121-300 பாடல்கள்வரை), 3.நித்திலக் கோவை (301-400 பாடல்கள் வரை) அகநானூறு பாடல் வைப்பு முறை திணையைக் கண்டறிய எளிமையாகத் தொகுத்து வகைப்படுத்தி யுள்ளனர். ஒற்றைப்படை எண்கள் (odd number) (1,3,5,7,9 ஆகிய எண்ணுடைய பாலைத்திணைப் பாடல்கள்) (2,8) என்றஎண்ணில் முடியும் பாடல்கள் குறிஞ்சித்திணைப் பாடல்கள், 4 என எண் கொண்டவை முல்லைத்திணைப் பாடல்கள், 6 என்ற எண்

கொண்டவை மருதத்திணைப் பாடல்கள், 10,20 என்ற எண் கொண்டவை நெய்தல் திணைப்பாடல்கள் ஆகும்.

அகநானூறு இலக்கியமாக அல்லாமல் ஒரு வரலாற்று ஆவணமாகவும் திகழ்கிறது. யவணர் தந்த வினைமாண் நன்கலம் / பொன்னோடு வந்து கறியோடு பெயரும் /வளங்கெழு முசிறி (அகம்149), அகம்265 ஆம் பாடல் நந்தர்கள் பற்றிய குறிப்பு உள்ளது. அகம்69, 281, 375 - வம்ப மோரியர் (கி.மு.3-273) ஆகிய குறிப்புக்களும் குடவோலைமுறை பற்றிய குறிப்புக்களும் கிடைக்கின்றன.

அகநானூறு பிற தொகை நூல்களைவிட மிக பிற்காலத்திலே அச்சாக்கம் செய்யப்பட்டுள்ளது. 1923ஆம் ஆண்டு அகநானூறு மூலமும் உரையுமாக உ.வே.ரா.இராகவையங்கார் அவர்களால் பரிசோதிக்கப் பட்டு, கம்பர் விலாஸம் வே.இராஜகோபாலையங்கார் அவர்களால் முதற்பதிப்பு, கொண்டுவரப்பட்டது. 1926ஆம் ஆண்டு அகநானூறு களிற்றுயானைநிரை மூலம் முதல் 90பாடற்குப் பழைய உரையும் பின் உள்ள 30 பாட்டிற்கு ராஜகோபாலார்யன் கம்பர் புஸ்தகாலயத்தின் மூலம் வெளியிட்டுள்ளார். 1933ஆம் ஆண்டு மீண்டும் அகநானூறு முழுவதும் மூலமும் உரையுமாக வெளியிடப்பட்டுள்ளது.

உரையைப் பொருத்த அளவில் பழைய உரை முதல் 90பாடலுக்குக் கிடைத்துள்ளது. அதன்பின் அதனைப் பதிப்பித்த ஸ்ரீவத்ஸசக்ரவார்த்தியும் ராஜகோபாலார்யன் அவர்களும் இணைந்து உரை எழுதியுள்ளனர்.அதற்குப்பிறகு 10ஆண்டுகள் கழித்து (1943-44) ஆகிய ஆண்டுகளில் ந.மு.வேங்கடசாமி நாட்டாரும், கரந்தைக் கவியரசு ரா.வேங்கடாசலம்பிள்ளை அவர்களும் இணைந்து பதவுரை, விளக்கவுரையுடன் கூடிய பதிப்பு ஒன்றை வெளியிட்டுள்ளனர்.

1966ஆம் ஆண்டிலிருந்து சிறுசிறு பகுதிகளாகக் கழகத்தின் மூலம் பொ.வே.சோமசுந்தரனாரின் பதவுரை, விளக்கவுரையுடன் அகநானூறு 1970ஆம் ஆண்டு முழுப்பகுதியுடன் பொ.வே.சோ. உரை வெளிவந்துள்ளது. இதற்குச் சில ஆண்டுகளுக்கு முன்பே 1960ஆம் ஆண்டு புலியூர் கேசிகன் அவர்களின் எளிய உரை பாரி நிலையத்தார் மூலம் அச்சில் வெளிவந்துள்ளது.

இதனைத் தொடர்ந்து இன்று வரை பல உரைகள் வந்த வண்ணம் உள்ளன ஆனால் புலமை மரபுடன் கூடிய மரபுரைகள் பொ.வே.சோமசுந்தரனாருக்குப் பிறகு வரவில்லை.

7. சூழலியல் மானிடவியல்

சூழலியல் eco criticism ஆய்வு பரந்துபட்ட தளத்தில் விளங்குகிறது. சூழலியல் ஆய்வினை உட்கொண்டு சூழலியல் மானிடவியல் envirnmental anthropology என்னும் தனிப் பிரிவாகத் தற்போது இயங்கி வருகிறது. அதிலும் பல உட்பிரிவுகள் உள்ளன. அந்த பல உட்பிரிவுகளில் இங்கு பண்பாட்டுச் சூழலியல் என்னும் அணுகுமுறையில் இந்த தரவினை வகைப்படுத்தப்பட்டுள்ளது.

மனிதனுக்கும் சூழலுக்கும் இடையிலான, இடம், காலம் ஆகியவை சார்ந்து. இது அவற்றின் தொடர்புகள் பற்றி ஆராயும் ஒரு மானிடவியல் துறையாகும். இவ்வரையறை தொல்காப்பியர் குறிப்பிடும் முதற்பொருளோடு ஒப்பிடத்தகுந்தாக அமைந்துள்ளது. சூழலை மனித இனம் எவ்வாறு மாற்றியமைக்கிறது என்பதையும் அதன் விளைவாக ஏற்படும் சமூக, பொருளாதார, அரசியல் வாழ்வுகளில் ஏற்படும் மாற்றங்களையும் சூழலியல் மானிடவியல் ஆய்வு செய்கிறது. மேலும் இந்த ஆய்வு பண்பாட்டுக்கும் சூழலுக்கும் இடையிலான தொடர்புகளை ஆய்வு செய்வதற்கு அமைப்பு அணுகுமுறையைப் பயன்படுத்துகிறது. மனிதன் சூழலைச் சார்ந்து இருக்கிறான் அல்லது ஒரு குறிப்பிட்ட சூழலில் வாழ்ந்து வருகிறான். மேலும் இந்த இயற்கைச்சூழலுக்கும் பண்பாட்டிற்கும் இடையில் ஒரு பெரும் உறவு அமைந்துள்ளது என்பது இன்றைய சூழலியல் மானிடவியலின் மையக் கருத்தாக அமைகிறது.

சூழலியல் மானிடவியல் ஜூலியன் ஸ்டெவார்டு என்பவரை முன்னோடியாகக் கொண்டவர்களால் முன்வைக்கப்பட்ட பண்பாட்டுச் சூழலியல் என்னும் மானிடவியலின் துணைத்துறையின் வளர்ச்சியைத் தொடர்ந்து 1960களில் தோற்றம்பெற்றது. பண்பாட்டுச் சூழலியல் (Cultural ecology) என்பது, குறிக்கப்பட்ட ஒரு சமூகத்துக்கும், அதன் வாழ்வுக்கு அடிப்படையான உயிர்வகைகள், சூழ்நிலைமண்டலம் ஆகியவற்றை உள்ளடக்கிய இயற்கைச் சூழலுக்கும் இடையிலான தொடர்புகளை ஆய்வு செய்யும் ஒரு துறையாகும்.

'இலக்கியம் எவ்வாறு இயற்கையை ஓர் அழகியல் பண்டமாகப் புனைந்து வந்துள்ளது என்கிற வரலாற்றை எடுத்துரைப்பதன் மூலம் விழிப்புணர்வை மேற்கொள்ளத் தூண்டுகிறது. இத்திறனாய்வு, பூமியின் இயற்கைச் சூழலின் நிலைப்பாட்டிலிருந்து இலக்கியத்தையும் பண்பாட்டையும் புரிந்துகொள்ள முயலுகிறது' பஞ்சாங்கம் (மேலது. ப.849) அதாவது முன்னது இலக்கியத்திலிருந்து சுற்றுச் சூழலையும் பின்னது சுற்றுச் சூழலிருந்து இலக்கியத்தையும் பண்பாட்டையும் புரிந்துகொள்ள உதவுவது ஆகும். மேலும் சுற்றுச்சூழல் திறனாய்வாளர்கள் எழுப்பும் வினாக்கள் பின் வருமாறு;

1. இலக்கியத்தில் இயற்கை எவ்வாறு எடுத்துரைக்கப் படுகிறது?
2 பாடுபொருளில் இயற்கைப் பொருட்கள் எவ்வாறு வினைபுரிகின்றன?
3. நிலம் குறித்த நம்முடைய உருவகங்கள் இலக்கியச் செயல்பாட்டிற்கு எவ்வாறு உதவுகின்றன? என்பவை நம்முடைய ஆய்வுக்கு முக்கியம் எனத் தோன்றுகின்றன.

சங்க இலக்கியத்தில் 1. முதல், கரு என்ற முறையில் இயற்கை எடுத்துரைக்கப்படுகிறது. 2. பாடுபொருளில் இயற்கைப் பொருட்கள் தொல்காப்பியர் கருத்துப்படி உள்ளுறை உவமமாகவும், ஏனை உவமமாகவும், இறைச்சியாகவும் வினைபுரிகின்றன என்றும் கொள்ளலாம். இந்த அடிப்படையில் சங்க இலக்கியத்தில் சுற்றுக் சூழல் ஆய்வை மேற்கொள்ளலாம். 3. நிலவியல் கூறுகள் அதன் பல்வேறு நிலைகளைப் பாடல்கள் வெளிப்படுத்துகின்றன.

8.சங்க காலப்புலவர்களும் சூழல் பதிவுகளும்

சங்க காலப் புலவர்கள் சுற்றுச் சூழலை நன்கு அறிந்தவராக இருந்துள்ளனர். இதற்குக் காரணம் அக்கால காட்டத்தில் எல்லா நிலவியல் பரப்பிற்கும் பெரும்பாலும் கால் நடையாகவே செல்லும் நிலைமை இருந்தது. பெரும்பகுதி இயற்கையோடு இணைந்து வாழ்வதற்கான நேரம் இருந்தது. மேலும் புலவர் மரபினர் பாண்மரபிலிருந்து பல இயற்கைச் சார்ந்த கருத்தாக்கங்களைப் பெற்றுக்கொண்டார்கள். இயற்கையோடு வாழக்கூடிய நிலம்சார்

இலக்கிய மானிடவியல் நோக்கு ✤ 165

இனக்குழுவிற்கு இயற்கையை வைத்தே காலத்தினைக் கணித்தார்கள். நாளின் உட்கூறுகளை ஞாயிறு, நிலவு, வெள்ளி, மலர்கள் முதலிய வற்றைக் கொண்டு காலத்தைக் கணித்தனர். பருவகாலங்களைத் தாவரங்களின் நிலைகளை வைத்தே உணர்ந்திருந்தனர். வேங்கை மலர்வது, மழைக்காலம், வேனிற்காலம், வாடைக்காலம் போன்றவைகளை இயற்கை செயல்பாடுகளை வைத்தே கண்டறிந்தனர். அதனை மேலும் மேலும் தனது அன்றாட வாழ்க்கையில் இணைத்துக் கொண்டு வழங்கப்படும் போது இயற்கை சார்ந்த அறிவு அடுத்த தலைமுறைக்குக் கடத்தப்படுகிறது.

திணைக்குடிகள் அனைவரும் இயற்கையையே முழுவதும் சார்ந்துள்ளனர். அவரவர்கள் சார்ந்திருக்கும் நிலவியல் பரப்பு, அதில் கிடைக்கும் உற்பத்தி ஆகியவை நிலவியல் சார்ந்த பண்பாட்டு வகைகளை உருவாக்குகின்றன. குறிஞ்சி நிலவியல் மலைப் பகுதி என்பதால் வேட்டை, உணவு சேகரித்தல் பிரதானமாக அமைகின்றன. இங்கு சிறுவேளாண்மையும் அதாவது காட்டெரிப்பு வேளாண்மை நடைபெற்றுள்ளன. முல்லைநிலவியல் காடும் சரிவான சமவெளியும் ஆதலால் கால்நடை மேய்ச்சலும் சிறுவேளாண்மை, நெல் உற்பத்தியும் நடைபெற்றுள்ளதை சங்க தரவுகளின் வழி அறியமுடிகிறது.

9. காடுடைநிலம் (முல்லை × pastoral landscape)

காடு பெரும்பான்மை மேய்ச்சல் நிலமாகும். ஆயினும் அகநானூற்றில் வரும் முல்லைத்திணைப் பாடல்களைக் காணுகிறபோது வரகு, சாமை, நெல்லும் விதைத்து அறுவடை செய்துள்ளமை அறியமுடிகிறது. மேலும் நெல்லினை அரிசியாக ஆக்க மரத்தால் ஆன மரத்திரிகையினைப் பயன்படுத்தியுள்ளனர்.

காடுசார்ந்த இடமும் மலைநிலம் போல நாட்டிற்கு மிக இன்றியமையாக உறுப்பாகும். முல்லை நிலம் புறவு என்னும் சொல்லால் குறிக்கப்பட்டுள்ளது. அகநானூற்றில் முல்லைத்திணையில் 40 பாடல்கள் கிடைத்துள்ளன. முல்லைத்திணைப் பாடல்களில் நிலவியல் அமைப்பு மலைக்குன்றுகளும் மேய்ச்சல் நிலங்களும் அடர்ந்த வனமும் காணப்படுகின்றன.

9.1. நிலம்: செந்நிலப் புறவில் (அகம்.134) போர் புரிந்த இடத்தில் குதிரை குளம்புகள் பதிந்திருக்கும். அவ்விடத்தில் போரில் இறந்த

வீர்களின் இரத்தம் படிந்து வானத்தில் தோன்றும் வின்மீன்கள் போல தோன்றுகின்றது என்றும் (அகம்.144). படுமழை பொழிந்த பயமிகு புறவு (அகம்.154) எனவும் நிலம் காட்சிப்படுத்தப்பட்டுள்ளது.

9.2.காடு:(வெப்பம் / மழை)

மழை பெய்வதால் காடு வளமாககிறது. கமஞ்சூல் மாமழை (அகம்.134), படுமழை பொழிந்த பயமிகு புறவு (அகம்.154), காணதகுந்த புதுநலம் பெற்ற வெப்பம் நீங்கிய முல்லை நிலம்.(அகம்.224), இது பருவமாற்றத்தைக் காட்டுகிறது. முதுவேனில் பருவம் மாறி கார் காலம் வந்ததும் தற்போது காட்டில் இலைகள் துளிர்த்து பூக்கள் பூத்து புதுப்பொலிவு பெற்றுள்ளன.

மழையின் பண்பாடு ஒருவிதமாகவும், வெப்பம் வேறுவிதமான பண்பாட்டையும் பிரதிபலிக்கும். மழைப் பெய்வதால் நிலவியல் சுற்றுச்சூழல் மாறுவதும் அந்த இயற்கையில் ஒரு பொருளாகவே மனிதன் உள்ளான். ஆடு மேய்க்கும் இடையர்கள் மழைக்காலத்தில் இரவில் ஆடுகளையும் குட்டிகளையும் உயரமான இடத்திற்கு இடம்பெயர்கின்றனர். இதனை ஒருவகையில் அரை நாடோடி நிலையாகக் (semi-nomadic) கொள்ள இடமுள்ளது இன்றும் மாடு கிடை போடுபவர்கள் அரை நாடோடிகளாகவே இருக்கின்றனர். ஆட்டுக் குட்டிகளுக்குத் தீக்கடைக்கோலால் தீமூட்டி அப்பகுதியை வெப்பமூட்டுவர். நெருப்பினை உண்டாக்குவது ஒரு தொழில் நுட்பமாகும். தோலால் ஆன பையில் ஒரு கட்டையும், ஒரு கோலும் கொஞ்சம் பஞ்சுபோன்ற தேங்காய் நார் வைத்திருப்பார்கள் கட்டையில் கோலினைக் கிடைந்து தீமூட்டியுள்ளனர். பிற சங்கப் பாடல்களிலும் இவ்வழக்கப் பற்றிய குறிப்புகள் உள்ளன. மேலும் சிலப்பதிகாரம் வரை தொடர்ந்து பதிவுகள் காணப்படுகின்றன.

9.3.குடில் அமைப்பு (settlement pattern)

ஊர்கள் நெடிய மதில்களால் அமைக்கப்பட்டிருந்தன. பெரிய மாட வீடுகளும் முல்லை நிலப்பகுதியில் இருப்பதாக வருவது நாடகப்பாங்காக இருக்கலாம். மின்னலில் ஒளியைப் போல பொன்னால் செய்யப்பட்ட அலங்கார நகைகளை வசதி உடையோர் (aristocrat family) பயன்படுத்தியுள்ளனர் (அகம்.124).

9.4. பருவம் (season)

முல்லை கார்காலத்தைப் பெரும்பான்மை விளக்குகிறது. சிறுபான்மையாக வேறு பருவமும் வந்துள்ளன. குறிப்பாகக் கார்காலம் முடிந்து கூதிர்காலம் பற்றியும், கார் காலத்திற்கு முன் உள்ள வேனில் காலத்தில் விளைவுகள் (cause of effect) பற்றியும் வருகின்றன. மழை இன்மையால் காடு பொலிவிழந்து காணப்படும். மாலை காலத்தில் கதிரவன் செல்வதினால் மாலைக் காலம் நிலப்பரப்பு சிவப்பாகக் காட்சி அளிக்கிறது. செல்கதிர் மழுகிய உருவ ஞாயிறு செக்கர் வானம் சென்ற பொழுதில் (அகம்.184). கரிய வானத்தில் இடி முழங்கி நீர் பெய்ததால், நிலம் குளிர்ச்சி அடைந்தது காடு தழைத்தது, குட்டிகளை உடைய இளைய பெண்மான் முறுக்கிய கொம்புகளை உடைய கலை மானுடன் பசிய பயிர் நிறைந்த காட்டில் துள்ளிக் குதித்தது (அகம்.314). போன்ற பதிவுகள் பருவகாலத்தை நன்கு அறிந்திருந்தனர் என்பதை அறியமுடிகிறது.

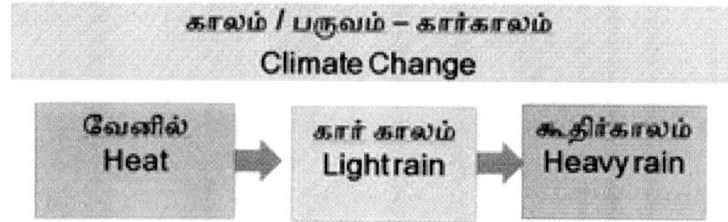

9.5. தாவரம் (flora)

முல்லைநிலத்தில் பலவகையான தாவரங்கள் பதிவாகியுள்ளன. மரங்கள் கொடிகள் என இரண்டாகப் பிரிக்கலாம்.

அ. **தேற்றா** மரத்தின் விதைகள் மருத்து தன்மை கொண்டவை. தேற்றா அல்லது தேத்தா (Strychnos potatorum) என்பது ஒருவகை மரம். இது தமிழிலக்கியத்தில் இல்லம் என்றும் தேத்தாங்கொட்டை, தேறு போன்ற வேறு பெயர்களும் உள்ளன. இதன் இலைகள் பளபளப்பான சற்று நீண்ட கரும்பச்சை இலைகளையும், உருண்டையான விதையினையும் உடைய குறுமரம். தமிழகத்தின் மலைக்காடுகளிலும், சமவெளிகளில் ஒவ்வோர்

இடத்தில் காணப்படுகிறது. அக்காலங்களில் நீரில் உள்ள நச்சுத் தன்மையை நீக்க இந்த விதைகளைப் பயன்படுத்துகின்றனர். கிணற்று நீர்க்கும் இதனைப் பயன்படுத்தி யுள்ளனர்.

ஆ. **கொன்றை** அல்லது சரக்கொன்றை (Cassia fistula, golden rain tree) என்னும் பெயர் கொண்டது.

> ஆய்பொன் அவிர்இழை தூக்கி யன்ன
> நீடிணர்க் கொன்றை- கவின்பெறக் காடுடன்
> சுடர்புரை தோன்றிப் புதல்தலைக் கொளாஅ
> முல்லை இல்லமொடு மலர (அகம்.364)

சிறந்த பொன் அணிகலன்கள் தொங்கவிட்டாற் போல நீண்ட பூங்கொத்துக்களை உடைய கொன்றை அழகு பெற காடு முழுவதும் பூத்துள்ளன. அதனுடன் தோன்றிச் செடி விளக்கு போலவும் முல்லை மலரோடு தேற்றாவின் மலர்களும் பூத்தன.

> கார்விரி கொன்றைப் பொன்னேர் புது மலர்த்
> தாரன் மாலையன் (அகம்.1)

கார்காலத்தில் விரியும் / பூக்கும் கொன்றை பொன்போல் பூத்தன.

இது குறிஞ்சி, முல்லை, பாலை ஆகிய நிலங்களில் காணப்படுகின்றன. தேற்றா மரத்தின் மொட்டுகளுடன் பசிய அடியினை உடைய கொன்றை மரங்கள் கார் காலத்தில் பூக்கும் தன்மை கொண்டவை(அகம்.4).

இ. **நெல்லி** gooseberries சிறியிலை நெல்லி (அகம்.284) நெல்லி மரத்தை பற்றிய குறிப்புகள் சங்க பாடல்களில் பரவலாகவே காணக்கிடைக்கின்றன. நுண்இலைப் / புன்காழ் நெல்லிப் பைங்காய் தின்றவர் /நீர்குடி சுவையின் (அகம்.54) . நெல்லிக்காய் தின்றபிறகு நீர் அருந்தும் போது ஏற்படும் சுவைப் பற்றி பாடல்54 குறிப்பிடுகிறது. பளிங்கின் அன்ன தோற்றப் /பல்கோள் நெல்லிப் பைங்கால் அருந்தி (அகம்.399) பளிங்குபோன்ற நெல்லிக்காயினை மான்கள் உண்ணுகின்றன. பளிங்கத் தன்ன பல்காய் நெல்லி (அகம்.5) **gooseberries in clusters** பளிங்கு போன்ற நெல்லியின் கொத்துக்கள் காய்த்துள்ளன.

ஈ. **கொடிகள் முல்லை** எல்லாப் பாடல்களிலும் பதிவாகியுள்ளது. முல்லை மலர் கூர்மையான மொட்டுக்கள் விரிந்து பூக்கும் போது திருமணம் ஆன பெண்கள் அப்பூவினைத் தொடுத்து தலையில் சூடும் வழக்கம் இருந்துள்ளது(அகம்.144).

மழைக்காலத்தில் பூக்கக் கூடிய காயும் பூவும் இடை இடையே முல்லை மலரும் பூத்து காணப்படுகிறது(அகம்.144). குறுகிய புதராகத் தோன்றும் பிடவம் நீண்ட காம்புகளில் பூக்கும், சிவந்த நிலத்தில் நுண்மையான கருமணலின் மேல் உதிர்ந்து கிடக்கும். (அகம்.154). பாம்பு பார்ப்பது போல் கோடல் அரும்புகள் மலர்ந்திருக்கும் (கோடல் என்பது வெண்காந்தள்) ஆகும். அது எங்கு பார்த்தாலும் தனது நறுமணத்தை வெளிப்படுத்திக் கொண்டிருக்கும் மாலை காலம் (அகம்.154). மழையால் மலர்கள் மலர்கின்றன. வண்டுகள் ஆராவாரம் செய்கின்றன. முல்லை மலரும், செங்காந்தள் மலரும் இருங்கே மலர்ந்து காடு வாசம் வீசுகிறது. (அகம்.164). முல்லை நிலம் முழுவதும் வெண்பிடவு மரங்களின் பூக்கள் மணம்பரப்புகிறது.

காடுகளில் நீர் ஒழுகும் கண்களைப் போல கருவிளை என்னும் காக்கணம்பூ (சங்குபூ) மலர்ந்துள்ளது. அதனுடன் ஈங்கைப் பூக்கள் புதர்களில் மலர்ந்துள்ளது. அதன் மேல் அவரைப் பூக்கள் பூத்திருக்கிறது (அகம்.294).

புதல

பூங்கொடி அவரைப் பொய்அதள் அன்ன (அகம்.104)
கோழிலை அவரைக் கொழுமுகை அவிழ (அகம்.217)
அவரை ஆய்மலர் உதிரத், துவரின்
வாங்குதுளைத் துகிரின் ஈங்கை பூப்ப (அகம்.243)
அவரைப் பைம்பூப் பயில, அகல்வயல்
கதிர்வார் காய்நெல் கட்குஇனிது இறைஞ்சக்
சிதர்சினை தூங்கும் அற்சிர அரைநாள் (அகம்.294)

அவரைப் பூத்துவிட்டது, நெல் காய்த்து நிற்கிறது என்றால் பருவம் கடந்துவிட்டதைக் குறிப்பாகக் காட்டுகின்றது. குறுகிய முள்ளினை உடைய கள்ளிச் செடிகளின் மேல் முல்லைக் கொடி படர்ந்திருக்கிறது. (அகம்.184). அவரைப் பூக்கும் காலம் முன்பனி காலம் ஆதலால் அது அக்காலத்தில் நெல் அருவடைக்கு முற்றி நிற்பது பதிவாகியிள்ளது.

உ.நெல்

முதல் நாள் மாலை மழை பெய்தால் மறுநாள் காலை ஏர் உழுகின்றனர். ஏர் மாடு பூட்டி உழும் நுட்பத்தினை முல்லைநிலவியல் சார்ந்த மக்கள் அறிந்திருந்தனர்(அகம்.194). இது உழவு சார்ந்த தொழில் நுட்பமாகும்.

முல்லையில் உழவு நடந்துள்ளது. வரகு சாமை போன்ற சிறுதானிய பயிர்களும் காட்டெரிப்பு வேளாண்மையின் மூலம் நடைபெற்றுள்ளது. காட்டெரிப்பு வேளாண்மை களை எடுக்கும் போது கள் குடிக்கும் வழக்கம் இருந்துள்ளது (அகம்.184). வெண்ணெல் அரிஞர் (அகம்.204), வெண்நெல் என்று குறிப்பிடுவதால் செந்நெலும் பயிர் செய்துள்ளனர். பிற சங்கப்பனுவலில் இதற்கான சான்றுகள் கிடைக்கின்றன. இதற்குச் சாலி அரிசி என்று பெயர். மேலும் இன்றும் பழநி மலை வாழ் பழங்குடிகள் இந்த செந்நெல்லினைப் பயிரிடுகின்றனர். அந்தச் செந்நெல் அரிசியிலிருந்து ஒரு வகையான மதுபானம் தயாரிக்கின்றனர். அதனை அவர்களின் சாமிகளுக்குப் படைக்கின்றனர். இதனைச் சங்கப் பாடல்களில் வரும் தோப்பிக்கள்ளுடன் ஒப்பிட்டுப் பார்க்கலாம் இன்றும் பழங்குடிகள் தோப்பி என்றே அழைக்கின்றனர்.

முல்லை நிலவியலில் தினை அரிசியில் ஒருவகையான மது பானம் தயாரித்துள்ளனர். தினைக்கள் உண்ட தெறிகோல் மறவர் (அகம்.284) அந்தக் கள்ளினை வேட்டை ஆடும் மறவர்கள் உண்டனர் (அகம்.284) என்னும் குறிப்புக் காணப்படுகிறது.

நடுகல் பீலி சூட்டித் துடிப்படுத்துத்
தோப்பிக் கள்ளொடு துரூஉப் பலி கொடுக்கும்
போக்கு அருங்கவலைய புலவு நாறு அருஞ்சுரம்

(அகம்.35:8-10)

முல்லை நிலப் பண்பாடே பாலைக்கும் உரியதாகும். நடுகல்லிற்கு மயில் இறகு சூட்டி, தோப்பிக் கள்ளோடு ஆட்டினைப் பலிக்கொடுப்பர், புலால் நாற்றம் வீசக்கூடிய கடத்தற்கு அரிய வழி பாலை வழி எனப் பாடல் குறிப்பிடுகிறது.

நெல் பயிரிடுவதற்கு ஏர் ஓட்டுதல், களை எடுத்தல் போன்ற நடவடிக்கைகள் நடந்துள்ளன. ஊன் கிழித்தன்ன செஞ்சுவல்

நெடுஞ்சால் / வித்திய மருங்கின் விதைபல நாறி (அகம்.204) இதில் வரும் நெடுஞ்சால் என்னும் சொல் இன்றும் மக்களில் வழக்கில் உள்ளது. (ஒருசால் ரெண்டு சால், குறுக்குசால்). வீட்டில் இருக்கும் பெண்கள் பதமாகக் காய்ந்த நெல்லினை மரத்திரிகையில் சுற்றி அரிசி ஆக்குகின்றனர். (தெறிநடை மரைக் கணம் இரிய மனையோள் / ஐதுணங்கு வல்சி பெய்துமுறுக்கு உறுத்த / திரிமரக் குரலிசை அகம்.224). அகன்ற வயலில் கதிர்கள் நீண்டு காய்த்துள்ளது (அகம்.294). இன்றும் ஜவ்வாது மலையில் வரகு பிரிப்பதற்கு இந்த மரத்திரிகையினைப் பயன்படுத்துகின்றனர்.

9.6.விலங்குகள் (fauna)

1.மான்

மான்கள் பலவகைகள் உள்ளன. அவற்றில் முல்லைத் திணையில் காட்சிபடுத்தப்பட்ட மான்கள் பெரும்பாலும் இரலை மான்களாக உள்ளன. புல்வாய் (Blackbuck) என்பது இந்தியத் துணைக் கண்டத்தைத் தோன்றிடமாகக் கொண்ட மான் இனமாகும். இதில் ஆண் மான் இரலை என்றும் பெண் மான் கலை என்றும் அழைக்கப் படுகின்றது.

திரிமருப்பு இரலை (4) என்றே பாடலில் பல இடங்களில் வருகின்றன. கார் காலத்தில் மான்கள் துள்ளிக் குதித்து ஓடுகின்றன (அகம்124). வாழைக் குலையின் சிறு பூவில் மேல் உள்ள தண்டு போல முறுக்கிய

கொம்புகளை உடைய ஆண்மான், நீண்ட கால்களை உடைய பெண் மானுடன் புணரும்நிலை உள்ளது. ம ழைக்காலம் மான்களின் இனப்பெருக்க காலமாகும் (அகம்.134). கவைமருப்பு மான்கள்: கலைமான் தலையின் முதன்முதல் கவர்த்த / கோடல் அம் கவட்ட குறும் கால் உழுஞ்சில் (அகம்.151) வறல் மரத்து அன்ன கவை மருப்பு எழில் கலை (அகம். 395), மானின் ஒலியை அலறல் என்றே (அகம்.199) பாடல் குறிப்பிடுகிறது.

2.குதிரை (horse):

முல்லைத்திணையில் மிக முக்கியமாகப் பெரும்பான்மை வரும் விலங்காகக் குதிரை உள்ளது. இது ஒருவகையில் நாடகப் பாங்காகக் (dramatical aspect) கூட இருக்கலாம். பெரும்பான்மையான பாடல்கள் வினைமுற்றி மீளும் தலைவன் பாகனுக்குச் சொல்லுவதாய் அமைந்துள்ளதால் இங்கு குதிரை பற்றியும் அதன் தேர் பற்றியும் இடம்பெறுகின்றன.

கொய்சுவல் புரவி: குதிரையின் பிடர் மயிர்கள் வெட்டப்பட்டுள்ளன. அதற்குத் தனியான கருவியும், அதனைப் பராமரிக்க தனி ஆட்கள் இருந்திருக்க வேண்டும்.(அகம்.124). குதிரையினை ஓட்ட சாட்டைப் பயன்படுத்தி யுள்ளனர் (அகம்.134). குதிரைகளின் கால்களில் தாழ்ந்து ஒலிக்குமாறு தார் மணி கட்டப்பட்டிருந்தது. தாள்தாழ் தார்மணி தயங்குபு இயம்ப (அகம்.154) அது போல் தேரிலும் மணிகள் கட்டப்பட்டுள்ளன (அகம்.204) இடுமயிர் என்றும் அழைக்கப்பட்ட ஒரு செயற்கை அணி பிடரியில் சூட்டப்பட்டுள்ளது. இது பல வண்ணச் சாயங்களை ஊட்டியும் இருப்பர். இவற்றுள் செந்நிறம் கொண்ட சூட்டுளைக் குறிப்பிடத்தக்கது. செந்தினையின் கதிர்களைப் போலச் செந்நிறத்தில் அது வளைந்து காணப்பட்டது. புரவி சூட்டும் மூட்டுறு கவரி தூக்கி அன்ன / செழும் செய் நெல்லின் சேய் அரி புனிற்றுக் கதிர் (அகம்.156).

இலக்கிய மானிடவியல் நோக்கு ❖ 173

3. யானைகள் :

முல்லைப்பாடல்களில் சில இடங்களில் யானைப் பற்றிய குறிப்புக்கள் காணப்படுகின்றன. போர்க்களத்தில் சென்ற தமிழக அரசர்கள் யானையினைப் பயன்படுத்தியுள்ளனர். போரில் பகைவரின் மதிலைச் சிதைக்க யானையினைப் பயன்படுத்தி யுள்ளனர். போர்க்குப் பயன்படுத்தும் யானையின் கொம்புகளில் பூண் மாட்டும் வழக்கம் இருந்துள்ளது. அந்தப் பூண் தேயும் படி மதில் உடைக்கப்பட்டுள்ளது (அகம்.164). யானை வனவிலங்கு இருப்பினும் அதனைப் போர் மற்றும் இன்னப் பிறகாரணங்களுக்காகப் பழக்கியுள்ளனர்.

4. ஆடுகள் / மாடுகள்

முல்லை நிலப்பரப்பினைப் பொறுத்த அளவில் ஆடு மாடு மேய்ப்பது பிரதான தொழிலாகும். இதுவே இவர்களின் முக்கியமான பொருளாதாரம் (substantial economy) ஆகும். ஆடு மேய்க்கும் போது நீர் தேவைக்காகப் பானையில் நீர் எடுத்துச் செல்லும் வழக்கம் இருந்துள்ளது. (அகம்.274)

முல்லை வியன் புலம் பரப்பிக் கோவலர்
குறும்பொறை மருங்கின் நறும்பூ அயரப்,
பதவு மேயல் அருந்து மதவு நடை நல் ஆன்
வீங்கு மாண் செருத்தல், தீம் பால் பிலிற்ற
கன்று பயிர் குரல மன்று நிறை புகுதரும்
மாலையும் உள்ளார் ஆயின்,(அகம்.14)

முல்லைப் பரப்பில் ஆயர்களின் அன்றாட பணி பற்றி இப்பாடல் குறிப்பிடுகிறது. முல்லை நிலத்தில் மான்கள் மேய்ந்து கொண்டு இருக்கும். அருகில் கோவலர்கள் சிறு சிறு குன்றின் அருகில் நறுமணப்பூக்களை எடுத்து அணிந்திருப்பர். அருகன் புல்லினை மேய்ந்து வலிய நடை உடைய நல்ல பசுக்கள், பருத்த மடியினை உடைய பசுக்கள் இனிய பால் சொரிந்து கொண்டிருக்கும், தம் கன்றுகளை நினைத்து அழைக்கும், மன்றுகளில் நுழையும் மாலை காலம். வழக்கமாக ஒவ்வொரு நாளும் இத்தகைய பணியே பெரும்பான்மை எனக் கொள்ளலாம்.

அத்தக் கள்வர் ஆதொழு அறுத்தென, (அகம்.7)

மாடுகள் அந்த நிலத்தின் செல்வம் என்பதனல் கள்வர்கள் தொழுவத்தில் இருந்து திருடி செல்வதுண்டு. அப்போது அவர்களைப் பின் தொடர்ந்து சண்டையிட்டு மாட்டுகளை ஆயர்கள் மீண்டும் தொழுவத்திற்குக் கொண்டுவருவர். இதனுடைய தொடர்ச்சியாகவே தொறு பூசல் உருவாகி, வெட்சி கரந்தை போராக மாறி இருக்கவேண்டும் இவ்வகையான செயல்கள் பன்னெடுங்காலத்திற்கு முன்பே நடை வழக்கில் (proto type) இருந்திருக்கவேண்டும்.

9.7.சிறுவிலங்குகள்:

முல்லை நிலம் முழுவது மழைபொழிவதால் பள்ளத்தில் தேங்கிய நீரில் தேரை ஒலி எழுப்புகிறது. (அகம்.154). சிறிய நெல்லிக்காய் போல் இருக்கும் காட்டில் வாழும் முயலின் கண்கள் உள்ளன.

9.8.பூச்சிகள்:

செம்மூதாய்ப் பூச்சி (இந்திர கோபுரம்) முல்லைநிலத்தில் மிகச் சிறப்பாகச் குறிப்பிடப்படும் சிறு பூச்சி செம்மூதாய்ப் பூச்சி ஆகும். மழைக்காலத்தில் மிகுதியாகப் பார்க்கக் கூடியதாக உள்ளது.

‘வானம் வாய்ப்பக் கவினிக் கானம்
கமஞ்சூல் மாமழை கார்பயந்து இறுத்தென
மணிமருள் பூவை அணிமலர் இடையிடைச்
செம்புற மூதாய் பரத்தலின் நன்பல
முல்லை வீகழல் தாஅய் வல்லோன்
செய்கை அன்ன செந்நிலப் புறவு‘

காடும் காடு சார்ந்த இடமான சிவந்த முல்லை நிலத்தைப் பற்றி சீத்தலையார் என்ற புலவர் (அகம்.134) மழைக்காலம் ஆரம்பிக்கின்ற போது செந்நிற மூதாய்ப் பூச்சிகள் சிறு வயிற்றுடன் குறுகுறுவென்று, வாடிய நீல நிறக் காயா மலர்களிடையே நீலமணிகளிடையே பவளம் போன்று ஓடித் திரிகின்றன. இரத்தம் போன்ற சிவந்த பூச்சிகள் புற்கள் பசுந்தளிர்களுடன் திகழும் கானகத்தே செந்நிறம் ஊட்டிய பஞ்சின் பிசிர் போலப் பரவிக்கிடக்கின்றன.

‘குறுமோட்டு மூதாய் குறுகுறு ஓடி
மணிமண்டு பவளம் போலக் காயா

அணிமிகு செம்மல் ஒள'ப்பன மறைய' (அகம் 374)
'குருதி யுருவின் ஒண்செம் மூதாய்' (அகம். 74)
'புல்நுகும்பு எடுத்த நல்நெடுங் கானத்து
ஊட்டு பஞ்சிப் பிசிர்பரந் தன்ன
வண்ண மூதாய் தண்நிலம் வரிப்ப' (அகம் 283)

9.9. கருவிகள்:

இரும்பு, மரம் ஆகியவற்றால் ஆன பொருள்கள் காணப்படுகின்றன. இரும்பால் ஆன கூரிய வாள்களைப் போர்வீரகள் பயன்படுத்தியுள்ளனர். அதன் முனைப் பகுதிகள் உடையும் அளவில் போர் புரிந்துள்ளனர். களை எடுப்பதற்குக் களைக் கொத்தும் கருவியினைப் பயன்படுத்தியுள்ளனர். களை எடுக்கும் போது மழையில் நினையாமல் இருக்க ஓலையால் ஆன குடையினை தலையில் மாட்டி இருந்தனர் இதனைப் பார்க்கும் போது காடுகளில் மான்கள் கூட்டமாக நிற்பது போல் காட்சி அளிக்கும் என்கிறது பாடல் (அகம்.184). மழைக்குக் குடை எடுத்துக்கொண்டு வேலை செய்வது ஒரு பண்பாட்டு நடவடிக்கையாகப் (cultural activities) பார்க்கமுடிகிறது. முதல் நாள் மாலை மழை பெய்தால் மறுநாள் காலை ஏர் உழுகின்றனர். ஏர் மாடு பூட்டி உழும் நுட்பத்தினை முல்லைநிலவியல் சார்ந்த மக்கள் அறிந்திருந்தனர் (அகம்.194). இது உழவு சார்ந்த தொழில் நுட்பமாகும். சிந்துவெளிப்பண்பாட்டிலும் கலப்பை

இருந்ததாக வரலாற்று ஆய்வாளர்கள் குறிப்பிடுகின்றனர். இன்றும் மலை வாழ் பழங்குடிகள் இவ்வழக்கத்தினை நடைமுறையில் வைத்திருக்கின்றனர். நாடோடித் தன்மையில் இருந்தும் வேட்டை ஆடுதலிருந்தும் வாழ்க்கை முறையினை மாற்றியது இந்த வேளாண்மையே ஆகும். வேண்மையினால் நிலைத்த குடியிருப்புகளும் நீர் மேலாண்மையினையும் மனிதர்கள் கற்று அறிந்தனர்.

ஆடு மேய்ப்பவர்கள் தாங்கள் போகும் இடங்களுக்குத் தண்ணீர் தேவைக்காகப் பானையினைக் கையில் எடுத்துச்

சென்றுள்ளனர். மேலும் ஆடுதலைத் துருவின் தோடு ஏமார்ப்ப, / கடைகோல் சிறுதீ அடைய மாட்டி (அகம்.274) தீக்கடைக் கோலும் அதனை வைத்துக்கொள்ள தோலால் ஆன பை வைத்திருந்தனர். அதற்கு அதள் என்று பெயர். தோலாலான படுக்கையும் இருந்துள்ளது.

10. தொகுப்பாக

வேளாண்மை மனிதனின் சிறந்த கண்டு பிடிப்பு எனலாம். நாகரிகச் சமூகமாக வளர்ச்சி அடைய இது அடிப்படையாக அமைகிறது. பண்பாடு சுற்றுச் சூழல், தொழில் நுட்பம், சமூகம் வேளாண்மை இவற்றை ஒன்றை ஒன்று பிரிக்கமுடியாதவை ஆகும்.

தன் மண் சார்ந்த அறிவு அமைப்பினை அறிந்து கொள்வது மிக முக்கியமானதாகும். தன் மண் சார்ந்த சுற்றுச் சூழல் அறிவு (Indigenous enverment knowledge IEK) முக்கியமாக மூன்றாகப் பகுத்து அறியப்படுகிறது. 1.பொது அறிவு (common knowledge) மழைக்காலத்தைப் பற்றிய அறிவும், உணவு சமைப்பதும், போன்றவை பொது அறிவினில் அடங்கும். 2.பகிரப்படும் அறிவு (shared knowledge) கால் நடை வளர்த்தல், வேட்டை ஆடுதல், நெருப்பு உண்டாக்குதல் ஆகியவை இந்தப் பிரிவினில் அடக்கலாம். 3.சிறப்பு அறிவு (specialized knowledge) முல்லைத் திணையில் காணப்படும் கள் உருவாக்குதல், பானை செய்தல், குதிரை அலங்காரம் செய்தல், தேர் செய்தல், மாட்டினைக் களவின் மூலம் கொண்டு போதல் ஆகியவைச் சிறப்பு அறிவினுள் அடங்கும்.

சங்க கால தமிழர்கள் தாவரங்கள் குறித்தும் விலங்குகள் குறித்தும் பருவ காலம் குறித்தும் தன்சார்ந்த சூழல்கள் குறித்து மிக நுட்பமான அறிவினைப் பெற்று இருந்தனர் என்பது மேற்காணும் தரவுகளால் அறியலாம்.

10.

மலையாளிப் பழங்குடிகளும் சங்க காலப் பண்பாடும்*

தமிழகப் பழங்குடிகளில் மலையாளிப் பழங்குடிகளே எண்ணிக்கையில் மிகுதியானவர்கள். மலையாளிப் பழங்குடிகள் இந்த மண்ணின் பூர்வீககுடிகள் ஆவார். ஜவ்வாதுமலை, கல்வராயன்மலை, சித்தேரிமலை, கொல்லிமலை போன்ற கிழக்குத்தொடர்ச்சி மலைகளில் அவர்கள் பன்னெடுங்காலமாக வசித்துவருகின்றனர். இம்மலையில் வாழும் மக்கள் இந்த மண்ணின் பூர்வகுடிகள் என்பதற்குப் பலசான்றுகள் கிடைக்கின்றன. அவற்றை வரலாற்றியல் அடிப்படையில் வரிசைப்படுத்தும் போது, பெருங்கற்கால நினைவுச் சின்னங்கள் (mehalitic burial sites), பழைய கற்கால கருவிகள், புதியகற்கால கருவிகள் வீரயுகத்தின் அடையாளமான நடுகற்கள் (hero stones) ஆகியவை இன்னும் வழிபாட்டில் உள்ளது.

சங்க காலத்தில் வழங்கப்பட்ட பல சொற்கள் இம்மலைவாழ் மக்களிடம் இன்றும் வழக்கில் உள்ளன. குறிப்பாக மலைபடுகடாம் குறிப்பிடும் நவிரமலை என்பது ஜவ்வாது மலைத்தொடரையே குறிக்கிறது. அதற்கான பல சான்றுகள் அம்மலையில் இன்றும், கிடைக்கின்றன. பிற்கால சோழர்களுக்கு உட்பட்ட பகுதியாகவும் இப்பகுதி இருந்துள்ளது ஆக ஒரு தொடர்ச்சியான வரலாற்றை

(*இந்தக் கட்டுரை முனைவர் கோவிந்தராஜ் அவர்களின் மலையாளிப் பழங்குடி என்னும் நூலுக்கு அளித்த மதிப்பாய்வுரையின் மறுவடிவம்)

உணர்த்துகின்றது. ஆகவே, இப்பகுதியில் வாழ்ந்து வரும் இம்மக்கள் இந்த மண்ணின் பூர்வீகப் பழங்குடிகள் ஆவார்கள். மேலும், மனிதச் சமூகம் இரண்டு விதமான பொருள்பண்பாடுகளால் கட்டமைக்கப் படுகின்றார்கள். புறத்தில் புழங்கும் பொருள்கள் கால மாற்றத்திற்கு ஏற்ப மாறும் தன்மைக் கொண்டவை. ஆனால் பண்பாட்டுடன் இணைந்திருக்கும் கருத்தியல் கூறுகளை எளிதில் மாற்றிவிட முடியாது. அதே சமயம் சில மாற்றங்கள் இருந்தாலும் அதன் உள்ளார்ந்த அடிநிலையை அல்லது அதன் தொல் வடிவத்தை (signification or proto cultural structure) அது வெளிப்படுத்தும் தன்மை கொண்டவை. அந்தப் பின் புலத்தின் ஊடாகக் காணுகிறபோது திருமணம் இன்றும் பெருவாரியாக உடன்போக்கு நிலையில் (elopment marriage system) நிகழ்கிறது. அல்லது அதனை வேறு விதமாக கூறவேண்டுமானால் திருமணம் அதன் தொல் வடிவில் இன்றும் நிகழ்வதைக் காணலாம். அந்நிகழ்வினை அச்சமூகம் இன்றும் அங்கீகரிப்பது நடைமுறையில் உள்ளது. சங்க காலத்துக்கு முந்தைய பண்பாட்டுக் கூறுகள் இன்றும் அப்பழங்குடி மக்களிடம் காணப்படுகின்றன. பழங்குடிகளின் பல பண்பாட்டுக் கூறுகள் தமிழரின் தொல் இலக்கியங்களில் காணப்படுகின்றன. ஒரு வகையில் பழங்குடிகளின் இன்றைய வாழ்வியல், சங்க கால வாழ்வியலின் தொடர்ச்சி எனலாம். பழங்குடி என்பது தனித்த ஒரு கட்டுக்கோப்பான சமூகம் அமைப்பாகும். தனிமொழி, தனிப்பண்பாடு, தனிவாழிடம், தனித்த வாழ்க்கைமுறை, தனித்த சமயம் போன்றவைக் கொண்ட ஒரு குடி எனக் கருதலாம் (ஹானிக்மன் 1966 பக்தவத்சல பாரதி)

1. வேளாண்மைமுறை தோன்றுவதற்கு முந்தைய தொழில் நுட்பத்தை மட்டுமே வாழ்க்கை ஆதாரமாகக் கொண்டிருத்தல்.

2. மக்கள் தொகையில் எண்ணிக்கை உயராமல் இருத்தல் அல்லது குறைந்து கொண்டே செல்லுதல்.

3. அதிகபட்சம் பின் தங்கிய வாழ்க்கைமுறை கொண்டிருத்தல்.

4. மிகக் குறைவான கல்வி அறிவு கொண்டிருந்தல்.

இந்த நான்கு வகையான வரையறைகளும் மலையாளிப் பழங்குடிகளிடம் பொருந்திவருவதுடன் பல அரிய பண்பாட்டுக்

இலக்கிய மானிடவியல் நோக்கு ❁ 179

கூறுகளைத் தன்னகத்தே கொண்டு விளங்குகின்றன. மேலும் மேற்காட்டப்பட்ட வரையறை அனைத்துப் பழங்குடிகளுக்குமான பொது வரையறை ஆகும். மேலும் ஒவ்வொரு பழங்குடிகளிடமும் தனித்த அடையாளம் (ethinic identy) உள்ளதைக் கருத்தில்கொண்டே மேலும் ஆராயவேண்டும்.

தை மாதம் முழுநிலவை வணங்கினால் கம்பளிப்பூச்சி அழியும் என்னும் நம்பிக்கை இம்மக்களிடம் நிலவுகிறது. மலைப்பகுதியில் பாடப்படும் பாடல்கள் இயற்கை சார்ந்ததாகவும், இயற்கை பற்றிய அரிய குறிப்புக்களும் காணப்படுகின்றன. அவை இசையுடன் பாடப்படுகின்றன. பாடல்கள் பாடுவதற்கு யாரும் சங்கீதம் கற்றுக்கொள்வதில்லை அது அனைவரிடமும் இயற்கையாக நிகழ்ந்துவிடுகிறது.

பாடல்கள் பெரும்பாலும் (oral tradition) வாய்மொழி பாடல்களாக அமைந்திருக்கின்றன. இந்தப் பாடல்களில் இரு வித அமைப்புத்தன்மை (doual structure) காணப்படுகின்றன. இந்தப் பாடல்கள் சங்க காலப் பாடல்களுக்கு முந்தைய பாண்மரபு பாடல்களின் கூறுகளைத் தன்னகத்தே கொண்டு விளங்குகின்றன. இங்கே கதைப்பாடல்களும் காணப்படுகின்றன. இது காப்பிய மரபோடு ஒத்துபோகிறது. இவர்களிடம் நிலவும் மான் கதை வெறும் கதைகளாக மட்டும் நில்லாமல் அது உளப்பகுப்பாய்விற்கு உட்படுத்தக்கூடிய பாடல்களாக அமைந்திருக்கிறது.

மலையாளிப் பழங்குடிகளின் வழக்காறுகள் தொகுக்கப்பட வேண்டும். சங்க காலத்தில் வழங்கப்பட்ட பல ஊர்பெயர்கள் இன்றும் இங்கு நிலவுகிறது. ஊரின் பெயர்கள் நெல்லிவாசல் நாடு, புதூர் நாடு புங்கம்பட்டுநாடு, கானமலை தென்மலை, நாடு என்றும் கோம்பை என்றும் மிகவும் பழமை வாய்ந்த ஊர் பெயர்கள் காணப்படுகின்றன. சங்க இலக்கியத்தில் நாடு என்னும் சொல் 163 இடங்களில் ஆளப்பட்டுள்ளது. இச்சொல் எல்லை (territorial) என்னும் பொருளிலும் ஆளப்பெற்றுள்ளது.

வேட்டைக்குச் செல்லும்முறை போலவே போருக்குச் செல்லும் போதும் இசைக்கருவிகள் இசைக்கப்பட்டிருக்க வேண்டும் என்பது தொல்குடி பண்பாட்டு மரபை வைத்தும் சங்க

இலக்கியத்திலும் அறிய இடமுள்ளது. வேட்டை பகிர்வும் கூட்டுண் வாழ்க்கைமுறையும் சங்க கால தொல்குடிகளின் தொடர்ச்சியாகக் கருதவேண்டும்.

மலையாளிப் பழங்குடிகள் ஒரு மேய்ச்சல் சமூக அமைப்பாக இருந்திருக்கவேண்டும் என்பதற்கான பல பண்பாட்டுச் சான்றுகள் கிடைக்கின்றன. அதே வேளையில் வேட்டைப் பண்பாட்டு எச்சமும் அவர்களிடம் காணப்படுகிறது. இன்றைய சூழல்நிலையில் மேய்ச்சல் மெல்ல மறைந்து வருவதைக் காணமுடிகிறது அதே வேளை மரபார்ந்த சிறு வேளாண்முறையும் நவீன வேளாண்முறையும் பின்பற்றபட்டு வருகிறது. மரபார்ந்த வேளாண்மையில் சிறு தானியங்கள் பயிரிடப்படுகின்றன. அதே மரபார்ந்த முறையான காட்டெரிப்பு வேளாண்முறையும் (slash and burn agriculture) பின்பற்றப்படுகிறது. அதனுடன் தொல் அறிவியல் முறைப்படி பருவம் அறிதல், கருவிகள், பயிர்வகைகள், தானிய சேமிப்பு (grain storage) போன்ற ஒருங்கிணைந்த முறை (integrated method) இன்றும் நிலவுகின்றன. இதற்கு அடிப்படையாக ஆடுகள் மாடுகள் வளர்க்கப்படுகின்றன.

குறிஞ்சி, முல்லை, பாலை இந்த மூன்று நிலப்பரப்பின் பண்பாடுகளும் சங்க காலத்திலேயே ஒன்றாக கலந்திருக்க வேண்டும் மலைவாழ் பகுதியான மலையாளிப்பழங்குடிகளிடம் கால்நடை சார்ந்த வழிபாட்டு மரபு காணப்படுகிறது. இது ஒரு வகையான கலப்புப் பொருளாதார (comlex or mixed economy) அமைப்பின் மூலம் உருவாகியிருக்கலாம். சங்க இலக்கியத்திலும் இதுபோன்ற சான்றுகள் கிடைக்கின்றன.

ஐவ்வாது மலையில் வரலாற்றுக்கு முந்தைய கற்கருவிகளின் எச்சங்கள் பல இடங்களில் காணப்படுகின்றன. சங்க காலத்தில் பேசப்பட்ட கானமலை தென்மலை ஆகிய இடங்களுக்குக் கால்களால் நடந்து சென்று பார்த்தபோது பல வரலாற்று எச்சங்கள் அல்லது அக்கால மக்களின் பண்பாட்டு அடையாளங்களைக் காணமுடிந்தது.

ராபர்ட் புருஸ் ஃபூட் Robert Bruce Foote (1834-1912) தென்னிந்தியாவில் பழைய கற்காலம் நிலவியதற்கான பல சான்றுகளை நிறுவியுள்ளார். அதனைத் தொடர்ந்து பி.டி.சீனிவாச ஐயங்கார் இந்திய

கற்காலம் குறித்து தொடந்து ஆய்வு மேற்கொண்டு பல சான்றுகளை முன்வைத்துள்ளார். ஆயினும் வட இந்திய வரலாற்று ஆசிரியர்கள் இத்தகைய தரவினைப் பதிவு செய்வதில் தயக்கம் காட்டுகின்றனர் என்றே எண்ணத் தோன்றுகிறது. அவ்வகையில் ஜவ்வாது மலைப்பகுதியில் கிடைக்கும் வரலாற்றுச் சான்றுகளை மானிடவியல் கோட்பாட்டுப் பின்னணியில் ஆய்வு மேற்கொள்ளப்பட வேண்டும். சான்றாகக் கல்திட்டை, முதுமக்கள்தாழி போன்ற சான்றுகள் வரலாற்று நிலையிலிருந்து சமுதாய பண்பாட்டு மானிடவியல் (socio&cultural Anthropology) பின்னணில் ஆராயப்படவேண்டிய தேவையுள்ளது.

1.பெருங்கற்கால நினைவுச்சின்னங்கள் (megalithi burial) கல்திட்டை, முதுமக்கள் தாழி ஆகியவை மூன்றும் வெவ்வேறு பகுதிகளில் கிடைக்கின்றன. இதனை வைத்து இது வேறு காலத்திய பண்பாடாக இருக்கலாம் அல்லது ஒரே காலத்தில் வெவ்வேறு பண்பாட்டுச் சூழல் நிலவி இருக்கலாம் என்னும் முடிவுக்கு வரமுடியும்.

2.பழைய கற்கால கருவிகள் இதில் மூன்று நிலைகள் உள்ளன. பழைய பழங்கற்காலம் (lower palaeolithic), இடைப்பழங்காலம் (middle palaeolithic), இறுதிநிலை பழங்காலம் (upper palaeolithic). இந்த கருவிகள் குறைவாகவே காணப்படுகின்றன. அல்லது மேலும் கள ஆய்வு செய்யவேண்டும் என்பதை இக்கருத்து முன்வைக்கிறது. அதே வேளையில் பெருங்கற்கால நினைவுச்சின்னங்கள் மிகுதியாகக் காணப்படுகின்றன.

3.புதியகற்கால கருவிகள் நடுகற்கள், எழுத்துடைய நடுகற்கள்(hero stone with script), பிற்கால சோழர் கல்வெட்டுக்கள் ஆகியவையும் இம்மலையில் காணப்படுகின்றன.

இவ்வாறு தொடர்ச்சியான வரலாற்றுக் குறிப்புக்களும் சான்றாதாரங்களும் கிடைக்கின்றன. சங்க காலத்தில் வழக்கில் இருந்த பல பண்பாட்டுக் கூறுகள் இன்றும் அம்மக்களிடம் வழக்கில் உள்ளன. சான்றாக “பூசாரி நினைத்திருக்கும் பொருளை யார் சரியாகக் கூறுகிறார்களோ அவர்களையே அம்மனாகக் கருதி பின்பு ஊர் மக்கள் செய்த அனைத்துப் படையலையும் ஒன்று சேர்த்து வாழை இலையில் உருண்டையாகக் கட்டி அம்மனாக நினைக்கும் மனிதன் மீது வைப்பார்கள். பிறகு அங்கு கேட்கும் பறையோசையால் அம்மன்

மனம் குளிர்ந்து ஆர்ப்பரித்துக் கொண்டு கங்கையைத் தேடிக் கட்டுக்கடங்காமல் ஓடும்" (கோவிந்தராஜ் 2021:95). இந்தப் பகுதி சிலப்பதிகாரத்தில் வரும் வேட்டுவ வரி பகுதியுடன் ஒத்துள்ளது. ஆக சங்க காலப் பண்பாட்டை மீட்டுருவாக்கம் செய்ய பழங்குடிகளின் பண்பாடுகளை மீள் ஆய்வு செய்யவேண்டிய கட்டாயத்தில் உள்ளோம். இவ்வாறு மீளாய்வு செய்கின்ற போது பல கருத்துநிலைகள் மாற்றம் அடையலாம்.

மானிடவியல் ஆய்வு, மனித சமுதாயத்தோடு கொண்டுள்ள உறவையும், அதற்கான மூல காரணத்தையும் உலகமுழுவதும் உள்ள மனித சமுதாயத்திற்கான பொதுமைப்படுத்தியதாகவோ (generalization) அல்லது கோட்பாட்டு நிலையாகவோ (theorization) விளக்க முற்படுதல் வேண்டும்.

இவர்களின் திருமண அமைப்பு சங்க கால இலக்கியத்தில் குறிப்பிடப்படும் அமைப்பினைப் போல் காணப்படுகிறது. இதில் பல கூறுகள் பொருந்தினாலும் இரண்டு மிக முக்கியமானவை. ஒன்று உடன்போக்குத் திருமணம் (elopment marriage) இரண்டாவது பெண்வீட்டாருக்கு மாப்பிள்ளை வீட்டார் பெரும் அளவிலான உணவு (சிறுதானியம்) கொடுக்கப்படுகிறது. இம்மரபுகள் பஞ்சம் வறட்சியின் காரணமாகவும் பண்டமாற்றிலிருந்து பணப்புழக்கம் வந்தபிறகு பணமாகக் கொடுக்கும் வழக்கமாக மாறியிருக்கலாம்.

பொலக்குறிச்சி அமைப்பு பொது சமூக அமைப்பிலிருந்து மறைந்துவிட்டது. ஆனால் பழங்குடிகளிடம் ஒரு தலைமுறைக்கு முன் இருந்தது தற்போது மறைந்து வருவதை பழங்குடி ஆய்வாளர் கோவிந்தராஜ் எடுத்துக் காட்டியுள்ளார் (கோவிந்தராஜ்2021:119). இதனையே சங்க பாடல்களில் "**கலந்தொடா மகளிர்**" என்னும் பதிவு காட்டுகிறது. வீட்டினைச் சுற்றி கல் அடுக்கும் முறை உள்ளது சங்கப்பாடல்களில் பயின்று வரும் "அடுக்கல் பைந்தினை" என்னும் சொல்லோடு ஒப்புநோக்கிப் பார்க்கவேண்டியுள்ளது.

கணித அறிவுநிறைந்த அளவைமுறை காணப்படுகின்றன. அதுபோல் வேலைப்பகிர்வும் சமூக அமைப்போடு பொருந்தி வருவதைக் காணமுடிகிறது. தொன்மையான உணவுமுறை இன்றும் பின்பற்றப்படுகிறது. தானியங்கள் சேமித்துவைக்க **தொம்பை** என்று

வழங்கப்படும் கலன் ஒவ்வொருவீட்டிலும் காணப்படுகிறது இன்றும் இது வீட்டில் வெளிப்புறத்தில் வைக்கப்படுகிறது. பழங்காலங்களில் ஊரில் உள்ள அனைவரும் ஒரு பொதுவான சேமிப்புக் கலன்களில் சேமித்துவைக்கும் வழக்கம் இருந்திருக்கவேண்டும். இது ஆதி பொதுவுடைமைச் சமூக அமைப்பினைக் காட்டுகிறது. ஆனால் இறைச்சி உணவுகள் சேமிக்கத் தகுந்தவை அல்ல இருந்தும் இதனை ஒருவாறு உப்பு கண்டம் போல் மிளகாய் தூளும் வெல்லத்திலும் கலந்து வைக்கின்ற வழக்கம் இன்றும் உள்ளது. உணவு அன்றாட அத்தியாவசியப் பொருளாக இருந்தாலும் திருமணத்திலும் வழிபாட்டிலும் முக்கியத்தும் பெற்றுப் பண்பாட்டுத்தளத்தில் இயங்குவதை அறியமுடிகிறது. ஆகவே மலையாளிப் பழங்குடிகள் பண்பாட்டை ஆராய்ந்து பார்க்கும்போது அவர்கள் சங்க காலப் பண்பாட்டோடு ஒத்து போவதை அறிய முடிகிறது. மேலும் தொல்குடிகளின் பல பண்பாட்டுக் கூறுகள் இன்னும் அவர்களின் பண்பாட்டில் காணப்படுவதால் மலையாளிப் பழங்குடிகள் இந்த மண்ணின் பூர்வகுடிகள் என்பதைக் கண்டுணர முடிகிறது.

11
சங்க இலக்கியத்தில் உணவுகள்

உணவு என்னும் சொல், உண் என்னும் அடிச்சொல்லிலிருந்து தோன்றியுள்ளது. உண்> உணா > உணவு என்னும் அடிப்படையில் வளர்ச்சியுற்றுள்ளது. உணா உணவு இரு சொற்களும் சங்க காலத்திலே பயின்று வந்துள்ளன. உணவெனப் படுவது நிலத்தொடு நீரே (புறம்18:21) எனப் புறநானூறு குறிக்கிறது. உலகில் பிறந்த உயிர்கள் எதுவாக இருந்தாலும் உணவு இல்லாமல் வாழ முடியது. உயிர்ப்பொருள்களின் மிக இன்றியமையாத பொருளாக உணவு விளங்குகிறது. இருப்பதற்கு எங்கோ ஒரு இடம் கிடைத்துவிடும் ஆனால் உணவு எவ்வுயிர்க்கும் அவ்வளவு எளிதானவை அல்ல. பசிப்பிணி மருத்துவன் இல்லம் (புறநா.173:11) "உண்டி கொடுத்தோர் உயிர்கொடுத்தோரே / உண்டி முதற்றே உணவின் பிண்டம்" (புறம்18) என மணிமேகலையும் இதனையே கூறுகிறது. சங்க கால இலக்கியத்தில் இருந்து வள்ளலார் வரை உணவு குறித்த பதிவுகள் தமிழிலக்கியப் பரப்பில் ஏராளமாக உள்ளன. அவ்விலக்கிய வரிகளின் மூலமாக அதனுடைய பரிமாண வளர்ச்சியினைக் காணலாம்.

தமிழகத்தில் உணவு குறித்துப் பல் வேறு வகையான சொற்கள் பதிவாகி உள்ளன.

(*இந்தக் கட்டுரை முனைவர் ரே.கோவிந்தராஜ் அவர்களின் ஜவ்வாது மலையில் பழங்குடி மருத்துவம் 2022 என்னும் நூலுக்கு அளித்த மதிப்பாய்வுரையின் மறுவடிவம்)

இலக்கிய மானிடவியல் நோக்கு ❁ 185

உணாவே வல்சி உண்டி ஓதனம்
அசனம் பதமே இரை ஆகாரம்
முறையே ஊட்டம் உணவினாலாகும்.
(பிங்கல நிகண்டு 153)

எனப் பிங்கல நிகண்டு கூறுகிறது. உணா, வல்சி, உண்டி, ஓதனம், அசனம், பதம், இரை, ஊட்டம் இவை மட்டுமல்லாமல் கொண்டி புகா மிசை போன்ற பல பெயர்களும் உணவின் வேறு பெயர்களாகும்

புவ்வா என்பதே புகா என்பதன் திரிபாகும். தெலுங்கு மொழியிலும் புவ்வா எனும் சொல் உணவைக் குறிக்கிறது. ஊட்டம் என்பதே கன்னடத்தில் ஊட்டா என வழங்கப்படுகிறது. இன்றைய காலத்தில் இது தொடர்பான பல சொற்கள் பயன்படுத்தப்படுகின்றன.

தமிழர் உணவு தொடக்க காலகட்டத்தில் நிலவியல் சார்ந்து வாழ்வதால் அந்தந்த நிலப்பகுதியில் கிடைத்த உணவை உண்டனர். இறைச்சி உணவு, இறைச்சி அல்லாத உணவு எனத் தங்களின் பயன்பாட்டிற்குள் ஏற்று இருப்பார்கள்.

சங்க காலத்தில் குறிஞ்சி உணவு, முல்லை உணவு, மருத உணவு, நெய்தல் உணவு என வகைப்படுத்தலாம். உணவு குறித்து, சங்கப் பாடல்களில் சில பகுதிகளைப் பதிவு செய்துள்ளன. சிறுபாணாற்றுப்படையில் நெய்தல் உணவு, முல்லை உணவு, மருத உணவு என்னென்ன என்பதை ஒரே அமைப்பில் விளக்கியுள்ளது.

நெய்தல் நிலத்தில் ,

நுளைமகள் அரித்த
பழம்படு தேறல் பரதவர் மடுப்ப (சிறுபாண்.158-59)
வறல் குழல் சூட்டின் வயின்வயின் பெறுகுவீர்;

(சிறுபாண்.163), பழமையான தேறல் என்னும் மதுவகையினைப் பரதவர்க்கு நெய்தல்நில மகளான நுளைமகள் கொடுபர். ஒவ்வொரு வீட்டிலும் குழல் என்னும் சுட்ட மீனின் இறைச்சி வழிப்போக்கருக்கு வழங்குவர் என்று நெய்தல் நில உணவுகள் குறிப்பிடப்பட்டுள்ளது.

முல்லைநிலத்தில்

எயிற்றியர் அட்ட இன் புளி வெஞ்சோறு
தேமா மேனி சில் வளை ஆயமொடு,
ஆமான் சூட்டின் அமைவரப் பெறுகுவிர்
(சிறுபாண்.175-177)

இனிமையான புளியால் செய்யப்பட்ட சூடான சோறு கிடைக்கும் மேலும் மாந்தளிர் போன்ற சில வளையல்களை அணிந்த மேனியை உடைய முல்லைநிலப்பெண்கள் தோழிகளுடன் காட்டு மாட்டின் சுட்ட இறைச்சியை (with cooked wild cow's meat) வழகுவர். அவ்வழியே போகின்றவர்கள் அவ்வகையான முல்லைநில உணவினைப் பெறுவீர்கள் என்று முல்லை நில உணவு குறிப்பிடப்பட்டுள்ளது.

மருதநிலத்தில்

இருங்கா உலக்கை இரும்பு முகம் தேய்த்த
அவைப்பு மாண் அரிசி அமலை வெண்சோறு,
கவைத்தாள் அலவன் கலவையொடு பெறுகுவீர்;
(சிறுபாண்.193-195)

உழவர் தங்கை இரும்பு பூண் தேயும்படி செய்த அரிசியின் வெண்மையான சோறும், வளைந்த காலைகளையுடைய நண்டும் பெறுவீர் என்பதனோடு நச்சினார்க்கினியர் நண்டுடன் பீர்க்கங்காய் சேர்த்து சமைத்த உணவினைப் பெறுவீர் எனக் குறித்துள்ளார். இதில் திணை நில உணவுகள் அடையாளாப்படுத்தப்பட்டுள்ளன.

ஈசல் உணவு இன்று பெரும்பாலும் மக்களால் மறந்துபோன உணவாகும். சங்கப் பாடல்களில் ஈசல் உணவு பற்றிய குறிப்புக்கள் காணப்படுகின்றன. இன்று வழக்கத்தில் உள்ள ஈசல் என்னும் சொல் சங்க காலத்தில் ஈயல் என வழங்கப்பட்டுள்ளது. இன்றும் பழங்குடிகள் ஈயல் என்னும் சொல்லையே பயன்படுத்துகின்றனர். செம்புற்று ஈயலின் மின்னளைப் புளித்து (புறம் 119.3) புளிஞ் சோற்றிலும் இதனைக் கலந்து சமைப்பது வழக்கமாகும். செம்மறி ஆட்டின் பழுப்பு நிறமுள்ள தயிரில் வரகு அரிசியோடு ஈசலையும் கலந்து சமைத்த இனிய புளிச்சோறு பற்றி அகநானூற்றில் நன்பலூர்ச் சிறுமேதாவியார் என்ற புலவர் குறிப்பிடுகிறார்.

சிறுதலைத் துருவின் பழுப்பு விளைதயிர்
இதைப் புன வரகின் அவைப்பு மாண் அரிசியொடு
கார்வாய்த் தொழிந்த ஈர்வாய்ப் புற்றத்து
ஈயல்பெய் தட்ட இன்புளி வெஞ்சோறு
சேதான் வெண்ணெய் வெம்புறத் துருக
இளையர் அருந்த. (அகநானூறு - 394).

சிவப்பு நிற பசுவின் வெண்ணையைச் சூடான சோற்றில் மேலிட்டு இளையர் விரும்பி உண்டனர் என்பன போன்ற முல்லைத்திணைக்கே உரியதாக காட்டப்பட்ட பல பண்பாட்டுக் கூறுகள் மலையாளிகளிடம் இன்றும் வழக்கில் உள்ளன. தேனெடுக்கும் காலத்தில் பயன்படுத்தபட்ட கண்ணேணியை (குறுந்.273-5) இன்றும் பயன்படுத்துகின்றனர். சங்கப் பாடல்களில் இது முதுமால்பு எனும் சொல்லால் குறித்துள்ளனர். உ.வே.சாமிநாதையர் தனது குறுந்தொகை குறிப்புரையில் மூங்கிலின் கணுவைக் கழியாமல் கால் வைக்கும்படி செப்பம் செய்து சார்த்தி அக்கணுவையே படியாகக் கொண்டு ஏறுவது எனக் குறித்துள்ளார்.

ஏணி இழைத்திருக்கும் கானக நாடன் மகன் (கலி.39)

எனக் கலித்தொகையில் வருவது, ஏணி கானக நாடன் மகனின் பொது சொத்தாக இருந்திருக்கவேண்டும். இவ்வகையான வழக்கம் இன்றும் அம்மலையில் நிலவுகிறது.

வேந்தன், செங்கோடன் போன்ற சொற்கள் அம்மக்களின் பெயர்களாக இன்றும் வழக்கில் உள்ளன. வேட்டையாடச் செல்லும் பொழுது கொம்பு, பறை போன்ற இசைக் கருவிகளோடு செல்வது வழக்கில் இருந்துள்ளது.

ஆறெறி பறையும் சூறை சின்னமும்
கோடும் குழலும் பீடுகெழு மணியும்
கணங்கொண்டு துவைப்ப (சிலம்பு வேட்டுவவரி 40 - 42)

வேடுவர்கள் கொற்றவையை வணங்கும்போது தாம் வேட்டைக்குப் பயன்படுத்தும் கருவிகளால் வழங்கியுள்ளனர்.

விசயம் வெல்கொடி உயரி வலனேர்பு வயிறு வளையும் ஆர்ப்ப. (முல்லைப்பாட்டு 91 92)

வெற்றிபெற்று திரும்பும்போது இசைக் கருவிகளின் முழக்கத்துடன் வந்துள்ளனர்.

தமிழ்ச் சமூகத்தின் வாழ்க்கையில் இசை பல்வேறு நிலைகளில்

பரிணமித்துள்ளது. வேட்டையாடுதலின் போதும், போர்க்களத்திலும், வழிபாட்டுத் தலத்திலும் அன்றாட வாழ்க்கையிலும் இசைக்கருவிகள் முதன்மையான இடத்தைப் பெற்றுள்ளன. அதன் தொடர்ச்சியாகவே இன்றும் கோயில்களில் மணி, பிற இசைக் கருவிகள் ஒலிக்கப் படுகின்றன. தமிழ்ச் சமூகத்தின் பண்பாட்டு வேர்கள், சங்க கால இலக்கியங்களில் படர்ந்துள்ளன. சங்க காலப் பண்பாடுகளின் தொடர்ச்சியை இன்றும் தமிழகப் பழங்குடிகளிடம் காணமுடிகின்றன.

தமிழகப் பழங்குடிகள் மலைப்பகுதியில் வாழ்ந்தாலும் முல்லைப் பண்பாடும் பாலைப் பண்பாடும் கலந்த நிலையைக் காணமுடிகிறது. சங்கப்பாடல்களில் குறிஞ்சி, முல்லை, பாலை இது மூன்றும் மேல்நிலை நிலப்பகுதியின் பண்பாட்டுக் கலவைகளாகக் (mixed cultural zone) காணப்படுகின்றன. இந்த நிலப்பகுதியில் இருந்து பெறப்படும் பொருளாதாரம் ஒரு கலப்புப் பொருளாதார அமைப்பை (mixed economical structure) கொண்டுள்ளது. இவ்வகையான நிலையினைச் சங்கப் பாடல்களிலும் காணமுடிகிறது.

ஈசல் உணவு, கண்ணேணி, வேட்டைக்குப் பயன்படுத்தும் இசைக்கருவிகள், கலப்புப் பொருளாதார அமைப்புப் போன்றவை சங்ககாலச் சமூக அமைப்பினை அப்படியே பிரதிபலிக்கின்றன. இன்று தமிழகத்தில் வாழக்கூடிய தமிழ்ப் பழங்குடிகள் சங்க காலத் தொல்குடிகளின் தொடர்ச்சி என்பதையே அவர்களின் பண்பாடு சொல்கின்றன. இவர்கள் சங்க காலத் தொடர்ச்சி என்பதற்கு மறுக்க முடியாத பல சான்றுகள் கிடைத்துக்கொண்டே இருக்கின்றன. புறப் பொருள் சார்ந்த சான்றுகளோடு அகப்பொருள் சார்ந்த பண்பாட்டுக் கூறுகள் அதன் உள்ளார்ந்த சொல் வடிவங்கள் இதனை நிறுவுகின்றன.

வரைவிடைவைத்துப் பொருள்வயின் பிரிதல் என்னும் சமூக அமைப்பு இன்றும் இச்சமூக அமைப்பில் காணப்படுகிறது. திருமண காலங்களில் பெண் வீட்டாருக்கு மணமகன் வீட்டார் பணம் கொடுத்துத் திருமணம் செய்து கொள்ளும் வழக்கமிருந்தது. அது மணப்பெண்பரிசு (pride price) ஆகும். பரிசு பொருளைக் கொண்டு வந்தவர்களுக்குப் பன்றி இறைச்சியைப் பகிர்ந்து அளித்துள்ளனர். இறைச்சியைப் பகிர்ந்து கொள்ளும் போக்கு, தொல்குடி மரபாகும் சங்ககால இனக்குழு சமூக அமைப்பின் தொடர்ச்சியினை எங்கு தொட்டாலும் காணமுடிகிறது. சங்க காலத்தில் திருமண நாள் அன்று

இறைச்சி உணவுகள் வழங்கப்பட்டுள்ளன மையற புழுக்கிய நெய்கனி வெண்சோறு வரையா வண்மையோடு புரையோர் பேணி (அகம் 136:1-2)

இறைச்சி உணவுகள் சேமிக்க தகுந்தவை அல்ல. இறைச்சி உணவு மிகுதியாகக் கிடைக்கும் பொழுது அதனைச் சேமிக்கும் திறனை மனித சமூகம் பன்னெடுங் காலத்திற்கு முன்பே கண்டறிந்துள்ளது கடற்கரையோரமாக உள்ள பகுதிகளில் கடல் உப்பு கிடைக்கும் இடங்களில் உப்பினால் உணவினைச் சேமித்துள்ளனர் உப்புக்கண்டம் போடுதல் எனும் சொல்லால் இன்றும் வழக்கில் உள்ளது.

சங்க காலப் பகுதியை ஒட்டியே கரும்பின் மூலம் இனிப்பினை உருவாக்கும் தொழில்நுட்பத்தை இங்கு பயன்படுத்தியுள்ளனர். அதற்குமுன் பனைப் பொருளின் மூலம் இனிப்பினை உருவாக்கியுள்ளானர் இது கரும்பினைவிட காலத்தால் பழமையான அமைப்பாகும். சங்கப் பாடல்களின் வழி கரும்பின் எந்திரம் என்னும் சொற்கள் இதற்குச் சான்றாக அமைகின்றன. மேலும், அரும் பெறல் அமிழ்தம் அன்ன /கரும்பு இவன் தந்தோன் பெரும் பிறங்கடையே' (புறநானூறு 329: 20-22) என்னும் பாடல் அதியமான் பரம்பரையைச் சேர்ந்த நெடுமான்அஞ்சி என்னும் மன்னன் கடல் கடந்து கரும்பினைத் தமிழகத்திற்குக் கொண்டுவந்தான் என்னும் குறிப்பு இதற்கு வலுசேர்க்கும் விதமாக அமைந்துள்ளது. இனிப்பு பல வகைகளில் உருவாக்கப்பட்டுள்ளது. பனையிலிருந்து பெறப்படும் பதனீரினைக் கொண்டு காய்ச்சி கருப்பட்டி உருவாக்கியுள்ளனர். இது தொன்மையான உணவாக இருந்திருக்கக் கூடும்.

உப்புக்கண்டம் போல் சர்க்கரைக்கண்டம் என வழங்கலாம். அக்காலத்தில் மலைப்பகுதியில் உப்பு, கிடைக்காத நிலையில் நிலப்பகுதியில் கிடைத்த சர்க்கரையைக் கொண்டு இறைச்சியைச் சேமித்தனர். அதன் தொடர்ச்சியாகவே இன்றும் வெள்ளாட்டுக் கறியினைச் சக்கரை மிளகாய்த்தூள் சேர்த்துப் பதப்படுத்தி வைக்கின்றனர். தேவையான பொழுது எடுத்துப் பயன் படுத்துகின்றனர். இதற்குப் புளியோர் எனப் பெயரிட்டு வழங்குகின்றனர்.

12.
பழங்குடிகளின் வழிபாட்டு மரபு:
செவ்வியல் கால மரபுகள் மீட்டுவாக்கம் பற்றிய கருத்தாக்கம்

1. வழிபாட்டு மரபு

உலகெங்கும் உள்ள மனித சமுதாயத்திடம் காணப்படக்கூடிய அடிப்படைப் பண்பாடுக் கூறுகளில் திருமணம், குடும்ப அமைப்பு, குழந்தை வளர்ப்பு தொழில்முறை. இவை போல வழிபாட்டு மரபும் ஒரு பெருங்கூறாக விளங்குகிறது. வழிபாடு என்பது ஒரு மரபாகும் (cult). "ஒரு குறிப்பிட்ட விலங்கு, தாவரம், (அல்லது குலக்குறி), இயற்கைபொருள், ஆவி, முன்னோர் முனிவர், தெய்வம் ஆகிய எந்த ஒன்றின் ஆற்றல் மீது கொண்டுள்ள அனைத்துவகையான நம்பிக்கைகளும், சடங்குகளும், வழிபாடு சார்ந்தது" (பக்தவத்சல பாரதி 2002:215). மனித சமுதாய வழிபாட்டைப் பொறுத்த வரை பின் வரும் கூறுகள், வழிபாட்டு மரபின் அமைப்பாக விளங்குகின்றன. அவை தெய்வப் பெயர், இருப்பிடம், கோயில், வடிவம், வழிபடுவோர், பூசாரி, சாமி ஆடிகள், செயல்பாடுகள், தெய்வமுறல், பலி, நம்பிக்கைகள், பழமரபுக்கதைகள் (லூர்து, 2006) ஆகியவை ஆகும் என்று லூர்து கூறுவது ஒரு வண்ணனை (descriptive) ஆய்வாகவோ, அதன் புற அமைப்பை (structural approch) விளக்கும் வகையில் அமைந்துவிடுகிறது. மானிடவியல் ஆய்வு அதனையும் கடந்து அவை மனித சமுதாயத்தோடு

கொண்டுள்ள உறவையும், அதற்கான மூல காரணத்தையும் உலகமுழுவதும் உள்ள மனித சமுதாயத்திற்கான பொதுமைப் படுத்தியதாகவோ (generalization) அல்லது கோட்பாட்டு நிலையாகவோ (theorization) விளக்க முற்படுதல் வேண்டும்.

வழிபடு பொருள்கள் சாதாரண நிலையிலிருந்து வழிபடு இடம் அடைந்தபிறகு அந்தப் பொருள்கள் புனிதப்பொருளாக மாறிவிடுகிறது. வழிபடு இடம் உருவாக்கும் நம்பிக்கை அப்பகுதியில் வாழும் மக்களின் நடைமுறை வாழ்விலிருந்து பெறப்பட்டவை. இவைகளும் வழிபாட்டோடு இணைகின்றன. பழந்தமிழர் இயற்கை ஆற்றலைக் கடவுளாக மாற்றினர். சான்றாக மழை அதிகமானாலும் அல்லது குறைந்தாலும் அந்த இறையற்கை ஆற்றல் மேல் மனித உணர்ச்சி ஏற்றி ஒரு குறிப்பிட்ட சக்தியின் கோபத்தின் காரணமாகவே இவ்வாறு நடக்கிறது என நம்பினர். அதனால், அதனைச் சாந்தப்படுத்த ஒரு வகையான சடங்கினை ஏற்படுத்திக் கொண்டனர். இவ்வாறு உருவானதே மழைச்சடங்கு ஆகும்.

குன்ற குறவன் ஆர்ப்பின் எழிலி
நுண்பல் அழிதுளி பொழியும் நாட
நெடுவரைப் படப்பை நும் ஊர்
கடுவரல் அருவி காணினும் அழுமே (ஐங்.251)

(குறவன் உழவு முதலாகிய வினைக்கு ஆர்ப்பின், அதற்கு இன்றி யமையாத நீரை நுண்மழை பொழியும் நாடன்)

மலைவான் கொள்க என உயிர்பலி தூஉய்
மாரியான்று மழை மேக்கு உயர்க எனக்
கடவுட் பேணிய குறவர் மாக்கள்
பெயல்கண் மாறிய உவகையர் (புறம்.143)

இது போன்று சங்கப் பாடல்களில் சான்றுகள் கிடைக்கின்றன. இன்றும் மழைவேண்டி மழைச்சடங்கு நடத்தப்படுகிறது. (காண்க 3.12) அதன்பின் தோன்றிய சிலப்பதிகாரத்தில் கொற்றவையின் கோபத்தின் காரணமாகவே வேட்டையில் பொருள்களும் வெற்றியும் கிடைக்கவில்லை எனச் சுட்டப்படுகிறது.

வல்வில் எயினர் மன்று பாழ்பட்டன
மறக்குடித் தாயத்து வழிவளம் சுரவாது
அறக்குடி போல் அவிந்து அடங்கினர் எயினரும்

கலை அமர் செல்வி கடன் உணின் அல்லது
சிலை அமர் வென்றி கொடுப்போள் அல்லள்
(சிலப்பதிகாரம், வேட்டுவ வரி:13-17)

“மான்மேல் அமர்ந்திருக்கும் கொற்றவைக்குக் கடன் கொடுக்க வில்லை என்றால் வேலில் வெற்றியை அவள் தரமாட்டாள்” என்றும் அதனால் உடன் கொற்றவைக்குச் சில பொருள்களை வைத்து வழிபடுகின்றனர். தொல்குடியில் பிறந்த ஒரு இளம்குமரிப்பெண்ணைக் கொற்றவையாக அலங்காரம் செய்து வழிபாடு செய்துள்ளனர். இதன் தொடர்ச்சியாகவே நாடகக் கலை அம்சம் தோன்றியிருக்க வேண்டும்.

2.பளியர் சொல்லும் வரலாற்றுப் பின்புலமும்

தென்னிந்தியாவில் வாழக்கூடிய பழங்குடிகளில் பளியரும் ஒரு பிரிவினர். இவர்கள் பளியர் என்னும் சொல்லால் இக்குடி வழங்கப்படுகிறது. பளியர் என்னும் சொல்லிற்குப் பலவகையான விளக்கங்கள் கூறப்படுகின்றன. பளியர் (பளிங்கர்) **A hill tribe of the western ghats in pandya country.** பாண்டிய நாட்டில் மேற்குமலைத் தொடரில் வசிக்கும் ஒரு வகை மலைச்சாதியார், பலி என்பதற்கு 1.பலிப்பது என பிங்கலநிகண்டும், 2. யாகம் முதலியவற்றில் இடும் உணவுப்பொருள் (offering given to god) பலிகண் மாறிய பாழ்படு பொதியில் (புறம்.52) எனப் புறநானூறும் , 3.பலிடுதல் (Sacrifical animal or offering) எனத் தமிழ்ப்பேரகராதியும் குறிப்பிடுகின்றன. பழனிமலை பகுதியில் வாழ்வதால் பழனியன் என்பதே பளியன் என மருவியதாகவும், பழியை ஏற்றதால் பழியர்1 என்பது பளியர் என மாறியதாகவும் வழங்கப்படுகிறது. 2016ஆம் ஆண்டு ஆகஸ்ட் மாதம் 13, 14, 15, 16 ஆகிய நாட்களில் நடத்தப் பெற்ற கள ஆய்வின் அடிப்படையில் பெறப்பட்ட கூட்டுத் தகவலின் அடிப்படையில் பளியர் சமூகத்தில் குழந்தைப் பிறந்தவுடன் பளித் தண்ணீர் (பளி > பனி) தலையில் வைக்கப்படும் வழக்கம் உள்ளது. அதன் காரணமாகப் பனியர் என்பது பளியர் என வழங்கிருக்கலாம் எனக் கருதவும் இடமுள்ளது. அபிதான சிந்தாமணி என்னும் அகராதியில் பழையோன் என்னும் சொல் பதிவாகியுள்ளது; அதன் பொருள் பாண்டியரில் ஒருவன் மோவூர் பகுதியை ஆண்டவன், வேப்பமரத்தை வழிபடும் பழக்கம் உள்ளவன் எனக்குறிப்பிடுகிறது. பளியரிடமும் வேப்பமரத்தை வழிபடும் வழக்கம் உள்ளதாகத்

தெரிகிறது. பழையோன் என்னும் சொல்லின் பெண்பால் வடிவமான பழையோள் என்னும் சொல் சங்க பாடல்களில் காணப்படுகிறது. இந்த தொல்குடியிடமும் பளியன், பளிச்சி ஆகிய பால் உணர்த்தும் வடிவங்கள் காணப்படுகின்றன. மேலும், இப்பகுதியில் பெருங்கற்படை சின்னங்கள் காணப்படுகின்றன. மாடு, ஆடு மந்தைகளாக மேய்க்கும் வழக்கம் உள்ளதால் கலித்தொகை சொல்வது போல பாண்டியர்களின் அரசு உருவாக்கம் இது போன்ற பழங்குடியிடம் இருந்து தோன்றியதாகக் கொள்ள இடம் தருகிறது.

பாண்டிய அரசனின் முன்னோர்கள் நல்லினத்து ஆயர்குடியில் தோன்றியவன் என்பதை, "தென்னவன், தொல்லிசை நட்ட குடியோடு தோன்றிய நல்லினத் தாயர்" (முல்லைக்கலி 104:4-6), "வீவில் குடிப்பின் இருங்குடி யாயரும்" (முல்லைக்கலி 105) ஆகிய உதாரணங்களைக் கொண்டு இராமச்சந்திரதீட்சிதர் சுட்டிக் காட்டியுள்ளார் 2. மேலும் சீறூர் மன்னரின் முல்லைநிலச் சமுதாயம் இனக்குழுச் சமுதாய எச்சங்கள் நிலவிய சமுதாயம் என மாதையன் (2004:56) குறிப்பிடுவது எண்ணத்தக்கது. குடியிருப்புகள் மலைகளில் கட்டமைக்கப் பட்டுள்ளன. அதனால் ஒவ்வொரு ஊரும் மலை என்னும் சொல் இணைந்தே வருகின்றன சான்றாகப் பூதமலை.

3. தெய்வப்பெயர்கள்

பளியர் வாழ்வில் முன்னோர் ஆவிகளும் மையமாக இயங்குகின்றன. பளியர் தெய்வத்தைக் குறிக்கச் சாமி என்னும் சொல்லால் குறிக்கின்றனர். வனதேவதைகளையும் வணங்குகின்றனர். இது பெண் தெய்வமாகும். தெய்வம் தங்களைப் பாதுகாக்கும் என நம்புகின்றனர். பாதுகாக்கும் சாமி ஏழுதெய்வம் எனக் கூறுகின்றனர் (ஏழு நாட்டு தெய்வம், எழுகர் நாடன், பளியரில் எழு பிரிவுகள் இருக்கலாம் அதனால், படையல்களிலும் ஏழு வகை இருப்பதாகக் கூறுகின்றனர். 12தெய்வம் உடையவர்கள் தேரடியார் எனவும் வழங்கப்படுகிறது.) சாமி - முன்னோர் பெயரால் அதாவது, தாத்தா, பாட்டன், சீயான் என்னும் உறவுப்பெயர் சொற்களால் குறிக்காப்படுகின்றன. மலைகளில் ஆவி, தெய்வம் இருக்கின்றான என நம்பினர்.

12தெய்வம் : பன்னிரண்டு (பன்னண்டு) தெய்வம், பலவாறாக வழங்கப்படுகிறது. 1.வேட்டக்காரன், 2.நாச்சியம்மன்,

3.பூதநாச்சி, 4.குடத்து நாச்சி, 5.குளத்து நாச்சி, 6.தாத்தா குடி, 7.வழிகருப்பண்ணன், 8.ஆற்றுக் கருப்பண்ணன், 9.மதுரை வீரன், 10.காளியம்மன். இவை தவிர பெரிய நீலன், சின்ன நீலன் என்ற முன்னோர்களையும் சேர்த்துப் பளியர் வழிபடுகின்றனர். (தகவலாளி: பழனிவேல்ராஜன் அக்டோபர்-2016)

இது ஒரு வகையில் பலதெய்வ வழிபாடு ஆகும். ஆவி வழிபாட்டிலிருந்து பல தெய்வ வழிபாடு (polytheism) உருவாவதாக டைலர் குறிப்பிட்டுள்ளார்.

எழுகர் நாடன் தெய்வத்திற்குப் பளியர் சாமி ஆடி அருள் சொல்வார்கள் இவர்களை ‘அருளாளி’ என அழைக்கின்றனர். பளியருக்கு வாக்கு உரிமை உண்டு. எழுகர் நாடன் தெய்வத்திற்கு மன்னாடியார் அருள் வேண்டுபவர்கள், இங்கு மன்னாடியாருக்கு வாக்கு உரிமை இல்லை. பன்னிரண்டு தெய்வத்திற்குப் பளியர் மேள தாளம், குழல் இல்லாமல் தெய்வம் வராது. தேரடியார் அருளாளி இவர்களை மன்னடியார் சிறப்பாக வணங்குகின்றனர். வழிபாட்டிற்கும் சமூக அமைப்பிற்கும் மிக நெருக்கமான உறவு இருப்பதை அறியமுடிகிறது. எழுகர் நாடன் தெய்வத்திற்கு வழிபாடு செய்யும் போது அருள் வந்து தீக் கட்டையால் தலையில் அடிக்கும் வழக்கமும் இவர்களிடம் இருந்துள்ளது.

4.கோயில்கள்

கள ஆய்வின் கண்டறிந்த கோயில்கள்; காளியம்மன், ராஜகாளியம்மன், கருமாரியம்மன் ஆகியவை பிற்காலத்தில் உருவாக்கிய கோயில்கள் ஆகும். பளிச்சியம்மன், பூதநாச்சியம்மன் ஆகியவை பூர்வ கால தெய்வமாகும்.

1.எல்லைக் காளியம்மன் கோயில்	(கடேசி கேட்)
2.பூதநாச்சியம்மன்	(பூதமலை)
3.பளிச்சியம்மன்	(பூதமலை)
4.ராஜகாளியம்மன்	(செம்பராங்குளம்)
5.கருமாரியம்மன்	(பட்டிய காடு)
6.பளிச்சியம்மன்	(பட்டிய காடு)

பளிச்சியம்மன் என்னும் தெய்வம் பளியர்களின் குலதெய்வமாக விளங்குகிறது. இருந்தும் பிற தெய்வங்களும் காணப்படுகின்றன.

5. கோயில் அமைப்பும் வடிவமும் வழிபாடும்

பளியர்கள் வணங்கும் பளிச்சியம்மன் கோயில் கூறை இல்லாமல் வெட்ட வெளியாக இருக்கிறது. ஏழு கல்லினை நட்டு வழிபடுகின்றனர். இதனைப் பளிச்சியம்மா, பளிநாடு எனக் வழங்குகின்றனர். இவை இரண்டும் ஒன்று எனவும் கூறுகின்றனர். பளிநாடு பளிநாடன் என வழங்கலாம் நாடு என்பது பால் தோன்றாத காலத்தில் வழக்கில் இருந்திருக்கலாம். நாடன் என்னும் சொல் மலைநாட்டு மக்களை அல்லது அந்த இனக்குழு தலைவனைக் குறிப்பதாகக் கொள்ளலாம். பால் தோன்றாத காலத்திலோ அல்லது பால் பொதுமை சமூகத்தில் இவ்வகையான சொற்கள் உருவானதாகக் கொள்ளலாம். நாடன் என்னும் சொல்லில் உள்ள இறுதி மெய் மறைந்து நாட என நின்றிருக்கலாம். பளிச்சிமக்கா எனவும் வழங்கப்படுகிறது. பளிநாடு - இது பெரிய கல், பளிச்சியம்மா - இது நடுவில் உள்ள சிறிய கல், அதற்கு அடுத்து ஒரு சிறு கல் உள்ளது அதனைப் பளிச்சியின் குழந்தை என்கின்றனர் (காண்க-படம்:1). மூன்று கல் நட்டு வழிபடுகின்றனர். நாலாவது கல் சற்றுத் தள்ளி உள்ளது. இது கருப்புசாமி வழங்குகின்றனர். இதற்குக் குங்கிலிய மரத்தின் பிசின் எடுத்துக் குங்கிலியப் புகை போடுகின்றனர். பளியர்கள் பளிச்சியம்மனையும் பூதநாச்சியம்மனையும் தங்கள் குல தெய்வமாக வழிபடுகின்றனர்.

(simple → to → complex)	
எளிய நிலை	சிக்கல் நிலை
பளிச்சியம்மன் வழிபாடு	காளியம்மன் வழிபாடு
கூறை இல்லாமம் இருந்தல்	கட்டுமான அமைந்த கோயில்
பூத நாச்சி	காளியம்மன்,
	கருமாரியம்மன்
(முன்னோர் வழிபாடு)	(நிறுவன மயமான கோயில்கள்)

வெட்டவெளியாகக் கோயில் இருப்பதும் இங்கு பிற தெய்வ கோயில்கள் இருப்பதும் எளிய நிலையிலிருந்து சிக்க நிலைக்கு மாறியதை உணர்த்துகிறது. ஆகவே எளிய நிலை பூர்வகால தெய்வங்கள் என்றும் சடங்குகள், கட்டிட வளர்ச்சி இவற்றை நோக்கும் போது இது பிற்காலத்தில் ஏற்பட்ட வளர்ச்சியாகக் கொள்ளலாம்.

ஆணே பூசாரியாக இருக்கிறார். சாமி ஆடும்போது ஆண் பெண் இருவரும் ஆடுவார்கள். சாமி ஆடுகிறவர்கள் முடி வளர்த்திருப்பார்கள். பூசாரி உருமால் (பரிவட்டம்) கட்டியிருப்பார்.

பொங்கல் வைக்கின்றனர், கடா வெட்டுகின்றனர், தீச்சட்டி எடுக்கின்றனர், முளப்பாரி எடுக்கின்றனர். காப்பு கட்டுதல் உண்டு. காப்பு என்பது கால் அணா காசினை மஞ்சள் துணியில் வைத்து கையில் கட்டுகின்றனர். காப்பு கட்டினால் எல்லையைத் தாண்டி வெளியில் போகக்கூடாது என்கின்றனர். அவ்விடத்தில் கடைசியாக ஒரு கிணறு இருக்கிறது. அதுக்கும் சேர்த்து, முளப்பாரி எடுக்கின்றனர். இறுதியாகப் பூசாரி வந்து காப்பினை அவிழ்த்து, காசினை எடுத்து கிணத்தில் போட்டவுடன் திரும்பி பார்க்காமல் வீட்டுக்கு செல்கின்றனர்.

6.1. பளியர் வழிபாட்டில் அழைப்பாளர்கள்

பளியர் வழிபாட்டு மரபில் இங்கு குன்னுவர், மன்னாடியார், தேவராடியார் இவர்களை அழைத்தே திருவிழாவினை நடத்துகின்றனர். (இது சமூக அமைப்போடு பொருத்தி பார்க்கவேண்டியுள்ளது.) மூத்தன், முதுவர், பளியர், புலையர், ஆசாரி, மலச்சர் ஆகியோர் ஏழுபோடும், பங்காளிமுறை என வழங்கப்படுகிறது. இதற்கும் எழுகர்நாடன் என்பதற்கும் ஏழுகல் நடுவதற்கும் தொடர்பு உண்டா என ஆராயவேண்டும். பளியர், மன்னாடி, தேராடி ஆகியோர் வழிபாட்டில் புலையரை அழைக்கும் வழக்கம் இல்லை. இவர்களின் வழிபாட்டுச் சடங்கில் கலந்துகொள்ளும் உரிமை மறுக்கப்படுகிறது. புலையர் மாட்டு இறைச்சி உண்டதால் இவர்களை விலக்கி வைக்கப்படுகின்றனர். இதற்கு ஒரு கதையும் வழங்கப்படுகிறது3.

6.2. பளிச்சியம்மனை வழிபடும் - நோக்கம்

பளியரின் முக்கியமான வழிபாடு இறையாகப் பளிச்சியம்மனை வழிபடுவதே ஆகும். குன்னூர் மன்னாடியார், தேரடியார் பளியர் மூவரும் சேர்ந்தே இந்த வழிபாடினை நடத்துகின்றனர். இந்த விழா ஆண்டுதோறும் ஆடி மாதம் நடைபெருகிறது.

பளிச்சியம்மன் தங்களைக் காக்கும் கடவுளாகக் கருதப்படுகிறது. அச்சத்தின் காரணமாகப் பளிச்சியம்மன் தங்களைப்

பாதுகாக்கிறது என உணர்ந்தனர் இக்கூற்று பளியர்களின் மூதாதையர்கள் உருவாக்கிய கருத்தாக்கம் ஆகும். பெரும்பாலும் எல்லா தொல்குடியிடமும் இவ்வகையான வழக்கம் நிலவுகிறது.

6.3. தெய்வ வழிபாட்டிற்கு உரிய நாள்கள்

பன்னிரண்டு தெய்வத்திற்கு உரிய நாளாக ஞாயிற்றுக் கிழமையைத் தேர்வு செய்கின்றனர். ஞாயிற்றுக் கிழமை விரதம் இருந்து அன்று அசைவம் தவிர்க்கப்படுகிறது. ஏழு தெய்வத்திற்கு உரிய நாளாக செவ்வாய், வெள்ளிக்கிழமைகளில் வழிபடுகின்றனர். அன்று விரதம் இருந்து, சாம்பிராணி போட்டு வீட்டுக்கும் படைக்கின்றனர். பளிச்சியம்மனை வீட்டிலும் அழைத்து வழிபடும் வழக்கம் உள்ளது. ஒரு சொம்பு தண்ணீர் எடுத்து அதில் திருநீறு கலந்து அந்த நீர் உடைய சொம்பினைப் பளிச்சியாக நினைத்து வழிபடுகின்றனர். வழிபாடு முடிந்தவுடன் வீட்டின் கூறையில் தண்ணீர் ஊற்றப்படுகிறது. இதில் இரண்டு கூறுகள் மிக முக்கியமானதகாகக் கவனிக்க வேண்டியவை. ஒன்று நீரை வழிபடுவது. இது திராவிட வழிபாட்டு மரபாகும், தமிழர் தம் பல்வேறு பண்பாட்டுக் கூறுகளில் நீர் புனிதத்தோடு செயலுருப் பெற்றது (சிலம்பு நா. செல்வராசு 1996:48) என்பதும். மற்றொன்று கலசம் அல்லது சொம்பு இது வளமை வழிபாட்டின் அடையாளமாக கருதப்படுகிறாது (தேவிபிரசாத் சட்டோபாத்யாய, உலகாய்தம்)

6.4. தெய்வமுறலும் மருல் (மரல்) காயும்

பளிச்சியம்மன் வழிபடுபொருளில் முக்கிய பொருளாகக் கருதப்படுவது மரல் காய் இதனை விருதம் இருந்து எடுத்து சாமி வந்து ஆடும் போது உடலில் அடித்துக்கொள்வார்கள். ஆண் பெண் இருவருமே இவ்வாறு அடித்துக் கொள்கிறார்கள் ஏன் எனத் தெரியவில்லை. தன்னை வருத்திக்கொள்வதன் மூலம் எதிரிகள் அழிந்து, சாமி தன்னைப் பாதுகாக்கும் என நம்புகின்றனர். இது உலகம் தழுவிய பழங்குடி மரபாக உள்ளது. இதன் தொடர்ச்சியாகவே கண்ணகி தன் மார்பகத்தைத் திருகி எறிந்தாள் என்னும் சிலம்பு செல்வராசு அவர்களின் கருத்தோடு ஒப்பிடலாம். இதனைப் பீட்டர் கார்டுநரும் தனது ஆய்வில் குறிப்பிடுகிறார். (vigorous self &administered whipping of the lower leg early in the possession with marulu, (peter Gardner, Anthropos pp.374.)) பளியரின் முக்கியமான வழிபாட்டுப் பொருளான இந்த மரல்காய் சத்தியத்திற்கு கட்டுப்பட்டது

என்கின்றனர். 5 அடி நீளம் வரை வளரும் குற்றம் இல்லாத அதாவது ஒடிந்த, கீறல் இல்லாத நல்ல மருள் காயினை விருதம் இருந்து ஆண் தான் எடுத்து வரும் வழக்கம் உள்ளது. அதனை நெருப்பில் வாட்டி சாட்டை போல் ஆனதும் கால்கள் கைகளில் அடித்துக் கொள்வார்களாம் இங்கு ஆண் மட்டுமே அதுபோல் ஆடுவார்கள். பேய் பிடிச்சவர்கள் மருள் காயைத் தொடமாட்டார்கள் என நம்புகின்றனர்.

6.5.பலி

தெய்வபலி என்பது நண்டு, மீனு, கிழங்கு, முள்ளுக்கிழங்கு, வள்ளிக்கிழங்கு ஆகியவற்றைப் பலியாககொடுக்கின்றனர். கெடா வெட்டுதலும், கோழி அறுத்தலும் உண்டு. கார்த்திகை மார்கழி மாதத்தில் நடக்கிறது. தைப்பொங்கல் விழா எடுக்கின்றனர். சாமிக்குப் பொங்கல் வைத்து, சோறு குழம்பு வைத்துப் படைக்கின்றனர்.

7.நம்பிக்கைகள்

பளியர்களுள் யாருக்காவது உடல்நிலை சரி இல்லை என்றால் தங்கள் மூன்னோர்களை நினைத்துத் திருநூறு பூசுகின்றனர், எந்தத் துன்பமாக இருந்தாலும் உடனே சரியாகி விடும் என நம்புகின்றனர். தங்கள் முன்னோர்களே தங்கள் குழந்தைகளாகப் பிறக்கிறார்கள் என நம்புகிறார்கள். பளியர்கள் தாங்கள் சொல்லும் சொல் பலிக்கும் என நம்புகின்றனர். இதனை நேரில் பார்த்த பழனிவேல்ராஜன் தெரிவிக்கின்றார் 4. மற்ற பிரிவினர் சாமிக்குப் பயப்பிடுவார்கள். ஆனால் பளியர் எந்தச் சாமிக்கும் பயப்பிடவேண்டிய அவசியம் இல்லை எனவும் நம்புகின்றனர். மன்னாடியார் பளியருக்குச் சிறப்பான மரியாதை கொடுக்கின்றனர். பளியர், சந்திர மன்னாடியார் வகையரா வாழும் வீட்டைத் தன் பிறந்த வீடாகக் கருதுகின்றனர். ஏனெனில் பளியர் இன விருத்திக்கு உதவினர் என்னும் நம்பிக்கை இன்றும் உள்ளது. வடகவுஞ்சி என்னும் கிராமத்தில் நடக்கும் விழாவிற்கு 8 பளியர்களை அழைக்கும் வழக்கம் உள்ளது. அவ்விழாவுக்கு போகும்முன் இந்த சந்திர மன்னாடியார் வகையறா வீட்டிற்கு வந்து தங்கி அதன்பின் அந்த வீட்டிலிருந்தே திருவிழாவிற்குச் செல்வார்களாம். குழந்தையைத் தொட்டிலில் போடமாட்டார்களாம் என் என்றால், திருவிழாக் காலங்களில் சாமி எடுத்துக் கொண்டு போய்விடும் என நம்புகிறனர். இவ்வகையான நம்பிக்கை குழந்தையை நரபலி கொடுக்க பளியர் அஞ்சினர் என்னும்

கதையோடு தொடர்புபடுத்திப் பார்க்க வாய்ப்புள்ளது. இவ்வகையான நம்பிக்கையால் இந்தச் சமூகத்திடம் தாலாட்டுப் பாடல் இல்லை எனச் சில ஆய்வார்கள் கருதுகின்றனர் ஆனால் இவர்களிடம் தாலாட்டு பாடல் வழக்கத்தில் உள்ளது எனத் தகவலாளி பழனிவேல்ராஜன் குறிப்பிடுகிறார்.

8.மழைச்சடங்கு

மழை வேண்டி சடங்கு செய்கின்றனர். தாண்டிக்குடிக்கு அருகில் சபரிக்காடு என்னும் இடத்தில் வைகாசி மாதம் குடக்கு மந்தை என்னும் இடத்தில் மழை வேண்டி வழிபடுதல் சென்ற இரண்டு ஆண்டுக்கு முன்புவரை நடந்ததுள்ளது. மழையை வரவைப்பவர் மழைக்கட்டி பளியர் என்று பெயர். இச்சடங்கினைத் தலைமுறை தலைமுறையாக வாரிசுகள் தொடர்ந்து நடத்தி வருகின்றனர். அந்த வாரிசுகளுக்கு மழைக்கட்டி பளியர் வகையறா எனப் பெயர். குடக்கு மந்தையில் கல் தூண் நட்டு நெல்லினை இடித்து உமியுடன் தண்ணீர் கலந்து சுண்ணாம்பு, மஞ்சள் கலந்து தூணில் பூசுவர். தங்களது முகத்திலும் பூசிக்கொள்வர் இதனை மழை வந்து அழித்துவிடும் என நம்புகின்றனர். இந்தச் சடங்கின் போது ‘பட்டகாரும் முதுபெண்களும்’ சாமி வந்து ஆடுகின்றனர். புலையர்களும் மழைவேண்டி சடங்கு செய்கின்றனர். புலையரிடம் மந்திர ஆற்றல் உள்ளதாகக் கருதுகின்றனர். அம்மந்திர ஆற்றலால் மழையை வருவிப்பார்கள் என நம்புகின்றனர்.

9.பழமரபுக்கதைகள்

பளிச்சியம்மன் தொடர்பான பழமரபுக் கதை ஒன்று வழங்கப்படுகிறது. பூதநாச்சியம்மனின் தாய்க்கு நிறைய பெண் பிள்ளைகள் பிறந்தாங்களாம், அப்போ அந்த அம்மா முகத்தைத் திரும்பிக் கொண்டு, முகத்தைக் காட்டாமல், உணவு கொடுத்தார்களாம். அப்போது அந்தப் பெண்கள் திரும்பிப் பார்த்து உண்வைப் போடச் சொன்னார்களாம், திரும்பிப் பார்த்தபோது இரண்டு குழந்தைகளும் பயந்து பிரிந்து போனார்களாம். அதில் ஒன்று பளிச்சியம்மன் என்றும் மற்றொன்று பூதநாச்சியம்மன் என்றும் ஒரு கதை அவர்களிடம் வழங்கப்படுகிறது. பூதம் என்னும் தெய்வம் நிறைய ஆயிரக் கணக்கில் உள்ளதாக நம்புகின்றனர். ‘எதவேனாலும் எண்ணலாம் பூதத்த எண்ண முடியாது’ என்னும் சொலவடை காணப்படுகிறது.

10.வழிபாட்டு இசைக் கருவிகள்

குழல் பன்னிரண்டு தெய்வத்திற்கு உரியது அதனால், குழல் வீட்டில் இருப்பதால் அந்நியரை வீட்டில் அனுமதிப்பதில்லை. குழல் ஊதுகிறவர்களைச் (சின்னாரம்) சின்னாரகாரன் என அழைப்பார்கள். இது தொடர்பான ஒரு சொலவடையும் அங்கு வழங்கப்படுகிறது. (கிழவி சொன்னா சின்னாரகாரன் கேட்பான்) 'கின்னரம்', 'மிதுனம்' என்பது இசையை விரும்பும் பறவை எனச் சீவக சிந்தாமணி (காந்தர்வ தத்தை இலம்பகம்) குறிப்பிடுகிறது. இன்றும் நீண்ட குழல் போன்ற இசைக் கருவிகள் திருச்சின்னங்கள் என வழங்கப்படுகிறது. சங்கப்பாட்டில் (குழல் இசை தும்பி ஆர்க்கும் ஆங்கண் (அகம்.245).) வண்டுகள் இசைப்பது போல ஊதும் குழல் என்னும் இசைக்கருவி குறிப்பிடப்படுகிறது. அது இந்த இசைக்கருவியாக இருக்கலாம். சங்கப் பாட்டில் வரும் வேய்குழலை இதனுடன் ஒப்பிடலாம். சிலம்பில் பலவகையான குழலினை ஆயர் வைத்திருந்தனர் (முல்லையம் தீங்குழல், ஆம்பல் தீங்குழல்: சிலப்பதிகாரம், ஆய்ச்சியர் குரவை). இதன் ஒரு வகையே டிஜிரு5 என்னும் இசைக்கருவி இதனை ஆஸ்திரேலிய பழங்குடிகள் வாசிக்கின்றனர் . பளியர்க்கு மேளம் உண்டு அதனை மேள காட்டை என்று அழைக்கின்றனர். நாதஸ்வரம் போல் சிறியதாக இருக்கும். இந்த ஊது கருவியைக் குழல் என்று அழைக்கின்றனர். கைத் தட்டியும் இசைக்கின்றனர் (காண்க-படம்).

மேள கட்டையும் குழலும் வழிபாட்டிலும், பொழுதுபோக்கிலும் இணைந்து இருக்கிறது. வழிபாட்டில் வாசிக்கும் இசைவடிவம் வேறு. பொழுதுபோக்கிற்கு வாசிக்கும் இசை வடிவம் வேறு. மேலும் இடத்திற்கு இடம் இசை வேறுவடிவமாக வழங்கப்படுகிறது. சில மாற்றம் இருந்தாலும் கிட்டத்தட்ட ஒன்றுபோலவே தோன்றுகிறது.

11.புனிதம் - புனிதம் சாராதது (தீட்டு) என்னும் கருத்தாக்கம்

பளிச்சியம்மன் கோயிலுக்குத் தீட்டு ஆகாது. ஆண் பெண் தீட்டு, குளிக்காமல் போகும் தீட்டு, சாவுத்தீட்டு, பூப்புத்தீட்டு, போன்ற

தீட்டு ஆகாது. மாத விலக்குத் தீட்டு பளிச்சியம்மன் வழிபாட்டில் ஆறவே ஆகாது என வெறுத்து ஒதுக்கப்படுகிறது. புனிதம் தீட்டு என்னும் கருத்தாகம் வழிபாட்டில் மிக இறுக்கமாகக் கடைபிடிக்கப் படுகிறது. குழந்தை பிறந்த தீட்டினை இவர்கள் தீட்டாகக் கருதுவது இல்லை. குழந்தை பிறப்பினை வெள்ளாமையாகக் கருதுகின்றனர் அதனால், இதனைத் தீட்டு எனப் பெரிதாக எடுத்துக்கொள்வதில்லை, இதனை வளமை வழிபாட்டு மரபோடு தொடர்புடையதாகக் கருதலாம்.

1.	2.	3.
(புனிதம் - ஆண்) விருதம் இருத்தல் அசைவம் தவிர்த்தல் ஆகியவை புனிதம்	(தீட்டு - பெண்) மாதவிலக்கு பூப்புத்தீட்டு சாவுத்தீட்டு	(இரண்டுமற்ற நிலை) குழந்தைபிறப்பு

எண் ஒன்று(1) புனிதம் என்னும் கருத்துருவாக்கம் உருவானதால் எண் இரண்டு (2) தீட்டு அல்லது புனிதம் அல்லாதது உருவாகியுள்ளது. வீட்டுச் சடங்குகில் சில எளிய வழிபாட்டுநிலை காணப்படுகின்றது. பெண் வயதுக்கு வந்தாள் சேல மரம் (பால் மரம்) குச்சியை மஞ்சள் தடவி, அதை வாசலில் நட்டு வைக்கின்றனர். பெண் வயதுக்கு வந்தாள் ஒரு இரவு, பகல் முழுவதும் ஆட்டம் ஆடுவோம். மது வகை அருந்தும் பழக்கம் உண்டு. இவ்வழக்கம் இங்கு உள்ள கிராமப்புறத்தில் வழங்குகின்றன. பெண் 7ஆம் நாள் தலைக்கு தண்ணீர் ஊற்றி உள்ளே அழைக்கும் வரை தினமும் இரவு தெருவில் உள்ள திருமணம் ஆன பெண்கள் வந்து பூப்படைந்த பெண்ணின் வாசலில் வந்து கும்மி அடித்து பாட்டுபாடும் வழக்கம் உள்ளது இதனைக் கொட்டாங் கொட்ரது எனவும் வழங்கப்படுகிறது.

12. பளிச்சியம்மன் திருவிழாக் காலம்

ஒவ்வொரு ஆண்டும் ஆடி மாதம் பவுர்ணமியில் பளிச்சி அம்மனுக்கு வழிபாடு நடத்துகிறார்கள். இறப்புத் தீட்டு வந்தால் உடனே திருவிழாவைக் கைவிட்டு, மறுபடியும் அடுத்த ஆண்டு நடத்துகின்றோம். (குற்றாலம் பகுதியில் உள்ள பளியர், ஆடி அம்மாவாசைக்கு சிவன் கோயில் வழிபாட்டில் பங்குபெற்றுள்ளனர். D'penha G.F. 1902:391).

13.பூதநாச்சியம்மனை வழிபடும்முறை

எல்லா நாளும் வழிபடும் பழக்கம் முன்பு இருந்துள்ளது ஆனால், இப்போ அவ்வழக்கம் குறைந்து வருகிறது. யாராவது இறந்துவிட்டால் அன்று வழிபாடு இருக்காது. கோழி அறுத்து, கெடா வெட்டி, தேங்காய், பழம், சூடம், மாலை வைத்துப் படைக்கின்றனர். கிறித்துவ பாதிரிமார்கள் ஞாயிற்றுக் கிழமைகளில் வருகிறார்கள் ஆனால், தாங்கள் பூதநாச்சியம்மனை மட்டும் வழிபட்டு வருவதாகத் தகவலாளி ஊர்த்தலைவர் கரியமால் (பூதமலை) தெரிவிக்கின்றார்.

பூதநாச்சியம்மன் கோயிலில் உயரமான கல் வைக்கப்பட்டுள்ளது. இந்த இடத்திற்கு பூதமலை என்று பெயர். பளியர்களின் குலதெய்வங்களில் இதுவும் ஒன்று. (தகவலாளி செல்வராஜ்) அது மலைமேல ஏறி போக வேண்டும், அது தூரத்தில் இருக்கிறது. பஞ்சாயத்து தலைவர், ஊர்தலைவர், சாமி அடி குறிசொல்லும் சமயகுரு போன்றவர்கள் மக்களில் ஒருவராகவே வாழ்கிறார். அந்தந்த வேளை வருகிற போது அவர்கள் தங்கள் பணிகளைச் சரியாகச் செய்கின்றனர். பெரும்பாலும் பின்மாலை நேரங்களில் வேலைமுடிந்து குடியிருப்புக்குத் திரும்பும் போது இறை பரவுதல் நடைபெறுகிறது. வயதுக்கு வந்த பெண்ணுக்குப் பேய்பிடிக்கும். அப்போது குறி பார்க்கின்றனர்.

வாழை இலை, தேங்காய், எலுமிச்ச பழம், பிற காய்க்கும் பொருள், சாம்பிராணி, குங்கிலியம், சேவல், கிடாய், மது போன்றவையும் நெல்ரா மரம் போன்ற உயரமான மரத்தில் இருக்கும் தேன் இறை வழிபாட்டில் இடம்பெறுகிறது.

பூதநாச்சி அம்மனுக்கு, பொங்கல் வைத்து, கெடா வெட்டபடுகிறது. ஆண் தான் படைப்பார்களாம். எலுமிச்ச பழம், மஞ்சள் தடவுதல், திருநீறு பூசுதல் உண்டு. ஐப்பசி, கார்த்திகை மாதத்தில் விவசாய வேலைக்குப் போவார்களாம் மற்ற நாள்களில் கல்பாசம் எடுக்கிறார்கள். அது எல்லா நாட்களிலும் விழுகிறது. அதை எடுத்து விற்பனை செய்கின்றனர். வெட்டு காயத்துக்குக் கல்பாசத்தையும், புளிச்சகீரையையும் பயன்படுத்துகிறார்கள். இறைவனை வணங்கிய பிறகே மருத்துவம் பார்க்கின்றனர். மருத்துவம் வழிபாட்டின் ஒருபகுதியாகவே உள்ளது.

பளியர்கள் சில காலத்துக்கு முன்பு ஆடு, மாடு மேய்க்கும் தொழிலை மேற்கொண்டிருந்தனர். தற்போது காட்டுப் பகுதி

அவர்களிடம் இல்லாததால் மேய்ச்சல் நின்றது அதன் காரணமாக மேய்ச்சல் குறைந்து, ஆடுமாடுகள் மிகவும் குறைந்துவிட்டது. கேப்பை, சாமை, ஆகியவற்றை விளைவித்தனர். உழவுக்கு மாட்டினைப் பயன்படுத்தியுள்ளனர். குள்ள மனிதர்கள் வாழ்ந்த குகை6 உள்ளதாகக் கூறுகின்றனர். இவர்களை அளப்பளியர் என்கின்றனர்.

14. குறிஞ்சிப்பூ வழிபாடு

குறிஞ்சிப்பூ வழிபாடு பளியர்களிடமும் தோடர்களிடமும் காணப்படுகின்றது. இது முருக வழிபாட்டோடு தொடர்புடையதா என்பதை ஆராய வேண்டும். எருமை மாட்டின் தலையில் உலக்கையால் அடித்து இவ்வழிபாட்டில் பலியிடுகின்றனர். இந்த விழா மார்ச்சு அல்லது ஏப்ரல் மாதம் (சித்திரை மாதம்) நடைபெறும் என்கின்றனர். தேன், வள்ளிக் கிழங்கு, விலங்குகளை வேட்டை ஆடி உண்டுள்ளனர் தற்போது வனபாதுகாப்புச் சட்டத்தின் காரணமாக வேட்டைக்கு யாரும் போவது இல்லை. காட்டு ஈசலை விளக்கு வைத்துப் பிடித்து வறுத்து சாப்பிடுகின்றனர். சங்க கால உணவிலும் ஈசல் உண்டுள்ளனர் என்பது அகநானூறு 394ஆம் பாடல் இதற்குச் சான்றாக அமைகின்றது. ஆப்ரிக்கப் பழங்குடிகளிடமும் ஈசலை உண்ணும் வழக்கம் உள்ளது.

15. பால்கால் நடுத்தல்

பால்கால் நடுத்தல் அல்லது குச்சி நடுதல் என்னும் சடங்கு இவர்களிடம் காணப்படுகிறது. இந்தச் சடங்கு பூப்பு சடங்கு, காது குத்துதல் ஆகியவற்றைச் சேர்த்தே குறிக்கிறது. பூப்பு காது குத்துதல் என்பதை எவ்வாறு வேறுபடுகின்றனர் என்பது தெரியவில்லை தற்போது பத்திரிக்கை அடிக்கின்றனர். இந்தச் சடங்கு நடக்கும் சில நாட்களுக்கு முன்பு இந்தக் குச்சி நடுதல் நடைபெறுகிறது பால் மரக்குச்சி அது பெரும்பாலும் சேல மரம் என்னும் மரத்தின் குச்சியை எடுத்துத் தோல் சீவி மஞ்சள் தடவி வாசலில் நடுகின்றனர் அந்தக்

குச்சியின் முன்பு வாழைக் காய் பரித்து வெயிலில் பழக்க வைக்கின்றனர் (காண்க - படம்). சில நேரம் இந்தக் குச்சி வளர்ந்து மரமாக மாறிவிடுகிறது.

16.வேண்டுதல்கள்

துன்பம் வந்தால் கோயில் சாமிகிட்டே வேண்டிக்கொள்வோம்- சாமி நம்மை பாதுகாக்கும் என நம்புகின்றனர். பாதுகாத்தல் என்பது அச்சத்திலிருந்து தோன்றியது. சாமிக்குக் கூழ் காட்சுதல் , சாமி ஆடுதல் உண்டு, ஆண் பெண் இருவரும் சாமி ஆடுகின்றனர். சாமி கனவில் வந்து சொன்னதால் கோயில் தரமட்டம் ஆளவிற்குதான் இருக்கும். கோயில் மேலே கட்டினால் ஏதேனும் துன்பம் வந்துவிடும் என நம்புகின்றனர். பெண் பூசாரி உண்டு. பிற கோயில்களுக்கும் போகின்றனர். பழனி கோயில், சமயபுரம் கோயில், மேல்மருவத்தூர் கோயில் ஆகிய கோயில்களுக்கும் போய் வருகின்றனர்.

17.பளிச்சியம்மன் கோயில் (பட்டிய காடு)

கோயில் முன் வெண்காலிமரங்கள் உள்ளன. இரு கோயில்கள் உள்ளன. ஒன்று கருமாரியம்மன கோயில் இது பிற்காலத்தில் கட்டப்பட்டது. மற்றொன்று பளிச்சியம்மன் கோயில் இது பழமையான வடிவம் கொண்டது. பளிச்சியம்மனுக்குச் சாம்பிராணி, குங்குலியம் போடுகின்றனர். மினி ராக்கசி > ராக்சஷி என வனதேவதையை அழைக்கின்றனர். மரபார்ந்த தீமூட்டல் இவர்களிடம் சில ஆண்டு முன்பு வரை வழக்கில் இருந்துள்ளது. இதற்கு இவர்கள் பயன்படுத்தும் கல் வெண்செங்கல் இரண்டை எடுத்துக் காய்ந்த போதப்புல்லில் இட்டுத் தீ மூட்டுகின்றனர். இந்தக் கல்லினைச் செங்குசாங்கல் என அழைக்கின்றனர். வெள்ளி செவ்வாய், கிழமைகளில் வாழப்பட்டைய அறுத்து சாம்பிராணி போடுகின்றனர். தேராடி - பூசாரியாக இருப்பார். (தகவலாளிகள் : கருப்புசாமி, முனிஷ்வரி, காமாட்சி)

18.பண்பாடும் செவ்வியல் மொழியும் மீட்டுருவாக்கம்

பளியர்கள் பேசும் மொழி தமிழ், இதில் சில வட்டார வழக்குகள் இடம்பெற்று இருக்கலாம். இவர்கள் பேசும் மொழியில் பல சொற்கள் சங்க காலத்தில் வழங்கியது இன்று வழக்கிழந்ததாகக் கருதப்படும் பல சொற்களை இவர்கள் பயன்படுத்துகின்றனர். ஆகவே இவர்களின் மொழிகளை ஆய்வு செய்து சங்க இலக்கியத்துடன் ஒப்பிடாமல் தமிழின் செவ்வியல் கால மொழி அமைப்பினைப் புரிந்துகொள்வதும் பிற திராவிட மொழிகளைப் புரிந்துகொள்வதிலும் முழு நிறைவானதாக இருக்கமுடியாது. சான்றாக இந்தக் கட்டுரையில் பல சொற்கள் சுட்டிகாட்டப்பட்டுள்ளன.

அளை	- கற்குகை
பெருவழி	- சங்கப்பாடல்களில் உள்ளது
பெருந்தேன்	- மலைப்பாறையில் கட்டும் தேன்
தேக்கெல பளியர்	- தழை ஆடை குறிப்பு (தழை அணி மகளீர் குறுந்.125.3)
ஐயவி	- வெண்கடுகு

சங்கப் பாடல்களிலும் போரில் காயம் பட்ட வீரர்களுக்கும், மகப்பேறு உற்ற பெண்களுக்கும் கடுகு எண்ணை பூசிய சான்றுகள் கிடைக்கின்றன. 'ஐயவி அப்பிய நெய்யணி நெடுவேல்சு (நெடு.86), 'புனிறுநாறு செவிலியொடு புதல்வன் துஞ்சு, ஐயவி யணிந்த நெய்யாட்டீரணி பசுநெய் கூர்ந்த மென்மை யாக்கைச் சீர்கெழு மடந்தைசு (நற்.40: 6-9) ஐயவி என்பது வெண்கடுகு. கடுகு எண்ணைக்கு பேய் அண்டாது என்பது சங்க காலம் முதல் இன்றுவரை வழக்கில் தொடர்கிறது. அந்தச் சங்க காலப் பண்பாட்டு தொல்குடிகளிடம் இன்றும் வழக்கில் உள்ளது. உலகில் நீண்ட நெடிய மரபுடைய எந்த ஒரு சமயத்திற்கும் தொல்சமய மரபு உண்டு. தொல் சமய மரபிலிருந்தே தொடர்ச்சி மாற்றம் ஏற்படும். இந்த படிமலர்ச்சியின் அசைவியக்கம் சீரான மாற்றத்தை அடிப்படையாகக் கொண்டிருக்கும். பண்டைய தமிழர் இயற்கையின் மீது பக்தி கொண்டு மலை, கடல், ஆறு, மரம், செடி, திங்கள், ஞாயிறு, விலங்கு போன்றவற்றை வழிபட்டனர்.

அணகொடு நின்றது மலை (நற்.165.3)
காடே கடவுள் மேன புறவே (பதிற்.13.20)
தெய்வம் சேர்ந்த பராஅறை வேம்பின் (அகம்.309.4)

மன்ற மராஅத்த மேஎம் முதிர்கடவுள் (குறுந்.87.1)

தொல்சமயத்தின் முக்கிய கூறுகளில் ஒன்று இயற்கை வழிபாடு (naturism). பண்டைத் தமிழர் சமயமரபில் இயற்கை வழிபாடு மேலோங்கி இருந்தது. அணங்கு, ஆர், பேய், பேய்மகள், சூரரமகளிர், பூதம் போன்றவை மீவியல் காலம்(liminal period) ஆகும். மேற்குறிப்பிட்ட சடங்குகளோடு தொடர்புடைய சங்கப் பாடல்கள் காலத்தால் முந்தியவையாக இருக்கவேண்டும்.

தகவலாளிகள்

1.பழனிவேல்ராஜன் - கொடைகானல்
2.விஜயராகவன் - பாய்ச்சலூர்
3.கருப்புசாமி - பட்டியகாடு
4.முனிஷ்வரி - பட்டியகாடு
5.காமாட்சி - பட்டியகாடு

அடிக்குறிப்பு

1.ஒரு காலத்தில் குழந்தைகளை நரபலி கொடுக்கம் வழக்கம் இருந்துள்ளது. பளியர் இனத்தில் வாரிசாக ஒரு குழந்தை மட்டும் இருந்ததாகவும் அந்தக் குழந்தையைப் பலி கொடுக்கப் பயந்து பளியர் தலைமறை ஆனதாகவும் அந்தப் பழியை ஏற்றதால் பழியர் என்பது பளியர் என மருவியதாகவும் ஒரு செவிவழி கதை வழங்கப்படுகிறது. (தகவலாளி: பழனிவேல்ராஜன்)

2.The evolution of the status of the tribal chief to the head of the kingdom is then clearly seen in the regions of the mullai and the marudam. The king is designated among other names by ko or kon meaning a cowherd.To the latter cattle was wealth, and the division of property among the sons was the division of the heads of cattle belonging to the family. We know that one from of wealth in earliest time was cattle. Therefore, by the term kon is meant chief, whose wealth was cattle. Wherein the origin of the dynasty of the pandya kings can probably be traced to the headship of the a:yar tribe. The same circumstances favored the evolution of the institution of monarchy in the agricultural region. (Ramachandra Dikshitar, 1930 :178-179)

3.கதை- மாடுமேய்க்கப் போனவர்களில் புலையர் மழையில் மாட்டிக்கொண்டு பத்து நாட்டுகளுக்கு மேலாக வெள்ளத்தில்

மாட்டிக்கொண்டதால் ஊருக்கும் வரமுடியவில்லை அந்த சூழலில் ஊரால் இவன் இறந்துவிட்டதாக கருதினர். பல நாள் கழித்து மீண்டு வந்தபோது எவ்வாறு உயிருடன் இருந்தாய் என கேட்கும்போது மாட்டுக் கன்றினை அடித்து சாப்பிட்டு உயிர் வாழ்ந்ததாக கூறவே இனி இவனை நம் கூட்டத்துடன் சேர்க்ககூடாது என முடிவெடுத்து மந்தையில் உள்ள மாடுகளை பாகம் பிரித்து கொடுத்தார்களாம். மாட்டினைப் பிரிக்கும்போது நின்றுகொண்டிருக்கும் மாடு வேண்டுமா அல்லது படுத்திருக்கும் மாடு வேண்டும் என கேட்டார்களாம். நிறைய மாடுகள் படுத்திருக்கவே படுத்திருக்கும் மாடுகள் எல்லாம் வேண்டும் என புலையர் பதில் கூற அங்கு இருந்த உடன்பிறந்தோர்கள் மாட்டினை மந்தையிலிருந்து அடித்து ஓட்டினார்களாம். நோய் உற்ற மாட்டினைத் தவிர மற்ற மாடுகள் எழுது நின்று ஓடின. அப்போது இந்த நோய் உற்ற மாடுகள் மட்டுமே உனக்கு எனப் பிரித்து கொடுத்த பிறகு இவர்களுடன் எந்த விதமான தொடர்பும் இல்லாமல் போய்விட்டது என ஒரு கதை வழங்கப்படுகிறது.)

4.தேராடியார் திருவிழாவில் பளியர் புல்லாங்குழல் வாசிக்கின்றனர். தேராடி சாமி ஆடும் போது புல்லாங்குழலை பளியிரமிருந்து வாங்கி மிதித்து உடைத்துவிட்டாராம்.நீ வைத்தியத்திற்கு தயாராக இரு என பளியர் கூற காலில் திடீர் என இரத்தம் வர ஆரம்பித்ததாம் ஒரு ஆண்டு காலம் காலில் கட்டுபோட்டு கொண்டிருந்தாராம். தகவலாளி : பழனிவேல்ராஜன்

5.ஆஸ்திரேலிய பழங்குடிகளால் (டிஜிரு Didgeridoo) என்னும் ஒரு இசைக் கருவி இசைக்கபடுகிறது. இதை ஒரு நீண்ட மூங்கில் குழாயில் ஒரு பக்க முனையில் இருந்து ஊதுகின்றனர். அவ்வோசை வண்டுகளின் ரீங்காரம் செய்யும் ஒலியினை ஒத்துள்ளது. 2000 ஆம் ஆண்டு நடைபெற்ற ஒலிம்பிக் போட்டியின் போது இந்த இசைக் கருவி ஊதப்பட்டது. (Regional names for the didgeridoo, There are at least 45 different synonyms for the didgeridoo. The following are some of the more common regional names. Pintupi Central Australia paampu, Warray Adelaide River bambu) மத்திய ஆஸ்திரேலியாவில் இதனைப் பாம்பு என அழைக்கின்றனர். கொம்பு என்னும் இசைக் கருவியின் ஒலிப்பே அவ்வாறு வழங்கப்படுகின்றன எனக் கருதலாம்.

6.அளை என்பது அள என மாறியுள்ளது அளை என்பது சங்க கால தமிழில் குகை என்னும் பொருள் படும். புலிசேர்ந்து போகிய கல்லளை போல புறம்.)

13.

திருவமுதுபடையல் வழிபாட்டுமரபும் நம்பிக்கையும்

பழங்காலம் தொட்டே தமிழர்களிடம் தெய்வ நம்பிக்கைகள் இருந்துள்ளன. மக்களின் பழக்க வழக்கங்கள், நம்பிக்கைகள், சடங்குகள் இவை மூன்றும் ஒன்றுடன் ஒன்று தொடர்புள்ளவை. இவற்றை ஆராய்வதில் பல கல்வித்துறைகளின் அறிவு தேவைப்படுகின்றன. அவற்றில், சமூகவியல் (sociology), மானிடவியல் (Anthropology), உளவியல் (psychology) ஆகிய மூன்றும் மிக இன்றியமைதாவை (காந்தி 2003:5). தமிழ் நாட்டைப் பொறுத்தவரையில் சடங்குகள் மிகுதியாகக் காணப்படுகின்றன. சடங்குகள் தமிழர்களின் வாழ்வியல் முறையோடு பின்னிப்பிணைந்தவை. சடங்குகள் விழாக்களைப் போல காணப்பட்டாலும் அவற்றிற்குள் வாழ்வியல் தத்துவங்களும் வாழ்க்கை முறைகளும், மருத்துவ முறைகளும் உளவியல் நுட்பங்களும் இணைந்துள்ளன. நாகப்பட்டினம் மாவட்டம் சீர்காழி வட்டத்தில் உள்ள, எருக்கூர்1 உத்திராபதியார் கோயில் வழிபாட்டு முறைகளையும் நம்பிக்கைகளையும் இக்கட்டுரை கள ஆய்வின் மூலம் பதிவு செய்வது, அதன் செயற்பாட்டுத் தன்மைகளை விளக்குகிறது. அகநிலை அமைப்பு புறநிலை அமைப்பு எனப் பிரித்துக்கொள்ளப்படுகிறது. புறநிலை அமைப்பு என்பது கோயில் வழிபாட்டில் கண்ணுக்குப் புலப்படும் கோயிலின் இருப்பு, விழா, சடங்கு முதலியவை, அதன் அகநிலை அமைப்பு என்பது இந்தக் கோயிலும் அதன் விழா சடங்கு போன்றவை மக்களின் மனதில்

எவ்வகையான நம்பிக்கையை ஏற்படுத்துகிறதோ அதனை அகநிலை அமைப்பாகக் கொள்ளலாம். ஒரு சமூக இயக்கம் அகநிலைத் தன்மையிலும் இயங்குகிறது. இதனைச் சமூகத்தின் அகமனம் எனக் குறிப்பிடலாம். அமைப்பு எனப் பொதுவாகக் குறிப்பிட்டாலும், அதன் செயற்பாட்டையே விளக்கமுறப்படுகிறது.

1.வழிபாட்டு மரபு

வழிபாடு என்பது ஒரு மரபாகும் (Cult). ஒரு குறிப்பிட்ட விலங்கு, தாவரம், (அல்லது குலக்குறி), இயற்கைபொருள், ஆவி, முன்னோர் முனிவர், தெய்வம் ஆகிய எந்த ஒன்றின் ஆற்றல் மீது கொண்டுள்ள அனைத்துவகையான நம்பிக்கைகளும், சடங்குகளும், வழிபாடு சார்ந்தது (பக்தவத்சல பாரதி 2002:215). வழிபாட்டு மரபின் அமைப்பாக விளங்குகின்றன. அவை தெய்வப் பெயர், இருப்பிடம், கோயில், வடிவம், வழிபடுவோர், பூசாரி, சாமி ஆடிகள், செயல்பாடுகள், தெய்வமுறல், பலி, நம்பிக்கைகள், பழமரபுக் கதைகள் (லூர்து, 2006) ஆகியவை ஆகும். மானிடவியல் ஆய்வுகள் மேலும் நுணுக்கமாக அறிவியல்முறைபடி ஆராய்ந்து மனிதனின் பல அறியப்படாத தகவல்களை வெளிக்கொணர்கின்றன.

2. புறநிலை அமைப்பு

2.1.கோயில்

நாகப்பட்டினம் மாவட்டம், சீர்காழி வட்டம், சிதம்பரம் செல்லும் வழியில் சீர்காழியிலிருந்து 4கி.மி. தொலைவில் எருக்கூர் என்னும் ஊரில் உத்திராபதியார் கோவில் அமைந்துள்ளது.

எருக்கூரில் அமைந்துள்ள உத்திராபதியார் கோயிலில் 110 ஆண்டு காலமாக வழிபாடு நடந்து வருகின்றது. இந்தக் கோயில் கோவிந்தசாமி படையாச்சி, கிருஷ்ணசாமி படையாச்சி காத்தமுத்து படையாச்சி ஆகிய மூவரால் இங்கு வழிபாடு முதலில் மேற்கொள்ளப்பட்டது. இக்கோயிலின் அருகில் இரு அரச மரமும் ஓர் ஆத்தி மரமும் காணப்படுகின்றன. அப்பகுதியில் அமைந்துள்ள அரச மரத்தடியில் ஒரு திருவோடும், கண்மணி மாலையும், ஓர் ஓலைச்சுவடிக் கட்டும் இருந்தன என்று இவ்வூர் மக்கள் கூறிகின்றனர். இது இவ்வழிபாட்டுத் தொடக்கநிலையில் இருந்திருக்கலாம்.

ஊரின் மையப்பகுதியில் இக்கோயில் அமைந்துள்ளது. கோயிலின் பின்புறம் ஒரு குளம், இரண்டு அரச மரங்கள் முன் புறம் வலப்புறம் ஓர் ஆத்தி மரம் காணப்படுகின்றது. உத்திராபதியார் ஓர் அடி உயரத்தில் அமைந்துள்ள ஐம்பொன் சிலை பீடத்துடன் இக்கோயிலில் வைத்துள்ளனார்கள். அது ஓர் ஆண்டுக்கு ஒருமுறை மட்டுமே பூசை செய்யப்படுகிறது. அக்கோயிலின் அருகில் நாகர் கற்சிலையும் பேச்சியம்மன் கற்சிலையும் காணப்படுகின்றன.

ஊர் மக்களால் ஸ்ரீ உத்திராபதியார் என்று இறைவன் அழைக்கப்படுகின்றார். உத்திராபதியார் என்னும் சொல் சிவபெருமானைக் குறித்துநிற்கிறது. சிவபெருமான் பிச்சையெடுத்து உணவு உண்டதால் பிச்சாண்டவ மூர்த்தி என்றும் அழைக்கப் படுகின்றார்.

2.2.சடங்கு

சடங்கு என்பது பண்பாட்டுப் படிமலர்ச்சியின் பிரதிபலிப்பு என்கிறார் அந்தோணிவாலஸ். மனித சமுதாயம் நான்கு சமய முறைகளை அல்லது வழிபாட்டு மரபுகளை வளர்த்து எடுத்துள்ளது. அவை;

1.தனிமனித வழிபாட்டு மரபு	Individualistic Cult
2.மாந்தரீக வழிபாட்டு மரபு	Shamanistic Cult
3.சமூகம் சார்ந்த வழிபாட்டு மரபு	Cmmunal Cult
4.மதகுரு /கோயில் சார்ந்த வழிபாட்டு மரபு	Ecclesiastical Cult

ஒரு சமூகத்தின் முக்கிய சடங்குகள் சமூகப்பண்பாட்டுப் படிமலர்ச்சியைக் காட்டுகின்றன. (Anthony F.C. Wallace 1996, Religion: An Anthropological view)

1.தனிமனித வழிபாட்டு மரபும், மாந்தரீக வழிபாட்டு மரபும் ஆகிய இவை இரண்டும் சிறுகுழு, இனக்குழு சமூகத்தில் காணப்படுகிறது. 2.மதகுரு, கோயில் சார்ந்த வழிபாடு அரசுமுறை கொண்ட சமூகங்களில் காணப்படுகின்றன (பக்தவசலபாரதி 2014:301,302). மேலும் அந்தோணிவாலஸ் சடங்குகளை இரண்டாகப் பரிப்பார்.

1.தொழில் நுட்பச் சடங்கு, Technical ritual

(இயற்கை என்னும் தளத்திற்கு உரிய ஆற்றல்களை நுட்பமான வலையில் தன் வயப்படுத்தும் முயற்சி சடங்கு வாயிலாக நடக்கிறது. இதனைத் தொழில்நுட்பம் என்கின்றனர். மந்திரம் (magic), சூனியம் (witch craft), செய்வினை (black magic), தெய்வ ஆற்றலை மனிததளத்திற்கு வருவித்து அருள் கூறுதல், தீய ஆவியிலிருந்து காத்தல், கண்ணேறு / திருஷ்டி கழித்தல், புதுமனை சாந்தி செய்தல் போன்றவைத் தொழில் நுட்பச் சடங்காகும்.)

2. கருத்தியல் சடங்கு Ideological ritual

கருத்தியல் சடங்கு சமூகம் முரண்பாடுகள் நீங்கி ஒன்றுபடவும், சமூக உறவுகளைப் பேணவும் இச்சடங்கு நிகழ்த்தப்படுகிறது. திருவிழாக்களில் இடம் பெறும் சடங்கு, பலியிடுதல், படையல் இடுதல், நேர்த்திக் கடன்செய்தல், புனித யாத்திரை, வீடுமேறுக்கான சடங்கு (salvation rituals) போன்றவை இந்தக் கருத்தியல் சடங்கில் அடங்கும்.

2.1.விழா - அமுதுபடையல் சடங்கு

உத்திராபதியார் கோயில் ஓர் ஆண்டுக்கு ஒருமுறை மட்டும் விழா நடைபெறுகிறது. சித்திரைத் திங்கள் பரணி விண்மீன் அன்று ஒவ்வொரு ஆண்டும் அமுதுபடையல் என்னும் விழா நடைபெறுகிறது. ஊர் மக்கள் அனைவரும் இணைந்து இவ்விழாவினை நடத்துகின்றனர்.

2.2.அமுதுபடையலின் தோற்றத் தொன்மம்

அமுதுபடையலின் தோற்றத் தொன்மம் வரலாற்றோடு தொடர்புடையதாக அமைந்துள்ளது. பெரியபுராணத்தில் வரும் பரஞ்சோதி (சிறுத்தொண்ட நாயனார்) வரலாற்றோடு தொடர்புபடுத்தப்படுகிறது. கி.பி.642இல் நரசிம்மவர்ம பல்லவன் சாளுக்கிய மன்னனான 2ஆம் புலிகேசியை வாதாபி என்னும் இடத்தில் வெற்றி பெற்றான் இந்தப்பெரும் போரில் நரசிம்மவர்மனின் படைத்தலைவனாய் இருந்து வழிநடத்தியவர்

பரஞ்சோதி என்பவர். இவர் பெரியபுராணத்தில் உள்ள சிறுத்தொண்ட நாயனார் என்று பி.டி.ஸ்ரீநிவாச ஐயங்கார் 1930:31 குறிப்பிடுகிறார்.

> மன்னர்க்குத் தண்டுபோய் வடபுலத்து வாதாபித்
> தொன்னகரம் துகளாகத் துளை நெடுங்கை

(பெரியபுராணம், சிறுதொண்டர் நாயனார் புராணம் பாடல்-6)

சாளுக்கிய மன்னனுக்கும் பல்லவனுக்கும் நடந்த போரில் பல்லவர்கள் வெற்றி பெற்றதைத் தொடர்ந்து நரசிம்மவர்ம பல்லவன் பரஞ்சோதியைப் புகழ்ந்து பாராட்டி பல பரிசுகளையும் கொடுத்துக் கொள்ளிடக் கரை வரை வந்து வழியனுப்பி வைக்கின்றார். பரஞ்சோதி கொள்ளிடம் வழியே வரும்பொழுது, எருக்கூர் வழியே கடந்து சென்றார் என இவ்வூர் மக்கள் கூறி வருகின்றனர். பரஞ்சோதி திருச்சங்காட்டாங்குடியில் வாழ்ந்தவர். சிவனடியார்களுக்கு உணவளித்து அதன்பின் தான் உண்டு வாழும் பழக்கத்தை மேற்கொண்டவர். ஒருமுறை சிவபெருமான் சிவனடியார் வேடத்தில் வந்து பிள்ளைக் கறியைச் சமைத்துத் தர வேண்டினார். அவ்வாறே தன் மகன் சீராளனை உணவாகச் சமைத்து இறைவனுக்குக் கொடுத்தார்.

முந்தமைந்தேன் கறிஅமுது என்று எடுத்துக் கொடுக்க முக மலர்ந்தார் (பெரியபுராணம், சிறுதொண்டர் நாயனார் புராணம் பாடல்-75) என்று பெரியபுராணம் பாடுகிறது. இதுவே திருவமுது படையல் என அழைக்கப்படுகிறது. அதன் நினைவாகத் திருச்செங்காட்டாங்குடியில் (சீர்காழி வட்டம்) ஓர் ஆண்டுக்கு ஒரு முறை இந்த அமுது படையல் விழா நடைபெறுகின்றது. எருக்கூரில் 110 ஆண்டு காலமாக இவ்விழா நடைபெற்று வருவதாக அவ்வூர் மக்கள் கூறுகின்றனர். இந்த அமுதுபடையல் தமிழகத்தில் பிற இடங்களிலும் வடமாநிலத்திலும், இதனை ஒத்த விழா நடைபெறுவதாக அறிஞர்கள் சுட்டிக்காட்டியுள்ளனர்.

2.3. விழா எடுத்தல்: இன்றைய நடைமுறை

எருக்கூரில் திருவமுது படையல் ஒவ்வொரு ஆண்டும் சித்திரைத் திங்கள் சதய விண்மீன் அன்று கொடி ஏற்றப்பட்டு அன்றிலிருந்து 6வது நாள் பரணி விண்மீன் அன்று அமுதுபடையல்

விழா நடைபெறுகின்றது. இக்கோயிலில் வேறு எவ்வகையான எந்தச் சடங்கும் நடைபெறுவதில்லை.

2.4. கொடியேற்றுதல்

சித்திரை மாதம் சதய விண்மீன் அன்று ஒவ்வொரு ஆண்டும் கொடி ஏற்றப்படுகிறது. உயரமான சவுக்கு மரத்தின் மேல் பச்சை மூங்கிலைக் கட்டி கொடியேற்றப்படுகிறது. கொடி ஏற்றுவதற்கு முன் ஊர் நாட்டாண்மை தலைமையில் கொடி ஊர் வீதிகளில் ஊர்வலமாக எடுத்துச் செல்லப்படுகிறது அதன் பின்னர் கொடியேற்றம் நடைபெறுகிறது. அந்நிகழ்ச்சியின் போது மேளம், திருச்சின்னம், சேவகம், போன்ற மங்கள இசைக்கருவிகள் கொடி ஏற்றும் போதும் வீதி உலாவின் போதும் இசைக்கப்படுகிறது.

2.5. வீதி உலா நடைமுறை

ஒவ்வொரு ஆண்டும் அமுது படையல் விழா அன்று பகலில் உத்திராபதியார் வீதி உலாக் காட்சி நடைபெறுகிறது. ஐம்பொன் சிலையாக உள்ள உத்திராபதியாரைப் பூவினால் அலங்காரம் செய்து மாட்டு வண்டியில் மங்கல வாத்தியம் முழங்க வீதி உலா காட்சி நடைபெறுகிறது. இறைவனைக் கோயிலில் வணங்கும் பயன் முழுவதும் வீதி உலா காட்சியிலும் கிடைக்கும் என்பது இவ்வூர் மக்களின் நம்பிக்கை.

2.6. திருஅமுது படையல்

திருஅமுது படையல் வீதி உலாக் காட்சி முடிந்தவுடன் நடைபெறுகிறது. திருஅமுது படையல் சிறுத்தொண்டர் தன் மகன் சீராளனைச் சமைத்து இறைவனுக்குப் படைத்ததன் நினைவாக இவ்வூர் மக்கள் பிள்ளை போல் மாவினால் செய்து, அதனை இறைவனுக்குப் படைக்கின்றனர். பிள்ளைமாவு, அமுதுபடையல் விழா அன்று காலை செய்யப்படுகின்றது. 3அடி உயரம், 11/2 அடி அகலம் உள்ள பிள்ளை மாவு செய்வதற்கென்று, செய்யப்பட்ட பலகையில் இது செய்யப்படுகிறது. இம்மாவு ஓர் ஆண்டு வரை கெடாமல் இருக்கும் என்றும் இவ்வூர் மக்கள் கூறிவருகின்றனர். சில ஆண்டுகளுக்கு முன்பு வரை முதலாண்டில் செய்யப்பட்ட மாவினை மறு ஆண்டில் கொடுப்பது வழக்கமாக இருந்தது தற்போது இது மறிவிட்டது

என்கின்றனர். அந்த ஒரு ஆண்டு காலம் வரை அதனை மண்ணில் புதைத்து வைப்போம் எனத் தகவலாளி மாரிப்பிள்ளை கூறுகிறார். இது எந்த நிலையில் சாத்தியம் என்பது மேல் ஆய்வுக்கு உரியது. இந்தப் பிள்ளை மாவினை இங்குள்ள மக்கள் மருந்து என்று அழைக்கின்றனர். இந்த ஊரைச்சேர்ந்த விஸ்வகர்மா சமூகம் மட்டுமே இப்பிள்ளை மாவினைச் செய்கின்றனர். அரிசி மாவு, உளுத்த மாவு, பயத்த மாவு, சுக்கு, சித்தரத்தை, அரிசி திப்பிலி, ஜாதிக்காய், ஏலக்கய், கிராம்பு, குங்குமப்பூ, சர்க்கரை, தேன், நெய் போன்ற பொருள்களால் இது செய்யப்படுகிறது. திருவமுது படையலோடு அன்னதானமும் நடைபெறுகிறது.

3. அகநிலை அமைப்பு

அகநிலை அமைப்பு அல்லது செயற்பாடு என்பது சடங்கு மற்றும் பிற நிகழ்வுகளினால் ஏற்படும் அகநிலை அல்லது மனம்சார்ந்த மாற்றங்களைக் குறிக்கிறது. இந்த செயல்பாட்டினை அமைப்பு என்று கூறிவிடமுடியது. எனெனின் அமைப்பியல் வாதங்களை பிரிட்டீஷ் மானிடவியலாளர்கள் மறுத்தனர். அவற்றில் ஏ.ஆர். ரெட்லிஃப் ப்ரவுன் (1881-1955), ப்ரான்ஸ்லாவ் மாலினோஸ்கி (1884-1942) ஆகிய இருவரும் முதன்மையானவர்கள். எமிலி துர்கைம் செயற்பாட்டியம் பற்றிப் பேசவில்லை என்றாலும் சமூக இயக்கம் பற்றிய கருத்தாக்கத்தை விளக்கியுள்ளார். மேற்கூறிய இருவரும் அமைப்பியத்திற்கு மாறான செயற்பாட்டியம் என்னும் கருத்தினை முன்வைத்தனர். அமைப்பு என்பதைவிட செயற்பாடு என்பது மிகப் பொருத்தமானத்தாகும்.

ஒரு சடங்கு நிகழ்த்தப் படுகிறபோது அதன் அகநிலை அமைப்பில், அந்தச் சடங்கின் மூலம் பெறும் நம்பிக்கை மனிதர்களின் மனதோடு தொடர்புடையது. ஆக நேர்த்திக் கடன் செய்வதற்கு முன்னும் பின்னும் அந்த நிகழ்வும் மனித மனத்தோடு தொடர்புடையதாக இருக்கிறது. அதனைப் பின்வரும்படத்தின் மூலம் விளக்கமாம்.

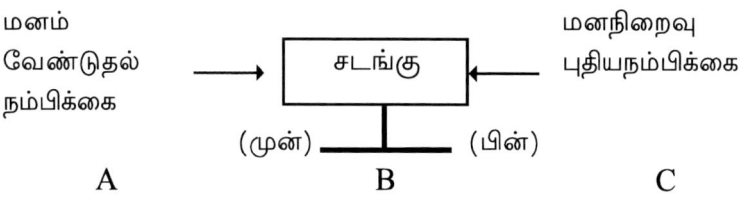

A மனம்
B சடங்கு
C மனநிறைவு

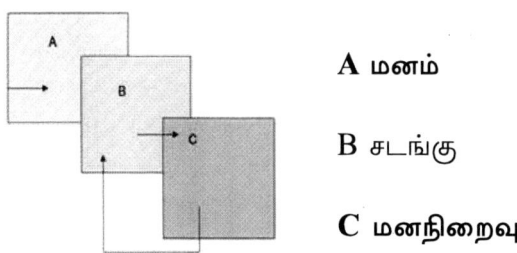

A மனம்

B சடங்கு

C மனநிறைவு

3.1. நம்பிக்கைகள் Beliefs

திருஅமுது படையல் இறைவனுக்குப் படைக்கப்பட்ட பின் ஊர் பெரியவர்களால் மக்களுக்கு வழங்கப்படுகின்றன. இந்த மாவினை வழிபட்டு உண்டால் பிள்ளைப் பேறு இல்லாதவர்களுக்குப் பிள்ளை பிறக்கும் என்பது இவ்வூர் மக்களின் நம்பிக்கையாகும். பிள்ளை பேறு இல்லாத பெண்கள் கோயிலின் பின்புறத்தில் உள்ள குளத்தில் தலை மூழ்கி ஈரத்துணியுடன் பக்தி சிந்தனையுடன் தன் முந்தானையில் பிள்ளை மாவினைப் பெற்றுக்கொள்ள வேண்டும் என்று கூறி வருகின்றனர். திருமணமாகி 20 ஆண்டுகள் வரை குழந்தைப்பேறு இல்லாதவர்களுக்கும் மருத்துவரால் கைவிடப்பட்டவர்களுக்கும் இந்தப் பிள்ளை மாவினை உண்ட பிறகு குழந்தை பிறந்துள்ளது என்று இவ்வூர் மக்கள் கூறிவருகின்றனர்.

அமுதுபடையல் விழாவினை இவ்வூர் மக்கள் சிறப்புடன் கொண்டாடும் சித்திரைத் திருவிழாவாகும். இவ்வூரின் பெரும்பான்மைச் சமூகம் வன்னியர்களே ஆகும். விஸ்வகர்மா,

பிள்ளைமார், செட்டியார், ஆதிதிராவிடர்கள், கிறித்துவர்கள் போன்ற பிற சமூகத்தினரும் வாழ்கின்றனர். இவ்விழாவில் எந்தவித பேதமும் இன்றி அனைவரும் பங்கு கொள்கின்றனர். குறிப்பாக வன்னியர் சமூகம் இக்கோயிலைக் கட்டி வழிபாடு செய்வதால் அச்சமூகத்துக்குள் ஓர் ஒருமைப்பாடும் நல்லிணக்கமும் காணமுடிகிறது.

மனிதனின் வாழ்வே நம்பிக்கையின் அடிப்படையில் அமைந்துள்ளது. இது உள்ளத்தின் உணர்வினை அடிப்படையாகக் கொண்டது. தங்களுடைய தேவையை நிறைவேற்றுவதற்காகத் தங்களைவிடவும் சக்தி வாய்ந்த இயற்கை தெய்வங்கள் முதலானவை தங்களைக் காக்கும் என்ற நம்பிக்கை உடைய மக்கள் அவ்வாறு காக்கின்ற தெய்வங்கள் மற்றும் இப்பிள்ளை மாவினை மருந்து என்று அழைப்பது ஆழமாக நோக்கத்தக்கதாகும்.

ஒவ்வொரு ஊரிலும் கோயில்கள் நிறைந்து காணப்படுகின்றன. தமிழ்நாட்டில் வாழும் ஒவ்வொரு சமூகமும் வெவ்வேறு வகையான வழிபாடுகள் நடத்துகின்றனர். பல்வேறு வகையான நம்பிக்கைகள் நிலவுகின்றன. ஒவ்வொரு வழிபாட்டு முறையும் சமூக ஒருமைப் பாட்டை ஏற்படுத்துகிறது. நாட்டுப்புற நம்பிக்கைகள் அறிவியல்கூறுகளைப் பெற்றுள்ளன. வழிபாட்டுமரபில் தமிழரின் அறிவியல் புதைந்துகிடக்கின்றன.

அடிக்குறிப்பு

1. எருக்கூர் என்னும் ஊர் இந்திய வரலாற்றோடு தொடர்புடையதாகும். எருக்கூர் நீலகண்ட பரமாச்சாரியர் இந்திய விடுதலைப்போரில் முக்கியமாகப் பங்காற்றியவர். ஆங்கிலேய அதிகாரி ஆஷ்துரை கொலையில் தொடர்புடையவர். அந்தக் கொலைக் குற்றத்திற்கு உதவியதற்காக 7 ஆண்டுகள் சிறை சென்றவர். வாஞ்சிநாதன், புதுவையில் புரட்சியாளர் வ. வே. சு. ஐயர் வீட்டில் தங்குவது உண்டு. எருக்கூர் நீலகண்ட பிரம்மச்சாரியின் ரகசிய இரத்தப் புரட்சி பிரமாணங்களினால் வாஞ்சிநாதனின் மனம் மேலும் தீவிரம் அடைந்தது என வரலாறு குறிப்பிடுகிறது.

தகவலாளி:

1. மு.த.குணசேகரன், முந்நாள் ஊர் நாட்டாமை, எருக்கூர்,
2. மாரிப்பிள்ளை எருக்கூர்,
3. அழகு (எ) வெங்கடேசன், எருக்கூர்
4. வ.கிருஷ்ணன் அரசூர்,
5. பி.சபரிநாதன் அரசூர்,
6. முனைவர் இளங்கோவன் நாங்கூர்

படம்-1 சீராளன் கதைப் பற்றிய திரைச்சீலை

படம்-2 வீதி உலா ஐம்பொன் சிலை

துணை நூல்கள்

Anthony F.C. Wallace 1996, Religion: An Anthropological view, New York, Random House.

Clifford Geertz, 1983, Local Knowledge, Basic Books, United Stated of America.

D'penha G.F. 1902, "Notes and queries &The life of the Palliyars", Indian Antiquary, pp. 391

Levi&Strasus Claude, 1955, The Structural Study of Myth, The Journal of Americal Folklore,Vol.68, No 270, pp.428&444.

Levi&Strasus Claude, 1995 (1979), Myth and Meaning, Schocken Books New York, USA.

Lewis H. Morgan, Ll.D, 1877, Ancient Society Or Researches In The Lines Of Human Progress From Savagery, Through Barbarism To Civilization, New York, Henry Holt And Com pany.

Meenakshi Sundaran T.P., 1958, Mullai&p&pattu, Orient Longmans, Madras

Meenakshisundaran, T.P. 1965, History of Tamil Literature, Deccan college, Poona.

Nilakanda Sastri K.A., 1955, A History of South Indian, Oxford University press.

Peter D Gardner, 1991, "Pargmatic meaning of possession in paliyan Shamanism", Anthropos pp.

Radcliffe Brown, 1952, Structure and Function in Primitive Society : Essays and Addresses, London: Cohen & West.

Ramachandra Dikshitar, V.R. 1930, London Luzac & co. 46 Great Russell street, W.C.1.

Sirinivasa iyanar P.T. 1925, Environment and culture, Triveni, Vol.1, No.3, P.72

Soundara Rajan, K.V., 1994, Kaveripattinam Excavations 1963-73, Archeological Survey of India, New Delhi.

Thaninayagam, X.S. 1997, Landscape and Poetry,International Institute of Tamil Studies, Chennai.

Thirunavukkarasu, K.D, 1994, Chieftains of the Sangam Age, International Institute of Tamil Studies, Chennai.

Vaiyapuripillai, S. 1956, History of Tamil Language and Literature, N.C.B.H. Madras.

அறவாணன், க.ப. 2005, தமிழ் மக்கள் வரலாறு பழந்தமிழர் வழிபாடுகள், தமிழ்க்கோட்டம், சென்னை.

இராகவையங்கார்,மு. 1938 (1984 நிழற்பட பதிப்பு) *ஆராய்ச்சி தொகுதி*, தமிழ்ப் பல்கலைக்கழக வெளியீடு, தஞ்சாவூர்

இராசமாணிக்கனார் 2012, பத்துப்பாட்டு ஆராய்ச்சி சாகித்திய அகாடமி வெளியீடு.

இராமசாமிப்பிள்ளை, ரெ. செல்லூர்க்கிழார், 1956, தொல்காப்பியயம் பொருளதிகாரம் இளம்பூரணர் உரை, கழகவெளியீடு. சென்னை

கந்தசாமியார் 1923 தொல்காப்பியம் சொல்லாதிகாரம் சேனாவரையர் உரை, கழகம் வெளியீடு

காசிவிசுவநாதன் செட்டியார், வெ.பெரி.பழ.மு., 1949 கலித்தொகை நச்சினார்க்கியர் உரை, சென்னை, சைவசித்தாந்தநூற் பதிப்புக் கழகம்.

காந்தி, க. 2003 தமிழர் பழக்க வழக்கங்களும் நம்பிக்கைகளும், உலகத் தமிழாராய்ச்சி நிறுவனம். சென்னை.

கார்த்திகேசுசிவத்தம்பி, 2003, பண்டைத் தமிழ்ச்சமூகம் வரலாற்றுப் புரிதலைநோக்கி, மக்கள் வெளியீடு

சக்திவேல், கு. கோ.சதீஸ், 2022 பூம்புகார் தந்த சிலம்புத்தென்றல், புலவர் நா.தியாகராசனார் பூம்புகார் வரலாறும் சமகால ஆவணங்களும், மலர்புக்ஸ், சென்னை.

சண்முகம்பிள்ளை, மு.1996 சங்கத் தமிழரின் வழிபாடும் சங்குகளும், உலகத் தமிழாராய்ச்சி நிறுவனம். சென்னை.

சதாசிவப் பண்டாரத்தார், 1959, காவிரிப் பூம்பட்டினம், மாதவி மன்றம் வெளியீடு.

சதாசிவ பண்டாரத்தார், 1957, பிற்கால சோழர் சரித்திரம், அண்ணாமலைப் பல்கலைக்கழகம், அண்ணாமலைநகர்.

சதீஸ் கோ, 2016, சங்க காலத் திணைக்குடிகள், முல்லைத்திணை பற்றிய மானிடவியல் கருத்தாகம், உங்கள் நூலகம், சென்னை.

சதீஸ் கோ, 2016, பண்டைத் தமிழ்ப் பனுவல்கள், நியூ சென்சுரி புக் ஹவுஸ், சென்னை.

சாமிநாதையர் உ.வே 1918, பத்துப்பாட்டு மூலம் மதுரை ஆசிரியர் பாரத்துவாசி நச்சினார்க்கினியர் உரையும் கமர்ஷியல் அச்சுக்கூடம் சென்னபட்டினம்.

சாமிநாதையர் உ.வே.சா., 2013 (மறுபதிப்பு) சிலப்பதிகாரம் மூலமும் அரும்பதவுரையும் அடியார்க்கு நல்லார் உரையும், டாக்டர் உ.வே.சாமிநாதையர் நூல்நிலையம், சென்னை.

சாமிநாதையர், உ.வே. 1918, பத்துப்பாட்டு மூலமும் நச்சினார்க்கினியர் உரையும், கமர்ஷியர் அச்சுக்கூடம். சென்னபட்டினம்.

சாமிநாதையர், உ.வே.,1947, குறுந்தொகைமூலமும்உரையும், சென்னை, மூன்றாம் பதிப்பு கபீர் அச்சுக்கூடம்

சாமிநாதையர், உ.வே.,1935 (3ஆம்பதிப்பு) , புறநானூறு, சென்னை, லாஜர்னல்அச்சுக்கூடம்.

சாமிநாதையர், உ.வே., 1969 (ஏழாம் பதிப்பு) சீவகசிந்தாமணி மூலமும் நச்சினார்க்கியர் உரையும், கபீர் அச்சகம், சென்னை.

சிவானந்தம், இரா., 2019, கீழடி வைகை நதிக்கரையில் சங்க கால நகர நாகரிகம், தொல்லியல் துறை, தமிழ்நாடு அரசு, சென்னை.

சிவத்தம்பி கா. 1988, தமிழில் இலக்கிய வரலாறு, நியூ செஞ்சுரி புக் ஹவுஸ், சென்னை.

சிவத்தம்பி கா. 2003, *பண்டைத் தமிழ்ச் சமூகம் வரலாற்றுப் புரிதலை நோக்கி*, மக்கள் வெளியீடு, சென்னை.

சுப்பிரமணியஐயர், ஏ.வி. 2008, தமிழ்ஆராய்ச்சியின்வளர்ச்சி, மெய்யப்பன்பதிப்பகம், சிதம்பரம்.

சுப்பிரமணியன், க. 1993, சங்ககாலச்சமுதாயம், நியூ செஞ்சுரி புக்ஹவுஸ், சென்னை

சுந்தரம்.இராம. 1995, *ஆராய்ச்சி*, முற்போக்கு இலக்கியத்திறன், நியூ செஞ்சுரி புக் ஹவுஸ், சென்னை, பக்.73-89.

சுந்தரமூர்த்தி, கு., 1986, தொல்காப்பியம் பொருளதிகாரம் நச்சினார்க்கினியர் உரை, அண்ணாமலைப் பல்கலைக்கழகம் வெளியீடு.

செல்லப்பன், சிலம்பொலி., 2000, சிலப்பதிகாரம் தெளிவுரை, பாரதி பதிப்பகம் சென்னை.

செல்லம், வே.தி.தமிழகம் வரலாறும் பண்பாடும், மணிவாசர்கள் வெளியீடு. சென்னை.

செல்வராசு, சிலம்பு நா. 2013, கண்ணகி தொன்மம், காலச்சுவடு பதிப்பகம், சென்னை.

செல்வராசு, சிலம்பு நா.1996, சங்க இலக்கியம் சமூக மானிடவியல் ஆய்வுக் கட்டுரைகள், அனிச்சம் இலக்கிய வட்டம்,புதுச்சேரி.

செல்வராசு, சிலம்பு.நா., 2016, தொல்தமிழர் திருமணமுறைகள், காலச்சுவடு பதிப்பகம், சென்னை.

செல்வக்குமார்,மு.2021, *தமிழ்ச் சமூகப் பூசார்கள்: பிடாரி வழிபாட்டில் வாழும் சாதி வரலாறு*, சென்னை, பாரதி புத்தகாலயம்.

சோமசுந்தரபாரதியார், நாவலர், 1955, பழந்தமிழ்நாடு

தனஞ்செயன், ஆ. 2014, தமிழில் இலக்கிய மானுடவியல், உலகத் தமிழாராய்ச்சி நிறுவனம், சென்னை.

தியாகராசன், புலவர் நா. 2009, பூம்புகாரில் வரலாற்று எச்சங்கள், ம்ணிவாசர் அருட்பணி மன்றம் கோயம்புத்தூர்.

தேவிபிரசாத் சட்டோபாத்தியாயா, உலகாய்தம், நியூ செஞ்சுரி புக் ஹவுஸ், சென்னை.

நாராயணசாமி ஐயர், அ. பின்னத்தூர், 1952, நற்றிணை நானூறு மூலமும் உரையும், கழக வெளியீடு.

பக்தவத்சல பாரதி, (1999) 2003, பண்பாட்டு மானிடவியல், மணிவாசகர் பதிப்பகம், சிதம்பரம்.

பக்தவத்சல பாரதி, 2002, தமிழர் மானிடவியல் சிதம்பரம், மெய்யப்பன் தமிழாய்வகம்

பக்தவத்சல பாரதி, 2007, தமிழக பழங்குடிகள் அடையாளம் வெளியீடு, புத்தாநத்தம், திருச்சி

பக்தவத்சலபாரதி, 2011, பண்பாட்டியல் நோக்கில் பண்டைத் தமிழர் சமயமரபுகள், புதுச்சேரி மொழியியல் பண்பாட்டு ஆராய்ச்சி நிறுவனம்.

பக்தவத்சல பாரதி, 2012, மானிடவியல் கோட்பாடுகள், அடையாளம் வெளியீடு புத்தாநத்தம், திருச்சி.

பக்தவத்சல பாரதி, 2013, பாணர் இனவரைவியல் உலகத் தமிழாராய்ச்சி நிறுவனம். சென்னை.

பக்தவத்சல பாரதி, 2014,இலக்கிய மானிடவியல் அடையாளம் வெளியீடு புத்தாநத்தம், திருச்சி

பக்தவத்சல பாரதி, 2016,இலங்கையில் சிங்களவர், அடையாளம் வெளியீடு புத்தாநத்தம், திருச்சி.

பக்தவத்சலபாரதி, 2018, சாதியற்ற தமிழர் சாதியத் தமிழர் சாதிக்கு முந்தைய பிந்தைய தமிழ்ச் சமூகம், பாரதி புத்தகாலயம். சென்னை.

பக்தவத்சலபாரதி, 2020, *பண்டைத் தமிழ்ப் பண்பாடு மானிடவியல் நோக்கில் சங்க இலக்கியம்*, அடையாளம் பதிப்பகம், புத்தாநத்தம், திருச்சி.

புலியூர்கேசிகன்1978, கலித்தொகை தெளிவுரை, பாரிநிலையம், சென்னை.

மணவாளன், அ.அ. 2001,அரிஸ்டாட்டில் கவிதையியல், நியூ செஞ்சுரி புக் ஹவுஸ், சென்னை

மறைமலையடிகல் 2001, பட்டினப்பாலை ஆராய்ச்சி மணிவாசகர்

பதிப்பகம் சிதம்பரம்.

மறைமலையடிகள், 1919(3 பதி.), முல்லைப்பாட்டுஆராய்ச்சி, டி.எம். அச்சுக்கூடம், பல்லாவாரம்.

மாணிக்கம், வ.சுப. 2002, தமிழ்க்காதல், மெய்யப்பன் பதிப்பகம் சிதம்பரம்.

மாதையன், பெ. 2004, சங்க இலக்கியத்தில் வேளாண்சமூகம், நியூசெஞ்சுரிபுக்ஹவுஸ், சென்னை.

மெய்யப்பன் ச., 2006, சித்தர் பாடல்கள், மணிவாசர் பதிப்பகம், சென்னை.

ராஜன், க. 2004, தொல்லியல் நோக்கில் சங்க காலம், உலகத்தமிழாராய்ச்சி நிறுவனம் சென்னை.

வேங்கடசாமி, மயிலை.சீனி. 1940, *பௌத்தமும் தமிழும்*, கா.ஏ.வள்ளிநாதன், மயிலாப்பூர் சென்னை.

வேங்கடசாமி நாட்டார் ந.மு., கவியரசுரா.வேங்கடாசலம் பிள்ளை 1944 அகநானூறு மணிமிடைப் பவளம், (ந.மு.வே., ரா.வேங்கடாசலம் பிள்ளை ஆகியவர்களின் பதவுரை) சென்னை சைவ சித்தாந்த நூற்பதிப்புக் கழகம்.

வேங்கடசாமிநாட்டார்ந.மு., 1942, சிலப்பதிகாரம், (ந.மு.வே. உரை) பாகனேரி. தனவைசிய சங்க வெளியீடு, மறுபதிப்பு 1953

வேங்கடசாமி நாட்டார்ந.மு., கவியரசுரா.வேங்கடாசலம் பிள்ளை 1944 அகநானூறு நித்திலக்கோவை, (ந.மு.வே., ரா. வேங்கடாசலம் பிள்ளை ஆகியவர்களின் பதவுரை) சென்னை சைவசித்தாந்த நூற்பதிப்புக் கழகம்.

வேங்கடசாமிநாட்டார்ந.மு., கவியரசுரா.வேங்கடாசலம்பிள்ளை 1943 அகநானூறுகளிற்றியானைநிரை, (ந.மு.வே., ரா.வேங்கடாசலம் பிள்ளை ஆகியவர்களின் பதவுரை) சென்னை சைவ சித்தாந்தநூற் பதிப்புக் கழகம்.

ஸ்டீபன், ஞா. 2017, இலக்கிய இனவரைவியல் நியூ சென்சுரி புக் ஹவுஸ், சென்னை.

ஹென்றி ஒயிட் ஹெட் 2009 (தமிழில் வேட்டை s.கண்ணன்) தென்னிந்திய கிராம தெய்வங்கள், சந்தியா பதிப்பகம் சென்னை.

ஸ்ரீநிவாச ஐயங்கார், 1930 (4th Ed.), The Pallavas (600A.D&900A.D.) Printed at the Aurora press, Madras.

http://www.keetru.com/index.php/2010&06&24&04&31&11/ungalnoolagamapr14/26380&2014&04&25&07&18&08

அகராதிகள்

Subrahamanian. N., 1990, Pre&pallavan Tamil Index, University of Madras.

பாலசுப்பிரமணியன், க. 1915, தொல்காப்பியச் சொற்பொருளடைவு, தமிழ்ப் பல்கலைக்கழகம், தஞ்சாவூர்.

மாதையன், 2007, சங்க இலக்கிய சொல்லடைவு, தமிழ்ப் பல்கலைக்கழகம் வெளியீடு. தஞ்சாவூர்.

க்ரியாவின் தற்காலத் தமிழ் அகராதி 2008, க்ரியா வெளியீடு, சென்னை.

கள ஆய்வு தகவலாளர்கள்

1.**முனைவர் ரே.கோவிந்தராஜ்** (ஜவ்வாதுமலை), உதவிப்பேராசிரியர், மதுரை, தியாகராசர் கல்லூரி.

2.**என்.பி.பி.பழனிவேல்ராஜன்** (கொடைக்கானல்), முனைவர் பட்ட ஆய்வாளர், திண்டுக்கல், காந்தி கிராமிய பல்கலைக்கழகம்.